SĀRNĀTHA - VƯỜN NAI - CHIẾC NÔI PHẬT GIÁO

Thích Nữ Giới Hương

Tủ Sách Bảo Anh Lạc 4

Sārnātha

VƯỜN NAI - CHIẾC NÔI PHẬT GIÁO

(Tái bản lần thứ sáu)

Thích Nữ Giới Hương

Với lời Giới thiệu
của **Hòa thượng Thích Mãn Giác**

NXB Hồng Đức

Huong Sen Buddhist Temple

19865 Seaton Avenue, Perris, CA 92570, USA

Tel: 951-657-7272, Cell: 951-616- 8620

Email: huongsentemple@gmail.com,

thichnugioihuong@yahoo.com

Facebook: https://www.facebook.com/ huongsentemple

Web: www.huongsentemple.com

MỤC LỤC

Lời Tái Bản Lần Thứ Sáu

Đây là phiên bản bổ sung và mở rộng của sách "**Sārnātha – Vườn Nai - Chiếc Nôi Phật Giáo**" dưới góc nhìn khảo cổ học, được ra mắt lần đầu tiên cách đây 19 năm, vào năm 2005, bởi nhà xuất bản Eastern Book Linkers (Delhi 7, India). Ấn bản thứ hai, thứ ba, thứ tư và thứ năm được in lần lượt vào các năm 2008, 2010, 2016 và 2000 bởi Nhà xuất bản Phương Đông, Sàigòn, Việt Nam.

Ấn bản hiện tại (2024) này sẽ được in tại Nhà xuất bản Hồng Đức, Việt Nam. Khi trình bày ấn bản thứ sáu này, tôi đã giữ nguyên phiên bản gốc như ấn bản đầu tiên. Tuy nhiên, để rõ ràng hơn, một số bức ảnh minh họa về địa điểm khảo cổ Sārnātha và khu vực xung quanh đã được thêm vào, một số lỗi được sửa và cuối mỗi chương có phần tóm tắt kèm các câu hỏi thảo luận.

Xin chân thành cảm ơn Sư cô Viên Quang, Sư cô Viên Ngộ và Đh Vũ Đình Trọng đã làm trợ lý cho tôi trong quá trình xin phép, biên tập, hiệu đính, thiết kế và xuất bản.

Xin trân trọng giới thiệu sách đến độc giả gần xa.

Kính chúc an lành.

Mùa Thu Hương Sen,
ngày 20 tháng 09 năm 2024
Thích Nữ Giới Hương

Khu khảo cổ Học *Sārnātha* hiện nay.

Lời Giới Thiệu

Vào khoảng thế kỷ thứ sáu trước công nguyên, nếu tại Trung Hoa có Khổng tử và Lão tử, tại Ba tư (Iran) có đạo thờ lửa (Zoroaster), tại Hy lạp có Socrates và Platon thì tại Ấn độ có Mahavira (nhà thành lập đạo Kỳ-na giáo) và Đức Phật Thích ca Mâu ni... Phải nói đây là thời kỳ hoàng kim của các tôn giáo, đặc biệt tại Á Đông.

Đức Thế Tôn đã xuất hiện ra nơi đời, ngài đản sanh tại Lâm-tỳ-ni, thành đạo tại Bồ-đề-đạo tràng, chuyển bánh xe pháp tại *Sārnātha* (Vườn Nai - Lộc Uyển) và nhập niết bàn tại Câu-thi-na... Với bài pháp đầu tiên - kinh Chuyển Pháp luân (*Dhamma-chakka-pavattana sutta*) mà Đức Thế Tôn tuyên thuyết tại Vườn Nai, đã trình bày về bốn chân lý cao thượng (*chân lý về khổ, nguyên nhân của khổ, sự diệt khổ và con đường đưa đến sự diệt khổ*). Bốn chân lý cao thượng xuyên suốt Tám con đường chân chánh (*chánh kiến, chánh tư duy, chánh ngữ, chánh nghiệp, chánh mạng, chánh tinh tấn, chánh định và chánh niệm*) đã hướng dẫn biết bao chúng sanh giải thoát từ dòng sông đau khổ đến bến bờ cực lạc hạnh phúc. Đây là giáo lý căn bản, khởi điểm, khuôn khổ luân lý của đạo Phật do Đức Thế Tôn chứng nghiệm, tuyên thuyết sau khi giác ngộ và suốt bốn mươi chín năm còn lại, ngài đã đi du hoá khắp đó đây cũng là để chỉ cho chúng sanh thấy rõ khổ và con đường thoát khổ. Vì thế, có thể nói Sārnātha -Vườn Nai là chiếc nôi của Phật giáo để từ đó Phật pháp có thể lan chảy khắp nơi.

Chính tại *Sārnātha* mà tăng đoàn Phật giáo được thành lập và đứng vững. Sau khi Đức Thế Tôn nhập niết bàn, nhiều đền, tháp, bia ký được xây dựng và nhiều tăng chúng, Phật tử đã nối gót Đức Từ Phụ truyền bá con đường hạnh phúc an lạc đến khắp nơi và vượt cả biên giới Ấn độ để đến nhiều nước trên thế giới. Đạo Phật như một ngọn đuốc sáng để đáp ứng nhu cầu tâm linh của nhân loại. Đạo Phật đã đem đến cho con người một đời sống tâm linh hoàn hảo. Rồi... theo quy luật chung của vũ trụ "thành, trụ, hoại và không', Phật giáo cũng đã trải qua nhiều thăng trầm thay đổi do hoàn cảnh lịch sử, chính trị và do những nạn cuồng tín của các tôn giáo khác. Cũng cùng chung số phận ấy, thánh tích Sārātha đã bị đốt cháy, phá sập nhiều lần và sau đó lại cũng được trùng tu nhiều lần khi thời bình đến... Ngày nay, di tích ấy được chính phủ Ấn Độ đài thọ kinh phí, được nhiều nhà khảo cổ, lịch sử, khoa học, tôn giáo... đến khai quật, nghiên cứu để đưa *Sārnātha* – một thời huy hoàng của Phật Giáo tại đó ra trước mắt giới quần chúng trong và ngoài nước Ấn.

Tỳ kheo ni Giới Hương trong mười năm tu học (1995-2005) tại Delhi, Ấn Độ, và trong những dịp nghỉ lễ đã thường đến các thánh tích Phật giáo để đảnh lễ tu tập và để nghiên cứu, viết ký sự nhằm giới thiệu cho những ai chưa có duyên đến chiêm bái. **Sārnātha -Vườn Nai- Chiếc Nôi Phật Giáo** là một cuốn sách viết chi tiết tỷ mĩ nhằm giới thiệu tình hình Phật giáo, khắc mỹ thuật của *Sāmātha*, lịch sử, địa lý, chính trị, khảo cổ, điêu trong thời cổ, cận hiện đại và hiện đại dựa trên những tài liệu đáng tin cậy của kinh tạng *Pāli*, sách Phật giáo thời hiện đại, của khoa khảo cổ, lịch sử, ngành du lịch kèm theo nhiều hình ảnh màu cũng như bản đồ minh chứng và nhất là bằng chính bản thân thực địa (quan sát bằng mắt) của tác giả tại di tích khảo cổ và viện bảo tàng *Sārnātha* đó... Thế nên, nhìn chung cuốn sách này đã có một đóng góp không nhỏ nào đó trong tạng sách lịch sử Phật giáo Ấn độ.

Xin trân trọng giới thiệu.

Ngày 27, tháng 3, năm 2006

Hoà Thượng Thích Mãn Giác

Viện chủ chùa Việt-nam tại Los Angeles, Hoa Kỳ

Toàn cảnh thánh địa Sārnātha, nơi Đức Phật lần đầu tiên thuyết pháp và sau đó thành lập Tăng đoàn Phật giáo.

Dấu Chân Lộc Uyển

(Hòa Thượng Thích Mãn Giác)

Vườn Nai-Lộc Uyển ngày xưa
Mà nay Lộc Uyển chưa mờ dấu nơi
A-Nhã Trần-Như năm ngài
Cùng về quỳ dưới Như Lai thuở nào.
*(*Sāmātha - *Vườn Nai-Chiếc Nôi Phật Giáo)*
Ngày 29 tháng 03 năm 2006

Quý sư Tích Lan, Ni sư Giới Hương (áo nâu) và phái đoàn Chùa Hương Sen tại *Sārnātha,* ngày 26 tháng 6 năm 2023.

Lời Đầu

Ta đi đến thành phố Kasi,
Đánh trống pháp bất tử,
Cho thế giới tối tăm mù mịt này.
(Kinh Trung Bộ)

Sārnātha (Vườn Nai) là một thánh địa Phật giáo, thành phố thiêng liêng có liên quan đến cuộc đời của Đức Phật và pháp thoại đầu tiên của ngài. *Sārnātha* cách Vārānasi khoảng 10 cây số về phía bắc, thuở xưa được gọi là kinh đô Ba-la-nại, nay thuộc tiểu bang Uttar Pradesh.

Vào thời của Đức Phật Thích-ca mâu ni, *Sārnātha* là một vùng có nhiều rừng cây xanh mát, tịch tĩnh và thanh tịnh là một môi trường tốt cho việc hành thiền. Nơi này còn được gọi là Chư thiên đọa xứ (Isipatana), Vườn Nai (Migadaya). Trong quá khứ khi Đức Phật Thích ca Mâu

Ni còn là Bồ tát hành Bata mật, ngài đã nhiều lần tái sinh tại đây và nhiều câu chuyện trong Kinh Bổn sanh đã đề cập đến địa danh này.

Sau ngày thứ 49 đạt giác ngộ dưới cội bồ đề ở Bồ-đề-đạo tràng (Bihar), Đức Phật Thích Ca Mâu Ni bắt đầu cuộc du hành đến Ba-la-nại với ước muốn trao bức thông điệp cứu khổ của ngài đến cho mọi người. Tại Vườn nơi này, ngài đã gặp lại năm người bạn đồng tu trước kia.

Sự hiện diện của bậc Đạo sư tối thượng được tỏa khắp khu vườn yên tĩnh của Sārnātha. Hương thơm của hoa cỏ và trầm hương quyện trong không khí bình yên. Những chủ nơi lốm đốm trắng vàng tung tăng khắp nơi. Những con nhện dệt những màng lưới khổng lồ trải rộng trên cỏ tỏa ánh sáng huyền diệu và điểm những hạt sương mai.

Với lòng tin vững chắc, thanh thản, tịch tĩnh nơi thân và tâm, Đức Phật đã tuyên bố chân lý mà ngài đã giác ngộ cho năm vị ẩn sĩ Kiều trần như. Năm vị này đã lắng nghe ngài thuyết giảng suốt năm ngày. Kinh Chuyển pháp luân (*Dharma Chakra Pravartana*) đầu tiên được Đức Phật giảng nói về con đường Trung đạo, loại bỏ hai cực đoan hưởng thọ dục lạc và tu hành khổ hạnh. Và ngài cũng tuyên thuyết về Tứ diệu đế (*Bốn Chân* Lý Vi *Diệu*) là trí tuệ đưa đến giác ngộ, đặc biệt nói rõ Bát chánh đạo (*Tám Con* Đường *Thanh Tịnh*) là con đường đưa đến an lạc và hạnh phúc.

Cảm kích trước những lời Phật dạy, năm vị này đã xin quy y Phật và trở thành những đệ tử đầu tiên của ngài.

Sau khi nghe về con đường mới sẽ đưa đến đời sống an lạc, hạnh phúc và giải thoát, nhiều người từ Vārānasi đã bắt đầu tìm đến ngài. Một tăng đoàn gồm 60 vị đã được thành lập và giáo pháp của Đức Phật được lan truyền xa từ đó.

Đức Phật đã giáo huấn các đệ tử của ngài: "*Ta sẽ* đi *thăm làng Sena. Các ngươi hãy* đi đến *các vùng mà các người thích, nhưng* đừng để *hai người cùng* đi *một chỗ. Dạy và giảng pháp cho nhiều người trong khả năng của mình.*" Tăng đoàn của Đức Phật là một tổ chức tôn giáo cổ đại nhất đã tồn tại. Dựa trên sự kiện này đã khiến *Sārnātha* trở thành nơi chuyển bánh xe pháp đầu tiên, nơi sanh ra Phật giáo. Đó là lý do Sārnā tha còn được gọi là Chiếc Nôi của Phật giáo.

Sārnātha, một trung tâm quan trọng của Phật giáo, nơi của hòa bình và an lạc; những đệ tử của Đức Phật đã truyền bá lời dạy của ngài, một con đường của an lạc và hạnh phúc. Chỉ trong một thời gian ngắn, Phật giáo trở nên rất phổ biến khắp đất nước. Từ thường dân đến vua quan tất cả đều hoan nghênh tinh thần giải thoát và bình đẳng của Đức Phật.

Vua A-dục đã ủng hộ Phật giáo và đã xây nhiều công trình, đền, tháp, chùa tại Sārātha mà những di vật đó hiện nay được xem là những tác phẩm kiến trúc nghệ thuật tinh xảo và khéo léo nhất. Tàn tích ở *Sānātha* đã cho thấy có nhiều tu viện trong thời xưa và nơi đây đã từng là một thời hoàng kim của Phật giáo. Những cổ vật được tìm thấy trong công cuộc đào xới tại đây được giữ gìn và trưng bày trong Viện Bảo Tàng Khảo Cổ *Sārnātha* cạnh bên.

Trụ đá sư tử của vua A-dục là một mẫu nghệ thuật vô giá. Trụ này được làm bằng một loại đá chunar cực tốt, được mài bóng, nên nó rất sáng chói, không bị ảnh hưởng bởi thời tiết. Mặc dù nó được tạc cách đây nhiều thế kỷ, nhưng hiện nay trông trụ vẫn còn rất mới mẽ. Điều này đã cho thấy sự phát triển nghệ thuật cao ở Ấn Độ từ thời kỳ đó. Nói về trụ đá sư tử, nhà chiêm bái Huyền Trang đã mô tả: nhẵn bóng như ngọc bích và chiếu sáng như gương. Trụ đá sư tử này ngày nay là quốc huy của chính phủ Ấn Độ và trên quốc kỳ biểu tượng bánh xe pháp nằm ở giữa cũng lấy từ trụ sư tử này. Từ những sự kiện này đã cho thấy *Sānātha* thật sự là một niềm tự hào quốc gia và quốc tế.

Thịnh rồi suy, suy rồi thịnh Phật giáo đã có lúc bị tàn lụi trên xứ sở này. Đó là một thời kỳ đen tối kéo dài trong nhiều thế kỷ. Thánh tích *Sānātha* này đã bị Muhammad Gori và Sultan Mahmud Ghazani phá hủy.

Sau đó, dưới triều đại của các vua Mughal (Hồi giáo), tất cả các đền đài, chùa và tháp đều bị đập phá, các kinh sách quý hiếm đã bị đốt và các tu sĩ (*sadhu*), chư tăng đều bị bắt và giết. Để tự cứu mình, chư tăng phải bỏ chạy khỏi Ấn Độ sang các nước Nepal, Tây tạng, Tích Lan, Miến điện v... để lại mảnh đất này trong nhiều thế kỷ vắng bóng Phật giáo.

Suốt thời kỳ điêu tàn của Phật giáo ở *Sārnātha*, các chùa tháp uy nghiêm mang dấu ấn nghệ thuật điêu khắc do vua A-dục xây đã bị vùi sâu dưới lòng đất nhiều thế kỷ. Một giai đoạn vinh quang cổ xưa đã bị lãng quên và nơi đây đã trở thành hoang tàn đổ nát, hiu quạnh, không còn một dấu hiệu gì cho thấy thời hưng thạnh của quá khứ, tất cả lịch sử và văn hóa trở thành đen tối

Lịch sử không còn nữa. May thay có hai nhà chiêm

bởi Trung quốc là Pháp Hiền và Huyền Trang đã viếng thăm Sānātha vào thế kỷ V và VII đã tường thuật chi tiết về Sānā tha và các thánh tích khác. Các ngài đã mô tả nơi vườn Nơi có hơn 1500 tăng ni đang tu học tại các tu viện.

Giai đoạn từ thế kỷ XII-XVII là giai đoạn đen tối trong lịch sử phồn vinh của Sānātha. Lịch sử đã bị mất đi. Đó là sự thật của nguyên lý thịnh rồi suy, suy rồi lại thịnh. Điều đó đã xảy ra với Sārnā tha. Sau nhiều thế kỷ đen tối, ánh sáng dần dần lại đến với *Sārnātha*. Cơ hội này đã đến khi ông Shri Jagat Singh một người giàu có ở Vārānasi vào năm 1794 đến đào xới khu di tích *Sārnātha* và đã phá hủy tháp *Dharmarajka*, rồi cướp lấy đi nhiều gạch đá để xây dinh thự riêng cho ông ta. Sau đó, vào năm 1798 ông J. Duncon đại diện chánh quyền Ấn độ công bố sự thật lịch sử đầy giá trị về *Sārnātha* và bắt đầu tuyên bố công trình khai quật ở tại đây. Do đó, công tác này đã được tiến hành và đại tá C. Mackenzee phụ trách vào năm 1815, rồi ông Alexander Cunningham bắt đầu từ năm 1835 đã đào xới khu này trong một thời gian dài và đã phát hiện một tu viện cùng nhiều hình tượng cũng như vô số các cổ vật khác. Tất cả đều được gởi đến viện bảo tàng ở Calcutta

Sau đó, công tác khai quật này lại được ông Major Kittoe xúc tiến vào năm 1851 và ông Thomas vào năm 1853, ông C. Hom vào năm 1856 và năm 1905 là ông F O. Oertel phụ trách và chính ông là người đã phát hiện chánh điện và trụ đá sư tử của vua A-dục. Như vậy, sự vẽ vang của quá khứ tiếp tục từ từ được khám phá lại.

Năm 1905, ông Vieroy Lord Curzon - Tổng giám đốc Khảo cổ đã chủ trì công cuộc khai quật. Ông cũng bày tỏ sự quan tâm sâu sắc và đã đề nghị xây dựng viện bảo tàng tại đây để bảo tồn các di vật. Do đó, viện bảo tàng Khảo cổ *Sārnātha* này được thành lập vào năm 1905 và các cổ vật khai quật nơi đây được giữ gìn và trưng bày ở đó. Vào năm 1914-5, ông Hargraves đã tiếp tục công cuộc đào xới này. Và sau đó, Khoa khảo cổ đã hoàn tất việc khai quật và tìm thấy nhiều tác phẩm nghệ thuật điêu khắc tinh vi và sắc sảo. Điều này cũng cho thấy sự thành tựu phồn vinh của quá khứ và trình độ văn minh cao ở Ấn Độ đã từng hiện diện nơi đây.

Nhưng chỉ có công việc khai quật không thì chưa đủ hoàn thành khu thánh tích này. Công việc cao quý này được ngài Anagarika Dharmapala, người Tích Lan đến Ấn Độ vào năm 1995 tiếp tục xây dựng. Khi nhìn thấy những tàn tích này, ngài Anagarika Dharmapala cảm thấy như chính mình cần phải dốc hết lòng để phục hồi và chấn hưng lại Phật giáo tại nơi này. Ngài đã cống hiến trọn đời mình cho sứ mệnh cao quý đó. Ngài tịch vào năm 1933 tại Sarnātha nhưng ước nguyện của ngài đã được hoàn tất. Ngài cũng đã xây dựng được tu viện Malagandhakuti vào năm 1931. Đây là ngôi chùa chính ở *Sārnātha* và là mẫu của những kiến trúc hiện đại đã thu hút nhiều khách chiêm bái trong và ngoài nước đến viếng

Năm 1956 tại *Sānātha* chính phủ Ấn Độ đã tổ chức lễ Phật đản kỷ niệm 2500 năm Đức Phật ra đời. Sự phát triển này đã mang lại những hình ảnh huy hoàng của quá khứ. Những con đường, những tòa nhà, những phòng trọ được xây, những cây xanh được trồng và với sự nỗ lực của nhiều người đã góp phần vào sự thành công cho buổi lễ Phật đản này.

Chư tăng và Phật tử từ các nơi trên thế giới đã đến đây để tham dự buổi lễ. Từ thời gian đó, Sārnā tha đã phát triển đem ánh sáng huy hoàng của quá khứ trở lại. Hiện nay, *Sārnātha* là một trong bốn thánh địa thiêng liêng của Phật giáo, nơi mà Đức Phật đã chuyển bánh xe pháp đầu tiên và là một trong những điểm thường được chiêm bái nhất của Ấn Độ. *Sārnātha - Chiếc Nôi của Phật giáo* đã thu hút nhiều Phật tử trên khắp thế giới và Phật giáo đã được truyền đến các nước như Tích Lan, Miến điện, Thái Lan, Trung hoa, Đại hàn, Nhật bản, Việt nam, Cam-pu-chia, Đài ban, Lào, Tây Tạng, Malaysia, Singapore, Indonesia và Mông Cổ. Chẳng những Châu Á mà Châu Phi, Châu úc, Châu Âu và Châu Mỹ, Phật giáo đã hiện diện và mang sự an lạc, hạnh phúc cho toàn cầu.

Để kết thúc phần giới thiệu này, tôi đặc biệt cảm ơn Hòa thượng Tiến sĩ Kahawatte Siri Sumedha Thero, phụ trách Thư viện Mūlagandhakutī Vihāra thuộc Hiệp hội Đại Bồ Đề (Maha Bodhi Soceity) Sārnātha, Ấn Độ, trong thời gian 1996-2005, tác giả tiến hành viết tác phẩm này, Hòa thượng Siri Sumedha và nhiều vị sư Tích Lan khác đã giúp đưa các tài liệu hữu ích liên quan đến chủ đề này, cũng như hỗ trợ các phương tiện khác, để giúp ấn bản "**Sārnātha – Vườn Nai - Chiếc Nôi Phật Giáo**" được hiện hữu và phổ biến.

Xin trân trọng giới thiệu cùng quý đọc giả.

Mùa hạ 2005 tại Ký Túc Xá WUS, Delhi

Thích Nữ Giới Hương

(huongsentemple@gmail.com)

Từ trái: Sư cô Vân Liên, Sc Huệ Liên, Sư Giác Ngôn, Sư Bửu Chánh, Sư Đồng Mẫn, Sư cô Giới Hương, Sc Hằng Liên, và các Phật tử tại *Sārnātha* năm 1998.

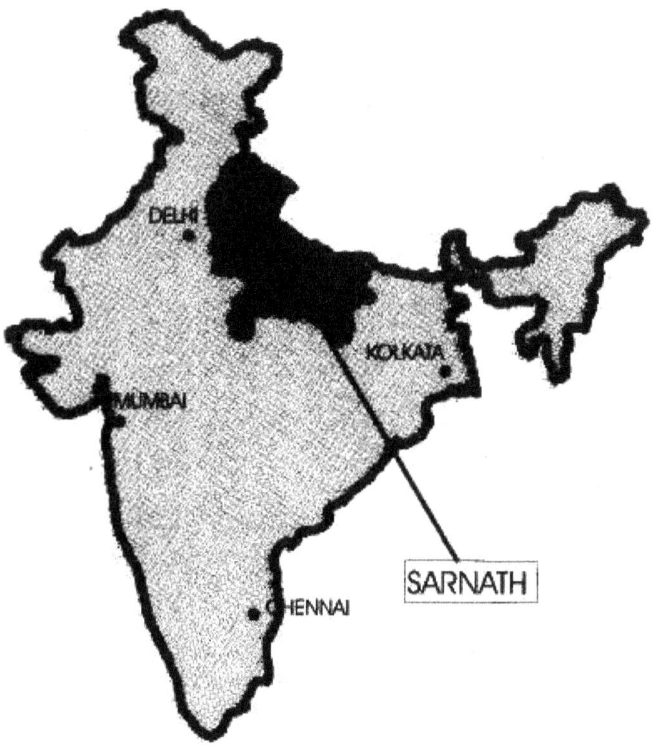

Vị trí Sarnath trên bản đồ Ấn Độ

Chương 1

Sārnātha Trong Kinh Điển Phật Giáo

Đức Phật và năm vị đại Đệ tử đầu tiên. (Internet)

1.1. NHÂN DUYÊN ĐỨC PHẬT ĐẾN SĀRNĀTHA

Vào tuần thứ tám sau khi đạt giác ngộ, Đức Phật đã suy nghĩ nơi nào ngài có thể đem chân lý giác ngộ đến cho chúng sanh và ngài suy nghĩ rằng trên trần gian này con người rất ham mê ngũ dục thật khó cho ngài giảng pháp mà ngài vừa giác ngộ. Lại nữa, nếu Đức Phật thuyết giáo pháp của ngài cho họ mà họ không hiểu thì cũng sẽ là một điều vô ích. Điều này và nhiều tư tưởng khác nổi lên trong tâm, rồi cuối cùng ngài quyết định không thuyết pháp. Lúc đó, Phạm thiên Sahampati[1] quán sát biết rằng cách suy nghĩ mà Đức Phật đang hướng đến sẽ là điều bất hạnh cho thế gian, nhân loại sẽ chịu nhiều khổ đau và bất lợi do kết quả đó. Liền khi ấy, vị Phạm thiên đến đảnh lễ chấp tay bạch Phật rằng:

"Bạch đức Thế tôn! Xin ngài hoan hỉ thuyết pháp để xua tan vô minh, vì vẫn có nhiều người muốn thoát khỏi vòng ràng buộc trần thế. Nếu họ không biết được chánh pháp, họ sẽ sa đọa. Kính xin ngài từ bi thương xót ban bố pháp nhũ."

Sau khi thỉnh cầu như vậy ba lần, Đức Phật đã chấp nhận lời thỉnh cầu này.[2] Ngay sau đó, vị Phạm thiên đảnh lễ tạ ơn Đức Phật và biến mất.

Sau đó, Đức Phật nghĩ rằng: "*Ta sẽ nói pháp cho ai? Ai sẽ có thể hiểu* được *pháp?*" Lúc đó, ngài nghĩ tới đạo sư Uất-đà-ka-la-la (*Ālāra Kālāma*), vị thầy đầu tiên đã

---

1 Phạm thiên (Sahampati) là đấng Tự sinh (Svayambhu), nhưng theo Bigandet, Legend of the Burmese Buddha (Truyền thuyết Đức Phật tại Miến điện) (Trích trong B.C. Bhattacharya, The History of Sārnātha or the Cradle of Buddhism, Delhi: Pilgrims Revised Edition, 1999, trang 5) nói rằng: "Vị Phạm thiên này trong thời Phật Kathaba là một A-la-hán (Rahan) tên là Thabaka..." Dường như theo cách phát âm riêng biệt của người Miến điện thì Kasyapa đọc thành Kathaba và Sarvakrit đọc thành Thabaka. Rahan nghĩa là A-la-hán.

2 Bigandet, Legend of the Burmese Buddha, (Truyền thuyết Đức Phật tại Miến điện) (Trích trong B.C. Bhattacharya, The History of Sārnātha or the Cradle of Buddhism, trang 5) nói rằng Đức Phật đã nhìn thế gian với tuệ giác và thấy rằng một số người hoàn toàn chìm sâu trong vòng tội lỗi, một số chỉ chìm một nửa trong khi số còn lại thì có khả năng thăng tiến.

dạy ngài đạt được thiền Vô sở hữu xứ (thiền không chỗ trú) và đạo sư Uất-đà-ka-la-ma-tử (*Uddaka Rāmaputta*) là vị thầy thứ hai mà nhờ đó ngài đạt được thiền Phi tưởng phi phi tưởng xứ (không còn tri giác mà cũng không có không tri giác. Vào lúc đó không ai đắc quả thiền nào cao hơn) là những người xứng đáng nhận lãnh pháp của ngài. Nhưng quán xét, ngài nhận ra rằng cả hai đều đã nhập diệt. Rồi ngài nghĩ đến năm anh em A Nhã Kiều-trần-như (*Pañchavargiya Bhikṣus*) là bậc đồng tu khổ hạnh với ngài trước đó. Với năng lực siêu nhiên, ngài biết rằng họ đang ở vườn Nai (*MigaDāya*), Chư-thiên-đọa-xứ, hiện nay gọi là *Sārnātha*, Vārānasi và vì vậy ngài bắt đầu đi tìm họ[3] để quyết định thuyết pháp cho họ đầu tiên. Với ý định đó, ngài đã đã đi đến Chư-thiên-đọa xứ (*Isipatana-MigaDāya*) ở Ba-la-nại (*Bārānasi*).

Ngài đã đi bộ hơn 250 cây số từ Bồ-đề-đạo-tràng ngang qua sông Hằng bằng phà để đến các đền của thành phố Kashi (tên quá khứ của Ba-la- nại), rồi đi du hành đến *Sārnātha*. Ngài đi tìm năm người bạn đồng hành, những người rời bỏ ngài ở thành Vương xá khi họ thấy Bồ-tát Cồ đàm từ bỏ con đường tu tập khổ hạnh mà họ cho rằng chỉ có tu khổ hạnh mới đưa đến sự giải thoát tinh thần và đã buộc tội ngài là '*trở lại* đời *sống thọ hưởng*.'[4]

Hướng về *Sārnātha* ngài ra đi. Nhiều ngày trôi qua, mỗi ngày gần giờ thọ trai thì ngài vào các làng dọc bên để khất thực. Sau đó, ngài tọa thiền và quán sát thế gian, rải tâm từ bi đến mọi loài trước khi tìm nhân duyên cứu độ họ. Một hôm trên đường tình cờ ngài gặp một ẩn sĩ

3 V, IV, 8.

4 M, I, 171.

khổ hạnh tên là U-pa-ca (*Upaka*), vị ẩn sĩ này thấy ngài đầy đủ tướng hảo trang nghiêm bèn nói những lời tán thán như vầy:

'Này bạn hữu, da của người thật tốt đẹp và sáng láng, hiện bạn đang tu tập pháp môn gì? Thầy của bạn hữu là ai?

Đức Phật đáp lại bằng một bài kệ rằng:

"Ta là người vượt qua tất cả, thông suốt các pháp.

Đã dứt bỏ mọi phiền não trói buộc.

Người thoát ly, bỏ lại tất cả sau lưng.

Ta không thầy, tự tri giác ngộ biết khắp cả.

Thấu suốt hết mọi pháp, ai là thầy của ta.

Ngoài ta không thể tìm thấy trên thế gian này.

Các hàng trời người khắp trong ba cõi.

Cũng không thể sánh được với ta, đấng Như lai.

Ta là vị A la hán trên thế gian này.

Là bậc thầy, trên tất cả các bậc thầy.

Chỉ có Ta, người giác ngộ viên mãn.

Đoạn diệt hết phiền não, đạt đến niết bàn.

Chuyển giáo pháp độ chúng sanh,

Ta giờ đây đến thành Ba-la-nại.

Giữa thế gian si mê mờ tối,

Ta sẽ gióng lên hồi trống vô sanh bất diệt.

Ẩn sĩ U-pa-ca (Upaka) lúc ấy hỏi lại rằng: "*Này bạn hữu, phải chăng ngươi tự nhận là A la hán, bậc siêu xuất đã tận diệt mọi phiền não."*

Đức Phật ôn tồn đáp kệ rằng:

"Ta bậc siêu xuất hơn cả

Đã diệt hết mọi phiền não.

Chinh phục mọi xấu xa tội lỗi.

Này Upaka, ta là bậc chiến thắng."

Tuy nghe Đức Phật nói như vậy nhưng nhà khổ hạnh U-pa-ca không mấy tin tưởng lời ngài, vì ông cho rằng không thể có con đường dẫn đến tri kiến, đoạn diệt phiền não mà không đi theo phương pháp ép xác khổ hạnh. Nghĩ thế nên U-pa-ca đáp lại lời Đức Phật rằng: '*Bạn hữu có thể* đạt được *tất cả những* điều *như vậy chăng?*' Rồi xây lưng, rẽ sang một con đường nhỏ khác bỏ đi.

Đức Phật bình thản và tiếp tục cuộc hành trình. Những khó khăn và u tối của con người khó độ lúc ban đầu không làm ngài phải chán nản thất vọng. Chúng sanh là vậy, có kẻ trí người mê, kẻ chấp trước tà kiến, người tịnh tín có trí tuệ hoặc sẽ có những người khi trông thấy ta, nghe ta giảng liền đắc pháp nhãn, thoát ly sanh tử nhưng cũng có người khi thấy ta sinh ưu phiền, ngoảnh mặt làm ngơ thậm chí chưởi mắng ta. Quán sát biết các pháp là như vậy, Đức Phật mỉm một nụ cười và thanh thản nhẹ nhàng hướng về phía trước.

1.2. NĂM NGƯỜI BẠN ĐỒNG TU TRƯỚC KIA CỦA ĐỨC PHẬT

"Rồi ta đi du hành ngang qua thành Ba-la-nại (Benares), đến Chư-thiên-đọa-xứ, vườn Nai và tại nơi

đây Ta đã gặp năm anh em Kiều-trần-như."[5]

Năm vị ẩn sĩ (Pali: *Pañchavargiya Bhiksus,* Sanskrit: *Panca bhiksavah*) là A-nhã Kiều-trần-như (Pali: *Anna Kondanna,* Sanskrit: *A jnata Kaundinya*) và bốn người bạn là *Át-bệ* hoặc Mã Thắng (Pali: *Assaji*, Sanskrit: *Asvajit*), Bạt-đề hoặc Bà *đề* (Pali: *Bhaddiya*, Sanskrit: *Bhadhrika*), Thập-lực Ca-diếp (Pali: Dasabala Kassapa, Sanskrit: Dasabala Kasyapa) và Ma-ha-nam Câu-ly (Mahānāma- kuliya)[6] đang sống ở *Sārnātha*, thấy *Đức* Phật từ xa *đi* lại, họ nói với nhau rằng:

"Này các bạn! Đạo sĩ Cồ đàm đang đi đến đây. Ông ta là một Vāhullika (người có bộc lộ dáng vẽ mập mạp) và là một đại Vibhrānta (người tu sai đường). Chúng ta không nên chào hỏi ông ta. Chúng ta không nên đứng lên tiếp đón cung kính ông ta.[7] *Chúng ta hãy đặt một chỗ ngồi ở đây để ông ta đến ngồi, nếu ông ta thích."*[8]

Nhưng khi Đức Phật càng đi hướng về phía họ, họ đã trở nên bồn chồn, áy náy; và khi ngài đứng đối diện với họ, trước dung nghi đĩnh đạc, trầm tĩnh, siêu thoát toát ra từ ngài, không ai bảo ai, họ đồng tự nhiên đứng lên tỏ lòng cung kính tiếp đón ngài. Ngài ngồi xuống nơi dành cho ngài và rửa chân. Đức Phật lúc ấy mới ôn tồn kể lại cho họ nghe câu chuyện của ngài, từ khi ngài nhận chân

5 M. I, 171.

6 Trong Phật và Thánh chúng của Cao hữu đính dịch: Kiều trần như (Ajnata Kaudinya), A xả bà thê (Asvajit), Maha bat de (Bhadrika), Thập lực ca diếp (Dasabala-kasyapa), Ma nam Câu ly (Mahanama-kuliya).

7 Mahavagga (Dại Phẩm), 1.6.10 seq Vinaya Piṭakam, edit by Oldenberg, tập I, trích trong Buddhist Birth Series, The Pāli Introduction, trang 112.

8 Bigandet, Legend of the Burmese Buddha (Truyền Thuyết về Đức Phật tại Miến điện), trang 117.

ra con đường Trung đạo và quyết tâm lìa bỏ những kiến chấp sai lạc thuở trước. Con đường Trung đạo ấy là con đường xa lìa những kiến chấp cực đoan thường dẫn đến những khổ đau và hủy diệt. Ngài cũng trình bày cho họ biết là ngài không trở lại đời sống lợi dưỡng và xa hoa; ngài đã không những dụng công tu tập và thiền định sau khi rời bỏ đời sống khổ hạnh và cuối cùng sau những chiến đấu cam go với ma vương dưới gốc cây bồ đề ngài đã giác ngộ hoàn toàn và chứng được quả Phật.

Rồi các vị này gọi ngài bằng tên. Lúc đó, Đức Phật đã giải thích cho họ rõ rằng từ nay đừng gọi ngài bằng tên, hay bằng danh từ bạn hữu vì ngài hiện đã là một vị Phật, một đấng toàn giác, ngài không còn ẩn sĩ Cồ đàm nữa mà là Như lai, một bậc Chánh đẳng giác (*Samyaka Sambodhi*):

" Này các thầy, do sự nỗ lực không ngừng mà giờ đây Ta đã giác ngộ, thành đạo vô sanh bất diệt và hôm nay vì lợi ích của các thầy, Ta sẽ giảng nói giáo pháp ấy cho các thầy nghe. Nếu các thầy thực hành theo đúng lời dạy đó, các thầy cũng sẽ sớm được chứng ngộ, có được tuệ giác và dứt bỏ hẳn con đường sanh tử."

Năm đạo sĩ khi đó chẳng tin lời Phật, họ cùng nhau đồng nói:

"Này đạo sĩ Cồ Đàm, trước kia ngươi từng sống khắc khổ, nghiêm trì giới luật, tinh tấn tu hành mà còn chưa đạt được trí tuệ siêu thoát nào, thì làm sao khi ngươi trở về đời sống sa hoa lợi dưỡng lại có thể đạt được trí tuệ siêu phàm và chứng ngộ quả vị Phật."

Một lần nữa Phật lại nói rằng ngài không hề sống với

xa hoa lợi dưỡng mà luôn luôn dụng công tinh cần tu tập và đã đạt được quả vô thượng chánh đẳng chánh giác sau khi tọa thiền dưới gội cây bồ đề. Đã ba lần họ đều từ chối, không tin ngài nhưng thấy sự xác quyết nhiều lần của Đức Phật: '*Ta đã từng nói với các ngươi những điều này trước đó chưa?*' và họ đồng ý là trước đó ngài đã chưa từng nói và họ quyết định nhẫn lắng nghe ngài giảng.[9] Và rồi pháp được tuyên giảng lần đầu tiên trong bài kinh gọi là "Chuyển Bánh Xe Pháp' *(Dhamma-cakkappavattana Sutta).*[10]

Cách nơi Đức Phật thuyết pháp không xa là nơi chư Phật trong nhiều đời trước thường chuyển bánh xe pháp và độ cho những người đệ tử ban đầu. Nương theo truyền thống tu hành của chư Phật từ ngàn xưa, Đức Phật Thích-ca cũng đến nơi ấy và đi kinh hành chung quanh ba lượt. Lúc ấy trên hư không muôn ngàn tiếng nhạc trời trổi dậy và các loại hương, loại hoa chiên đàn, mạn thù sa đồng rơi xuống cúng dường ngài. Trong hư không cũng có một ngàn pháp toà xuất hiện chiếu muôn màu sắc sáng chói khắp cả không gian.

Khi Đức Phật cất tiếng giảng bài kinh Chuyển Pháp Luân lúc ấy hào quang và ánh sáng quanh mình ngài bỗng chói sáng chiếu ra muôn ngàn tia màu sắc, cùng lúc ấy cả thảy ba ngàn thế giới đều rung chuyển chấn động. Chư thiên từ các cõi trời giáng xuống và trải thêm các loài hoa quí cúng dường ngài. Mọi loài trong chúng sanh giới lúc ấy cũng cất tiếng cầu thỉnh ngài thuyết pháp.

---

9 M. I. 172.
10 S, V, 420.

Kinh Chuyển Pháp Luân (*Dharma Cakra Pravartana Sūtra*) tại Tu viện Mūlagandhakutī Vihāra, Maha Bodhi Society, *Sārnātha*, Vārānasi

1.3. KINH CHUYỂN PHÁP LUÂN

Nội dung của bài pháp ngài thuyết đầu tiên cho năm anh em Kiều-trần-như như sau:

KINH CHUYỂN PHÁP LUẬN

(DHAMMA-CHAKKA-PAVATTANA SUTTA)

1. Như vậy tôi nghe: một thời Đức Thế tôn đang trú tại thành Ba-la-nại (Benares), Chư-thiên-đọa-xứ trong Vườn Nai.

(Evāṁ Me sutaṁ: Ekaṁ samayaṁ Bhagavā Bārāṇasiyaṁ viharati Isipatane Migādaye.)

2. Rồi Đức Phật nói với năm vị tỳ kheo: "Này các tỳ kheo có hai cực đoan không nên theo đối với bậc xuất gia, người sống đời sống không nhà."

(Tatra kho Bhagavā paññcavaggiye bhikkhū

āmantesi. Dve'me bhikkhave antā pabbajitana na sevitabbā.)

3. Từ bỏ các dục thấp hèn, ty tiện, trần tục, đáng khinh và có hại; và từ bỏ khổ hạnh ép xác đưa đến khổ đau, đánh khinh và có hại. Này các tỳ kheo do tránh hai cực đoan này mà Như lai đã tìm ra con đường Trung đạo dẫn đến sự thấy biết, an lạc, trí tuệ, giác ngộ và niết bàn.

(Yo cayam kāmesu kamasu-khallikānuyogo, hino, gammo, pothujjaniko, anariyo, anatthasamhito; yo cāyam attakilimathānuyogo dukkho, anariyo, anattha-samhito. Ete te bhikkhave ubho ante anupagamma majjhimā paṭipadā Tathā- gatena abhisambuddhā, cakkhukaraṇī ñānakarṇī, upasāmaya abhiññāya, Sambodhaya Nibbānāya samvattati.)

4. Và này các tỳ kheo những gì là con đường Trung đạo được Như lai phát hiện lại, đưa đến sự thấy biết, an lạc, trí tuệ, giác ngộ và niết bàn? Đó là Tám con đường Chân chánh: chánh kiến, chánh tư duy, chánh ngữ, chánh nghiệp, chánh mạng, chánh tinh tấn, chánh niệm và chánh định. Này các tỳ kheo! Đây là con đường Trung đạo được Như lai phát hiện lại, đưa đến sự thấy biết, an lạc, trí tuệ, giác ngộ và niết bàn.

(Katamă ca să bhikkhave majjhimā paṭipadā Tathā-gatena abhisambuddha, cakkhukaraṇī, ñāṇakaraṇī, upasamāya, abhi- ññāya, sambodhāya, mbbānāya samvattatī? Ayam eva ariyo atthangiko maggo: seyya-thīdam, sammādiṭṭgi, samma- sankappo, sammāvācā, sammā-kammanto, sammāājivo, sammā-vāyāmo, sammāsati, sammā-samādhi. Ayam kho sā bhikkhave, majjhimā patipadā Tathāgatena abhisambuddhā

cakkhukaraṇī, ñāṇakaraṇī, upasamāya, abhiññāya, sambodhāya, nibbānāya samvattati.)

5. Và này các tỳ kheo! Đây là Chân lý về Khổ: sanh là khổ, già là khổ, bịnh là khổ, chết là khổ, gần gũi với những điều không thích là khổ, xa lìa những gì yêu thương là khổ, mong cầu không thành là khổ. Tóm lại, năm thủ uẩn là khổ."

(Idam kho pana bhikkhave dukkhaṁ ariyasaccaṁ: Jāti pi dukkhā, jarā pi dukkhā, vyādhi pi dukkhā, maranam pi dukkham, appiyehi sampayogo dukkho, piyehi vippayogo dukkho, yampic-cham no labhati tarn pi dukkham; saṇkhittenapañcu-pādānakkhandhā dukkhā.)

6. Và này các tỳ kheo! Đây là Chân lý về Nguồn gốc của Khổ: chính là khát ái dẫn đến tái sanh, cùng với dục và tham tìm cầu lạc thú chỗ này chỗ kia nghĩa là khát ái đối với dục, khát ái đối với hữu và khát ái đối với vô hữu.

(Idamkho pana bhikkhave dukkhasamudayaṁ saccaṁ: Yayam taṇhā ponobhavikā, nandīrāga-sahagatā, tatratatrābhinan-dini, seyyathidaṁ: kāma-taṇhā, bhavataṇhā, vibhava-tanhā.)

7. Này các Tỳ kheo, đây là Chân lý về sự diệt Khổ: chính là trạng thái hoàn toàn vô tham. Sự đoạn trừ, từ bỏ, viễn ly, giải thoát, không chấp thủ đối với khát ái.

(Idam kho pana bhikkhave dukkhanirodham ariya-saccam: Yo tassa yevataṇhāya asesavirāgānirodho cāgo patinissaggo mutti anālayo.)

8. Này các Tỳ kheo, đây là Chân lý về Con đường đưa đến sự diệt Khổ: chính là Tám con đường Chân

chánh, đó là: chánh kiến, chánh tư duy, chánh ngữ, chánh nghiệp, chánh mạng, chánh tinh tấn, chánh niệm và chánh định.

(Idam kho pana bhikkhave dukkhanirodhagāminī paṭi-padā ariyasaccam, Ayam evaariyo aṭṭhangiko maggo, seyyathidam sammādiṭṭhi, sammāsankappo, sammāvācā, sammākammanto, sammā-ājīvo, sammāvāyāmo, sammā-sati, sammāsamādhi.)

9. Như thế, này các Tỳ kheo, đây là Chân lý về khổ, những điều chưa từng nghe trước đây, đã khởi lên trong Ta tri kiến, đã khởi lên trong Ta trí tuệ, đã khởi lên trong Ta ánh sáng. 'Chân lý về khổ cần được liễu tri, vì vậy, này các Tỳ kheo, những điều chưa từng nghe trước đây đã khởi lên trong Ta tri kiến, đã khởi lên trong Ta trí tuệ, đã khởi lên trong Ta ánh sáng. 'Chân lý về khổ đã được liễu trị, vì thế, này các Tỳ kheo, những điều chưa từng nghe trước đây đã khởi lên trong Ta tri kiến, đã khởi lên trong Ta trí tuệ, đã khởi lên trong Ta ánh sáng.

(Idaṁ dukkhaṁ ariyasaccan ti me bhikkhave pubbe ananussutesu dhammesu cakkhuṁ udapādi, ñāṇaṁ Udapadi Pañña Udapadi Vijja Udapadi Aloka Udapadi Taṁ kho panidaṁ dukkhaṁ ariyasaccaṁ pariññeyantime bhikkhave pubbe ananu-ssutesu dhammesu cakkhum udapadi, ñāṇaṁ udapādi, pañña udapādi, vijjā udapādi, āloko udapādi. Taṁ kho panidam dukkham ariya-saccaṁ pariññātan ti me bhikkhave pubbe ananus-sutesu dhammesu cakkhuṁ udapādi, ñānam udapādi, paññā udapādi, vijjā udapādi, aloko udapādi.)

10. Này các Tỳ kheo, đây là Chân lý về nguyên nhân của khổ, những điều chưa từng nghe trước đây, đã khởi

lên trong Ta tri kiến, đã khởi lên trong Ta trí tuệ, đã khởi lên trong Ta ánh sáng. "Chân lý về nguyên nhân của khổ cần được loại trừ, vì vậy, này các Tỳ kheo, những điều chưa từng nghe trước đây đã khởi lên trong Ta tri kiến, đã khởi lên trong Ta trí tuệ, đã khởi lên trong Ta ánh sáng. "Chân lý về nguyên nhân của khổ đã được loại trừ, vì vậy, này các Tỳ kheo, những điều chưa từng nghe trước đây đã khởi lên trong Ta tri kiến, đã khởi lên trong Ta trí tuệ, đã khởi lên trong Ta ánh sáng.

(Idam dukkhasamudayam ariyasaccan ti me bhikkhave pubbe ananussutesu dham-mesu cakkhuṁ udapādi, ñāṇaṁ udapādi, paññā udapādi, vijja udapādi, aloko udapādi. Tam kho panidaṁ dukkhasamudayaṁ ariyasa-ccaṁ pahātabban ti me bhikkhave pubbe ananu-ssutesu dhammesu cakkhuṁu- dapadi, nanam udapadi, panna udapādi, vijja udapādi, āloko udapādi. Tam kho panidam dukkhasamudayam ariyasa-ccam pahīnan ti me bhikkhave pubbe ananussutesu dham-mesu cakkhum udapādi, nānam udapādi, paññā udapādi, vijja udapadi, āloko udapādi.)

11. Này các Tỳ kheo, đây là Chân lý về diệt khổ, những điều chưa từng nghe trước đây, đã khởi lên trong Ta tri kiến, đã khởi lên trong Ta trí tuệ, đã khởi lên trong Ta ánh sáng. 'Chân lý về diệt khổ cần phải chứng đắc, vì vậy, này các Tỳ kheo, những điều chưa từng nghe trước đây đã khởi lên trong Ta tri kiến, đã khởi lên trong Ta trí tuệ, đã khởi lên trong Ta ánh sáng. "Chân lý về diệt khổ đã được chứng đắc, vì vậy, này các Tỳ kheo, những điều chưa từng nghe trước đây đã khởi lên trong Ta tri kiến, đã khởi lên trong Ta trí tuệ, đã khởi lên trong Ta

ánh sáng.

(Idam dukkhanirodham ariyasaccan d me bhikkhave pubbe ananussutesu dham-mesu cakkhum udapādi, ñānam udapādi, paññā udapādi, vijja udapādi, aloko udapādi. Tam kho panidam dukkhanirodham ariyasaccam sacchikātabban ti me bhikkhave pubbe ananu-ssutesu dhammesu cakkhum udapadi, ñāṇaṁ udapādi, paññā udapādi, vijja udapādi, aloko udapādi. Tam kho panidam dukkhanirodham ariyasaccaṁ. sacchikatan ti me bhikkhave pubbe ananu-ssutesu dhammesu cakkhum udapadi, ñāṇaṁ udapādi, paññā udapādi, vijja udapādi, āloko udapādi.)

12. Này các Tỳ kheo, đây là Chân lý về con đường đưa đến sự diệt khổ, những điều chưa từng nghe trước đây, đã khởi lên trong Ta tri kiến, đã khởi lên trong Ta trí tuệ, đã khởi lên trong Ta ánh sáng. 'Chân lý về con đường đưa đến sự diệt khổ cần được tu tập,' vì vậy, này các Tỳ kheo, những điều chưa từng nghe trước đây đã khởi lên trong Ta tri kiến, đã khởi lên trong Ta trí tuệ, đã khởi lên trong Ta ánh sáng. 'Chân lý về con đường đưa đến sự diệt khổ đã được tu tập,' vì vậy, này các Tỳ kheo, những điều chưa từng nghe trước đây đã khởi lên trong Ta tri kiến, đã khởi lên trong Ta trí tuệ, đã khởi lên trong Ta ánh sáng.

(Idam dukkhaniridhagaminī paṭipadā ariyasaccan ti me bhikkhave pubbe ananu-ssutesu dhammesu cakkhuṁ udapādi, ñānam udapādi, paññā udapādi, vijja udapādi, aloko udapādi. Tam kho panidam dukkhanirodha-gāminī patipadā ariyasaccam bhāvetabban ti me bhikkhave pubbe ananussutesu dham-mesu cakkhuṁ udapādi,

ñāṇaṁ udapādi, paññā udapādi, vijja udapādi, aloko udapādi. Tam kho panidam dukkhanirodhagāminī patipadā ariyasaccaṁ bhavitan ti me bhikkhave pubbe ananu-ssutesu dhammesu cakkhum udapādi, ñānam udapādi, paññā udapādi, vijja udapādi, āloko udapādi.)

13. Này các Tỳ kheo, lúc Ta quán chiếu bốn Chân lý này chưa được hoàn toàn thanh tịnh trong ba chuyển (phương diện) và mười hai hành (pháp vận hành), thì này các Tỳ kheo, Ta không tuyên bố đã chứng đắc vô thượng chánh đẳng chánh giác thế giới với Chư thiên, Ma vương, Phạm thiên, giữa các hội chúng Bà-la-môn, chư thiên và loài người.

(Yāva kīvañca me bhikkhave imesu catusu ariyasaccesu evam tiparivaṭṭaṁ dvādasā-kāraṁ yathādhutaṁ ñāṇada- ssanaṁ na suvisuddam ahosi, neva tāvāhaṁ bhikkhave sadevake loke samārake sabrahmake sassamana-brahmaniyā pajāya sadeva-manussāya anuttaram sammāsambodhim abhisam-buddho ti paccaññasiṁ.)

14. Nhưng, này các Tỳ kheo, khi Ta quán chiếu bốn Chân lý này được hoàn toàn thanh tịnh trong ba chuyển (phương diện) và mười hai hành (pháp vận hành), thì này các Tỳ kheo, Ta tuyên bố đã chứng đắc Vô thượng Chánh đẳng Chánh giác thế giới với Chư thiên, Ma vương, Phạm thiên, giữa các hội chúng Bà-la-môn, chư thiên và loài người. Và Ta tuệ tri rằng 'Bất động là tâm giải thoát của Ta. Đây là đời sống cuối cùng, không còn tái sanh trở lại nữa'.

(Yato ca kho me bhikkhave imesu catusu ariyasaccesu evaṁ tiparivaṭṭaṁ dvādasā-kāraṁ

uathābhiūtaṁ ñāṇada- ssanaṁ suvisuddhaṁ ahosi, athāham bhikkhave sadevake loke samārake sabrahmake sassamaṇabrāhmaṇiyā pajāya sadevamanussāya anuttaraṁ sammāsambodhim abhisam- buddhopaccaññāsiṁ ñāṇañca pana me dassanaṁ udapadi akuppă me cetovimutti ayam antimā jāti natthidāni punabbhavo ti.)

15. Đức Thế tôn đã thuyết như vậy, hội chúng năm Tỳ kheo hoan hỷ tín thọ lời dạy của Thế tôn. Khi pháp thoại được thuyết xong, trong tâm tôn giả Kiều-trần-như khởi lên pháp nhãn trần ly cấu và thấy như vầy: "Tất cả những gì chịu sự sanh khởi đều chịu sự đoạn diệt.

(Idaṁ avoca Bhagavā. Attamanā pañcavaggiyā bhikkhū Bhagavato bhāsitam abhinandum. ti. Imasmiñ ca pana veyyākaranasmim bhaññamāne āyasmato Koṇḍaññassa virajam vīta-malam dhammacakkhum udapadi, yaṁ kiñci samuda-yadhammam sabbaṁ tam nirodhadhamman ti.)

16. Khi pháp luân được Thế tôn vận chuyển, các thần đất hò reo: "Tại Vườn Nai, chỗ Chư-thiên đọa-xứ, Ba-la-nại, Thế tôn đã chuyển pháp luân vô thượng này mà trước đây chưa từng được vận chuyển bởi Sa môn, Bà-la-môn, Thiên thần, Ma vương, Phạm thiên hay bất cứ ai trong đời".

(Pavattite ca pana Bhagavata dhammacakke Bhummā devā saddaṁ anussāvesuṁ: Etaṁ Bhagavatā Baranasiyam Isipatane Migadaya *Anuttaram dhammacakkaṁ pavattitaṁ appaṭivattiyam samaṇena vā, Brahmanena vā devena vā. Mārena vā, Brahmuṇā vā, kenaci vā lokasmin ti.)*

17. Nghe tiếng hò reo của các thần đất, chư thiên và cõi Thiên vương cũng đồng hò reo: "Tại Vườn Nai, chỗ Chư-thiên-đọa-xứ, Ba-la-nại, Thế tôn đã chuyển pháp luân vô thượng này mà trước đây chưa từng được vận chuyển bởi Sa môn, Bà-la-môn, Thiên thần, Ma vương, Phạm thiên hay bất cứ ai trong đời".

(Bhummānaṁ devānam saddaṁ sutvā Cātummahā-rājikā devā saddṁ anussa-vesum: Etam Bhagavatā Bārāṇasiyam Isipatane Migadaye anuttaraṁ dhamma-cakkaṁ pavattitaṁ appaṭi-vattiyam samanena vā, brāhmaṇena va, devena vā Mārena vā, Brahmuṇā vā, kenaci va, lokasmin ti.)

18. Nghe tiếng hò reo của chư thiên cõi Thiên vương, cõi Tam thập tam thiên, cõi Dạ ma, cõi Đâu suất và cõi Tha hóa tự tại thiên... cũng đồng hò reo: "Tại Vườn nai, chỗ Chư-thiên-đọa-xứ, Ba-la-nại, Thế tôn đã chuyển pháp luân vô thượng này mà trước đây chưa từng được vận chuyển bởi Sa môn, Bà-la-môn, Thiên thần, Ma vương, Phạm thiên hay bất cứ ai trong đời."

(Cātummahārajikānaṁ devā-naṁ saddaṁ sutvā Tāvatiṁsā deva saddam anussävesum. Tāvatimsānam devanaṁ saddam sutta yāmā deva saddam anussāvesum. Yamanam devānam saddam sutva thusita devā saddaṁ anussāvesum. Thusitanam devānam saddam sutva nimmanarati devā saddam anussāvesum. Nimmāna ratinam devānam saddam sutva paranimmitha vasavattinō devā saddam anussāvesum. Paranimmitha vasavatthinam devānam saddam sutva brathma Parisajjā devā saddaṁ anussāvesum. Brahmapari sajjanaṁ devānam saddam sutva brahma purohita

devā saddam anussāvesum. Brahmapurohitanam devānam saddaṁ sutva maha brahma devā saddam anussävesum. Maha Brahmanam devānam saddaṁ sutva paritthabra devā saddaṁ anussāvesum. Parittha Bhanam devānam saddaṁ sutva appamanabha deva saddam anussavesum. Appamanabhanam devānam saddam sutva abhassara devā saddam anussävesum. Abhassaranam devānam saddam sutva paritta subha devā saddam anussāvesum. Paritta subhanaṁ devānam saddaṁ sutva appamanasubha devā saddam anussävesum.

Appamanasubhanam deva-nam saddam sutva subha kinnaka devā saddam anussävesum. Subhakinnakanam devānam saddam sutva vehapphala devā saddaṁ anussāvesum.

Vehapphalanam devānam saddam sutva Aviha devā saddaṁ anussāvesum. Avihanam devānam saddaṁ sutva atappa devā saddaṁ anussāvesum. Atappanam devānam saddam sutva sudassa devā saddaṁ anussāvesum. Sudassanam devānam saddam sutva suda ssee devā saddam anussāvesum. Sudasseenam devānam saddam sutva akanitthaka devā saddaṁ anussävesum. Etam Bhagavatā Bārānasiyam Isipatane Migadaye anuttaram dhamm-cakkam pavattitam appati-vattiyam samanena vā brāhmanena va devena và Marena và Brahmuṇā vā kenaci vā lokasmin ti.)

19. Như vậy, ngay trong khoảnh khắc ấy, ngay trong sát na ấy, tiếng hò reo lên tận cõi Phạm thiên và 10 ngàn thế giới chấn động dữ dội và một luồng hào quang sáng chói vô lượng vượt xa ánh sáng của chư thiên.

(Iti ha tena khaṇena tena muhuttena yava Brahmalokā saddo abbhuggacchi, ayañ ca dasasahassī loka-dhātu samkampi sampakampi sampavedhi, appamāṇo ca ulāro obhāso loke pāturahosi atikkamma devānam devā-nubhāvan ti.)

20. Ngay lúc đó, đức Thế tôn thốt lên lời cảm hứng: Kiều-trần-như thật sự đã hiểu, Kiều-trần-như thật sự đã hiểu. Và như vậy, tôn giả Kiều-trần-như đã đạt danh hiệu 'Kiều-trần-như hiểu đạo.

(Atha kho Bhagavā udānamṁ udānesi, Aññāsi vata bho Koṇḍañño aññāsi vata bho koṇḍañño ti,' Iti hidaṁ āyasmato Koṇḍaññassa Aññata Koṇḍaññō tveva namaṁ ahosī ti.)

Có một bia ký thuộc triều đại hậu Kushan đã được tìm thấy ở *Sārnātha* có ghi lại một phần bài kinh Chuyển Pháp luân nói rằng Đức Phật đã thuyết giảng ở đây về Bốn Chân lý *(ārya-satya- chatushtaya).* Chân lý thứ nhất là có sự hiện hữu của khổ đau trong cuộc đời, chân lý thứ hai liên quan đến nguồn gốc và nguyên nhân của khổ; chân lý thứ ba giải thích trạng thái hết khổ và chân lý thứ tư giảng về con đường thánh đạo tám ngành để đưa đến chấm dứt sự khổ và đạt an lạc, giác ngộ và niết bàn. Tám con đường Chân chánh gồm có chánh kiến, chánh tư duy, chánh ngữ, chánh nghiệp, chánh mạng, chánh tinh tấn, chánh niệm và chánh định. Đức Phật nói với các đệ tử của ngài rằng có hai hướng sống: một là cách hưởng thọ lạc thú trần gian sẽ dẫn đến khổ đau và hai là khổ hạnh ép xác, chối bỏ thọ lạc. Ngài cho rằng cả hai cực đoan này cần nên xa lánh và ngài đã chỉ ra con đường Trung đạo, hướng dẫn con người sống đời sống chân chánh có ý nghĩa.

Pháp thoại đầu tiên này bao gồm một sự khẳng định sáng suốt chân thật độc đáo về vấn đề căn bản của cuộc đời cũng như các giải pháp của chúng. Đây được xem là tinh hoa của giáo lý Đức Phật. Một cách tự nhiên, từ đó *Sārnātha* trở thành trung tâm biểu tượng chân lý tỏa sáng khắp nơi trong thế giới Phật giáo.

Đức Phật Thích Ca với hai tay trong ấn chú thuyết pháp (Mudra).

1.4. TÔN GIẢ A NHÃ KIỀU-TRẦN-NHƯ ĐẮC A LA HÁN

Pháp *âm* vừa dứt xong, trưởng thượng trong năm vị là ngài A Nhã Kiều-trần-như *đã đắc* thánh quả A la hán. Không ai ở đây có thể trì hoãn tiến trình của ngài Kiều-trần-như. A Nhã Kiều-trần-như là bậc sa môn (*Śraman*), phạm hạnh (*Brahman*), chư thiên và phạm thiên (*Brahmā*). Nghe những lời của chư thiên trên trái đất ca tụng "chư thiên chaurmahārājika cũng trong cách đó, những lời tán dương của chư thiên cõi trời thứ 33 như Dạ-ma (*Yama*), *Đâu-suất*- thiên-cung (*Tusitca*), Hoá-lạc-thiên (*Nirmanarati*), Tha-hoa-tự-tại-thiên (*Paranimita*) và Phạm-thiên (*Brahmakarika*) cũng trong cách đó. Lúc tán tụng đã lên đến cõi trời Phạm thiên, mười ngàn thế giới chấn động, lung lay và rung chuyển. Những âm thanh hân hoan và sự rung chuyển tuyệt diệu ngang các cõi của chư thiên đang hiện hữu. Đức Phật liền hoan hỉ thốt rằng: "*A Nhã A Nhã Kiều-trần-như đã thấy được pháp. A Nhã Kiều-trần-như đã chứng được pháp*". Do *đó*, A Nhã Kiều-trần-như đã được mệnh danh là A Nhã (*Ajñāta*), Kiều-trần-như A (*Kaundiya*)[11] và ngài Kiều-trần-như đã mô tả giây phút giác ngộ với tâm tràn đầy an lạc như sau:

"Ta đã vượt qua với sức sống mạnh mẽ; vứt bỏ sự sống, chết và đã hoàn thành hoàn toàn đời sống cao thượng."

1.5. NHỮNG ĐỆ TỬ ĐẦU TIÊN CỦA ĐỨC PHẬT VÀ PHẬT GIÁO ĐƯỢC THÀNH LẬP

Sau *đó*, A Nhã Kiều-trần-như cầu xin Đức Phật hoá đạo cho cả năm anh em và thành lập một tôn giáo mới.

11 IS, V, 420.

Đức Phật liền nói:

"Lành thay! Này các tỳ kheo, hãy đến đây, chánh pháp đã được giảng, bấy giờ các con đã sạch các phiền não và thanh tịnh."[12]

Ở cuối của bài kinh Chuyển-pháp-luân *(Dhamma-chakka-pavattana)* này *đã* ghi rằng lúc đó trên trái *đất* chỉ có sáu bậc thanh tịnh, đó là *Đức* Phật Thích-ca và năm anh em A Nhã Kiều-trần-như.[13]

Chẳng bao lâu, ngài lại dạy bài kinh thứ hai là Kinh Vô Ngã Tướng (*Anattalakkhana Sutta*) và năm vị ẩn sĩ là A-nhã Kiều-trần-như và bốn người bạn là Át-bệ hoặc Mã Thắng, Bạt-đề hoặc Bà đề, Thập lực Ca-diếp và Ma-ha-nam Câu-ly đều được pháp nhãn thanh tịnh.[14]

1.6. ĐỨC PHẬT GIÁO HÓA DA-XÁ VÀ GIA ĐÌNH CHÀNG DA-XÁ

Sau khi *độ* cho năm anh em Kiều-trần-như xong, cũng tại *Sārnātha* này *Đức* Phật *đã* gặp và *độ* cho một chàng thanh niên bà-la-môn tên Da-xá (*Yasa*). Da-xá vốn là con trai cưng của một vị trưởng giả giàu có.[15] Da-xá có ba cung *điện để* sống trong ba mùa là xuân, hạ và mùa mưa. Nơi dinh thự này, trong suốt bốn tháng

12 Mahavagga (Đại Phẩm), I, 6-10; V, tập I.

13 Trong một ngôi đền ở Amoy, Bishop Smith đã thấy 18 bức tượng và cho rằng là những đệ tử đầu tiên của Đức Phật. Trích trong Hardy, Manual Buddhism, tr. 25-30. Hình ảnh của năm anh em A-Nhã-Kiều- trần-như được thấy khắc nổi dưới bức tượng của Đức Phật được đào thấy ở Sārnātha.

14 S, II, 67.

15 Bigandet, The Legend of Burmese Buddha, Da-xá được biết với tên là Ratha.

mùa mưa có nhiều cô vũ nữ tuyệt đẹp bao quanh Da-xá. Chàng say mê hưởng thụ dục lạc, không hề bước chân ra khỏi dinh thự quyến rũ này. Một ngày nọ, lúc nửa đêm, Da-xá bất chợt thức dậy và thấy các cô vũ nữ đang say ngủ nằm ngã nghiêng. Có cô đang ngáy với chiếc miệng há rộng, có cô nước miếng ô uế từ trong miệng chảy xuống, có cô đang nằm mớ nói lãm nhãm như người điên, có cô phấn son nhòe nhoẹt, tóc tai rũ xuống như ma... Da-xá đứng như trời trồng nhìn những cảnh tượng thực tế phủ phàng trước mắt. Tự nhiên chàng cảm thấy quá ngán ngẫm và ngửa mặt lên trời than rằng: "Đây đúng là một nghĩa địa sống (Śmaśāna)! Một cảnh tượng của phiền muộn và đau khổ!"[16] Da-xá đã than vãn như vậy nhiều lần... Rồi từ thâm sâu của tiềm thức, một ý hướng tìm cầu đời sống nội tâm hướng thiện, từ bỏ tất cả đời sống nhung lụa giả dối này đã khởi lên trong tâm chàng... Chàng liền rời dinh thự và đi theo tiếng gọi thiêng liêng đó.[17] Lúc đó không ai canh cổng thành, chàng đi khỏi cung thành với lòng đầy bức rức, xúc động, xót xa và hướng về chỗ Chư-thiên-đọa-xứ (*Isipantan-MigaDāya*), phía bắc của Ba-la-nại.

Trời vừa sáng, cả bốn bề rực sáng trong nụ cười thanh thản của buổi bình minh tinh khiết. Lúc đó, Thế-tôn đang đi thiền hành ở *Chankramana* (lối đi kinh hành). Thấy Da-xá từ xa, *Đức* Phật *đi* xuống *Chankramana* và ngồi trên tòa. Da-xá vừa trông thấy *Đức* Phật, chàng đã xúc động òa lên khóc và cất tiếng than van rằng con thấy

16 Bigandet, The Legend of Burmese Buddha, trang 120 nói rằng: "Bản chất và điều kiện của thân thể thật ra là một gánh nặng và đã tạo ra nhiều sự phiền toái và tai họa'.
17 Câu chuyện ở đây giống như trong câu chuyện Đại Niết-bàn (Parinirvāna) của kinh Bốn sanh.

đời khốn khổ phiền não và đọa đầy quá. Con không tìm ra được một con đường an tịnh nào cho chính con. Xin ngài hãy giúp đỡ và cứu độ con. Đức Phật chậm rãi nói từ hòa rằng: "*Này đạo hữu, nơi đây không có sự khốn khổ và không có sự sầu đau. Đạo hữu hãy đến và ngồi xuống đây. Như lai sẽ giảng pháp cho người nghe.*"

Nghe xong Da-xá mừng quá liền đảnh lễ Đức Phật và ngồi cung kính chắp tay nghe. Tại đây, Đức Phật đã ban pháp thoại cho Da-xá nghe, ngài nói về những nỗi khổ đau của cuộc đời, nơi đó thật không có một hạnh phúc thật sự, tất cả chỉ là huyễn ảo, tạm bợ và đem lại cho con người nhiều bất mãn. "*Hạnh phúc thật sự không thể có được nơi những tài sản, danh vọng hay quyền lực thế gian, vậy mà chúng sanh lại đắm say vào các thứ này để từ đó tạo ra vô số các ác nghiệp. Họ theo đuổi hạnh phúc trong ái ân nhục dục và cho rằng đây là hạnh phúc bậc nhất, nhưng đáng thương thay đâu là hạnh phúc thật sự khi tất cả chỉ là một sự thỏa mãn ước vọng nhất thời do tác động bởi ngã và vô minh si ám. Chỉ có hạnh phúc chân thật và cao thượng hơn hết là hạnh phúc của sự vươn mình vượt ra khỏi ái dục và những khoái lạc vật chất.*"

Rồi Đức Phật cũng giảng cho Da-xá nghe về hạnh xả ly, sự bố thí, đức hạnh, chư thiên, xuất gia, làm điều lành, không tham dục, sát hại và con đường đưa đến chánh trí. Khi Đức Phật biết rằng tâm của Da-xá đã nhuần nhuyễn và thanh tịnh, ngài bắt đầu ban pháp thoại cao hơn: "*Tất cả vạn pháp (samudaya)*[18] *là đầy sự khổ và tu tập chính là con đường thanh tịnh.*" Sau khi nghe

18 Theo Phật giáo, samudaya có nghĩa là "Tất cả các pháp đang hiện hữu.

lời giảng của Đức Phật, Da-xá liền thoát khỏi tham dục và sân hận, giống như tấm vải trắng đã giặt và không còn vết nhơ nào.[19]

Nơi dinh thự, mẹ của Da-xá đã đi tìm và báo cho cha của Da-xá hay rằng chàng đã rời thành. Trưởng giả liền sai nhiều người đi tìm và cuối cùng đến được nơi Da-xá đang ở tại Chư-thiên-đọa-xứ, Vườn Nai (*Isipatana-MigaDāya*). Khi trưởng giả đến, Đức Phật cho biết về việc từ bỏ tất cả và sự giải thoát của Da-xá. Để tán thán nhân duyên hy hữu này, Đức Phật đã thốt lên một bài kệ như sau:

Kẻ sắc phục huy hoàng,

Bước vào con đường thánh.

Và trưởng giả cũng *được Đức* Phật giảng về thiện nghiệp và Tam bảo (*Phật, pháp và tăng*). Trưởng giả liền phát tâm trọn *đời* quy y Phật, pháp, tăng và trở thành cận sự nam (nam Phật tử, *Upāsaka*) của Đức Phật. Trong lịch sử Phật giáo, ông trưởng giả này là vị *Upāsaka* đầu tiên. Khi thấy Da- xá ngồi đó,[20] trưởng giả năn nỉ chàng hãy về vì mẹ Da-xá sẽ chết nếu không thấy mặt chàng. Da-xá không trả lời mà tiếp tục chiêm ngưỡng dung nhan trầm tĩnh siêu thoát của Đức Phật không chớp mắt. Trưởng giả tự hiểu rằng Da-xá sẽ theo *Đức* Phật và không chịu trở về dinh thự nữa. Trưởng giả liền khẩn xin Đức Phật cùng với Da-xá viếng thăm dinh thự của ông. Đức Phật đồng ý và trưởng giả cùng đoàn người hộ tống Đức Phật và Da-xá về. Sau đó, Da-xá thưa

---

19 Bigandet, The Legend of Burmese Buddha, trang 121.

20 Bigandet (The Legend of Burmese Buddha, trang 121) nói Đức Phật một lúc nào đó đã khiến Da-xá ẩn tàng đi, khiến trưởng giả không thấy.

với Đức Phật ý định chàng muốn xuất gia (*Prarvajyā* và *Upasampāda*). Nghe điều này, *Đức* Phật khuyên Da-xá hãy vâng giữ các hạnh cao thượng (*Brahmacharya*) mà Da-xá đang giữ. Vài ngày sau đó, Đức Phật tới dinh thự của trưởng giả và nhân đó, ngài ban pháp thoại cho mẹ của Da-xá và những người khác nghe. Sau khi lãnh thọ giáo pháp xong, cả gia đình Da-xá đồng tỉnh ngộ và để trình bày tín tâm bồ đề của mình đối với giáo pháp vừa nhận được, cha của Da-xá bạch với Đức Phật rằng:

"*Thật là hy hữu thay! Đức Thế tôn, ví như có người dựng lại ngay ngắn một vật gì bị lật đổ, hay khám phá ra điều gì bị giấu kín từ lâu, hay vạch đường chỉ lối cho người lạc bước, hay rọi đèn soi sáng trong đêm tối cho người, giáo pháp mà Đức Thế tôn giảng bằng nhiều phương tiện cũng dường như thế. Bạch Đức Thế Tôn, chúng con xin được quy y Phật, pháp và tăng. Xin ngài thâu nhận con vào hàng thiện tín. Xin ngài cho phép con nương tựa nơi Tam bảo từ ngày này cho đến giờ phút cuối cùng của đời con.*"[21]

Sau đó, tất cả họ đều trở thành đệ tử của ngài, riêng Da-xá sau khi đắc thánh quả liền xin đi xuất gia (*Pravrajyā*) và đắp y hoại sắc.

1.7. PHẬT GIÁO ĐƯỢC LƯU TRUYỀN RỘNG RÃI

Lúc bấy giờ trong làng, Da-xá có bốn người bạn là Tu-ba-hầu (*Subāhu*), Phun-na-di (*Punnaji*), Ga- ham-pha-ti (*Gahampati*) và Vô-cấu (*Vimala*) nghe tin Da-xá

21 Narada, Phạm kim Khánh dịch, Đức Phật và Phật pháp, Khánh Anh xuất bản, trang 122.

đắc thánh quả xuất gia nên cũng đến tìm gặp và thỉnh pháp với Đức Phật. Da-xá dẫn họ vào tiếp kiến ngài. Với tuệ nhãn quán sát biết căn cơ họ đã thuần thục, Đức Phật giảng các pháp vi diệu cho họ nghe và ngay sau khi thời pháp chấm dứt cả bốn người đồng đắc thánh quả A-la- hán và xin được xuất gia. Lúc đó trên cõi này có tất cả là 10 vị A-la- hán.

Trong một thời gian ngắn, có 50 chàng thanh niên giàu có khác nghe những chuyện kỳ lạ này, đã đến xin nghe pháp và quy y với Đức Phật. Sau khi nghe pháp xong, họ liền được độ và xin xuất gia tu học với ngài. Vào lúc đó, đã có tất cả 60 bậc xuất gia trên trái đất.[22] Chẳng bao lâu tất cả họ cũng đều chứng A-la-hán.

Rất nhiều kinh Pali đã kể và chứng minh về sự kiện xảy ra tại *Sārnātha* rằng Đức Phật đã thiết lập tăng đoàn. Chàng Da-xá, con của một trưởng giả giàu có xứ Ba-la-nại cùng với năm mươi bốn bạn hữu của chàng đã giác tỉnh trước những lời dạy của Đức Phật và đồng trở thành đệ tử của ngài. Với nhóm của Da-xá và năm vị tăng A Nhã Kiều-trần- như đầu tiên, Đức Phật đã thành lập tăng già đầu tiên gồm 60 vị và đã phái họ đi tới nhiều nơi để thuyết pháp. Đức Phật đã ân cần dặn dò rằng:

"Này các tỳ kheo, Như lai đã thoát ra khỏi mọi sự trói buộc, dầu ở cảnh trời hay người. Các con cũng vậy, các con cũng đã thoát ra được những trói buộc của cảnh trời và người. Này các tỳ kheo! Hãy cất bước du hoá để đem lại sự an lạc và hạnh phúc cho nhiều người. Vì lòng từ bi hãy đem lại sự an lạc, lợi ích và hạnh phúc

22 Mahāvagga (Text), trang 15, bản kinh Tây tạng; xem Rockhill's Life of the Buddha, trang 38-9.

cho chư thiên và nhân loại. Mỗi người hãy đi mỗi ngã. Này hỡi các tỳ kheo, hãy hoằng dương giáo pháp hoàn thiện ở ba thời: đầu, giữa và cuối; hoàn thiện cả về ý nghĩa lẫn ngôn từ. Hãy công bố đời sống thiêng liêng cao thượng, toàn thiện và trong sáng của các vị.[23]

"Có những chúng sanh bị đau khổ trong vòng phiền não và nếu không nghe được giáo pháp họ sẽ bị sa đọa, nhưng cũng sẽ có những người am hiểu được giáo pháp Như lai. Chính Như lai cũng ra đi hướng về làng Ưu-lâu-tần-loa (Uruvela) để hoằng dương giáo pháp. Hãy phất cao ngọn cờ của bậc thiện trí! Hãy truyền dạy giáo pháp cao siêu! Hãy mang lại sự an lạc cho người khác! Được như vậy là các con đã hoàn tất nhiệm vụ."[24]

Tiếp tục cuộc hành trình truyền bá chánh pháp, một hôm Đức Phật gặp 60 chàng thanh niên đang chơi đùa chọc ghẹo các cô thiếu nữ. Khi một trong các cô chạy mất, cả nhóm họ liền đi kiếm tìm và gặp Đức Phật đang ngồi nghỉ dưới gốc cây, họ liền hỏi Đức Phật có thấy một cô thiếu nữ chạy ngang đây không? Đức Phật liền hỏi ngược lại:

- Theo ý các vị thì nên chạy tìm một cô gái là hơn hay nên tự tìm mình là hơn?

Các chàng trả lời:

- Thưa ngài, dĩ nhiên tìm mình là hơn.

Đức Phật liền ôn tồn nói:

- Nếu các vị ngồi lại đây một lát, Ta sẽ giảng cho các vị nghe về sự thật.

23 M, IV, 20.

24 Narada, Phạm kim Khánh dịch, Đức Phật và Phật pháp, Khánh Anh xuất bản, trang 124.

Nghe vậy, họ liền cung kính đảnh lễ Đức Phật và ngồi im lặng lắng nghe. Sau khi nghe pháp thoại của Đức Phật xong, tất cả đều sanh lòng tịnh tín, bồ đề tăng trưởng và liền xin quy y với Đức Phật thành những đệ tử tại gia của ngài.

Và như thế, chính từ *Sārnātha*, giáo pháp bắt đầu truyền bá khắp nơi. Đức Phật đã trải qua mùa an cư đầu tiên ở *Sārnātha và ngài đã thăm lại Sārātha* trong vài lần sau đó, nhân đó có vài bài kinh được giảng tại đây.[25]

Trong vài thế kỷ sau khi Đức Phật nhập niết bàn, *Sārnātha đã phát triển thành một trung tâm thịnh vượng về tu tập và nghệ thuật của Phật giáo. Và hiện nay trải qua 2600 năm, Phật giáo trở thành một trong những nền triết lý hoàn hảo với khoảng một phần tư dân số trên thế giới tu tập theo. Nhật bản, Trung quốc, Thái lan, Đại hàn, Miến điện, Tích lan, Việt nam, Bhutan, Singapore, Taiwan, Indonesia và Malasia... là những quốc gia theo Phật giáo và Phật giáo trở thành Quốc giáo như ở Tích Lan, Thái lan... Ngoài ra, các nước phương Tây cũng đã đang chuyển hướng mạnh mẽ đến với triết lý của Phật giáo.*

1.8. SĀRNĀTHA TRONG VĂN HỌC PALI

Trong Tam tạng Pali có đề cập nhiều về Chư thiên đọa xứ (*Sārnātha-Isipatana*) cách làng Ưu-lâu- tần-loa (*Uruvela*) 18 dặm có một khu vườn gần thành phố Ba-la-nại gọi là Vườn Nai (*Migadaya*). Tại đây, khi ngài Cồ Đàm từ bỏ lối tu hành khổ hành, thì năm người bạn

25 A, I, 109; A, I, 280; A, III, 399; A, IV, 383; S, I, 105; S, V, 406...

đồng tu với ngài đã xa lánh ngài và đi tới Chư-thiên-đọa-xứ.[26] Sau khi giác ngộ, Đức Phật đã rời làng Ưu-lâu-tần-loa, đến gặp họ tại Isipatana *và tại đó Đức Phật đã thuyết bài pháp đầu tiên Kinh Chuyển Pháp Luân Luân (Dhamma-cakkappavattava Sutta)* vào ngày trăng tròn của tháng Asalha[27] (tức tháng 8 âm lịch). Cũng vào dịp này, có 80 kotis[28] phạm thiên và vô số chư thiên đã chứng được pháp nhãn.[29] Kinh Thần Thông Du Hí[30] đã kể ra nhiều chi tiết về chuyến hành trình này. Đức Phật không có tiền để trả cho người chèo đò khi đi đò ngang qua sông Hằng. Khi nghe được sự việc đó, vua Tần-bà-sa-la (Bimbisara) đã ra lịnh miễn lệ phí giao thông cho các bậc tu hành. Cũng tại *Sārnātha*, Đức Phật đã trải qua mùa an cư kiết hạ đầu tiên.[31]

Tất cả chư Phật đều thuyết bài pháp đầu tiên ở Lộc Uyển, Chư-thiên-đọa-xứ. Đó là một trong bốn chỗ bất di bất dịch (*avijahitatthanani*), ba chỗ khác là bodhi-pallanka, cổng Sankassa nơi Đức Phật chạm đất đầu tiên khi ngài vừa từ cõi trời Đao-lợi (*Tavatimsa*) trở về và cuối cùng là núi Linh Thứu (*Gandhakuti*) ở Kỳ viên (*Jetavana*).[32] Đức Phật đã đề cập đến Chư-thiên-đọa-xứ như là một trong bốn thánh địa mà các phật tử nên đến

26 J, ed. Fausboll, I, 68.
27 V, ed. Oldenberg (Williams and Norgate), I, từ trang 10 trở đi.
28 Koti = 10 triệu (xem A Dictionary of Chinese Buddhist Terms with Sanskrit and English Equivalents, Compiled by William Edward Soothill and Lewis Hodous, Taiwan, 1994, trang 322 a).
29 Milindapanha, ed. Trencker (Williams and Norgate), 30; (130 kotis says Mil. 350).
30 Lalita Vistara, ed. S. Lefinann, 528.
31 Buddha-vamsa (Phật sử), Commentary, S. H. B., trang 3.
32 D, II, 424.

chiêm bái.[33]

Isipatana được gọi như vậy bởi vì chư thiên bay từ trên không trung (trên đỉnh núi tuyết Hi-mã-lạp-sơn) đáp xuống ở đây hoặc bắt đầu từ đây bay đi *(Isayo ettha nipatani cati – Isipatanam)*. Còn Vườn Nai (*Migadaya*) được gọi như vậy, bởi vì rất nhiều nai sống ở đây rất an ổn không bị tổn hại, quấy rầy.

Các vị Bích Chi Phật (Độc giác) đều trải qua bảy ngày ở đây để quán Gandhamadana (mùi hương) và tắm trong hồ Anotatta, rồi bay đến chỗ dân làng ở để khất thực. Họ đã đáp xuống đất ở Chư-thiên-đọa-xứ.[34] Đôi khi có vài vị Bích Chi Phật từ Nandamulaka-pabbhara đến Chư-thiên-đọa-xứ.[35] Trong luật tạng đã nói Da-xá đã đến chỗ Đức Phật và trở thành một bậc Alahán.[36] Cũng chính ở Chư thiên-đọa-xứ, một điều luật cấm dùng giày dép bằng lông tapilot đã được ban hành.[37] Vào một dịp khác, lúc Đức Phật từ Vương Xá *(Rajagaha)* đến trú tại Chư-thiên-đọa-xứ, ngài đã thiết lập các điều luật cấm việc dùng một số loại thịt, kể cả thịt người.[38] Trong khi Đức Phật đang an trú ở Chư-thiên-đọa xứ, hai lần Ma vương (*Mara*) đã đến

33 D, II, 141.

34 Papanca Sudani, Majjhima Commentary, Aluvihara Series, I, 387; Manorathapurani, Anguttara Commentary, S. H. B., I, 347 đã thêm rằng chư thiên đã bố tát (uposatha) tại Isipatana.

35 Papanca Sudani, Majjhima Commentary, II, 1019, Patisambhida-magga Commentary, S.H.B., 437-8.

36 V, I, từ trang 15 trở đi.

37 V, I, 189.

38 V, I, từ trang 2166 trở đi. (Điều luật cấm dùng thịt người là điều cần thiết, bởi vì nàng Suppiya đã nấu thịt cắt ra từ thân của chính cô để cúng dường cho một vị tỳ kheo đang bị bịnh dùng).

chất vấn ngài, nhưng cuối cùng phải rút lui vì thất bại.[39] Đức Phật còn thuyết giảng nhiều bài kinh khác khi đang trú tại đây. Trong số những kinh này là Kinh Năm (*Panca Sutta*),[40] Kinh Người Làm Xe Ngựa (*Rathakara* [*Pacetana*] *Sutta*),[41] kinh Hai Pasa (*Two Pasa suttas*),[42] Kinh Tam Muội (*Samaya Sutta*),[43] kinh Katuviya (*Katuviya Sutta*),[44] một pháp thoại về Metteyyapanha của Cứu cánh đạo (*Parayana*)[45] và kinh Pháp Trần (*Dhammadinna Sutta*),[46] kinh này Đức Phật đã thuyết cho một vị cư sĩ tên Pháp trần (*Dhammadinna*) khi vị ấy đến thăm ngài.

Thỉnh thoảng có vài vị trưởng lão trong tăng đoàn cũng đã trú ở Chư-thiên-đọa-xứ và có nhiều cuộc đàm đạo đầy ý vị đã diễn ra ở đây. Trong đó phải kể đến là những cuộc thảo luận giữa ngài Xá Lợi Phất và Mahakotthita.[47] Một cuộc đối thoại giữa ngài Mahakotthita và Citta-Hatthi- Sariputta.[48] Cũng có một cuộc pháp thoại, trong đó một số thầy tỳ kheo trú ở Chư-thiên-đọa-xứ cố giúp cho Sa Nặc (*Channa*) vượt qua khó khăn.[49]

Theo Đại phẩm (*Mahavamsa*) nói có một hội chúng tỳ kheo đông đảo ở Chư-thiên-đọa-xứ trong thế kỷ thứ

39 S, I, từ trang 105 trở đi.
40 S, III, từ trang 66 trở đi.
41 A, I, từ trang 110 trở đi.
42 S, I, từ trang 105 trở đi.
43 A, III, trang 320 trở đi.
44 A, I, từ trang 279 trở đi.
45 A, III, từ trang 399 trở đi.
46 S, V, từ trang 406 trở đi.
47 S, II, từ trang 112 trở đi; III, từ trang 167 trở đi; IV, từ trang 162 trở đi, trang 384 tiếp tục.
48 A, III, từ trang 392 trở đi.
49 S, III, từ trang 132 trở đi.

II trước Tây Lịch. Vì ở buổi lễ đặt đá xây dựng tu viện Maha Thupa ở Anuradhapura đã có mười hai ngàn tỳ kheo từ Chư-thiên-đọa-xứ đến tham dự dưới sự hướng dẫn của trưởng lão Dhammasena (Pháp Tư Na).[50]

Danh tăng Trung-Quốc Huyền-Trang, tác giả của 'Ký Sự Tây Du đề cập tại Chư-thiên-đọa-xứ có mười lăm ngàn tăng sĩ đang tu học theo Phật giáo Tiểu thừa (*Hinayana*). Trong phần phụ đính về Sangharama (tu viện), ngài Huyền trang cho biết cũng tại đây có một tu viện cao 200 feet được xây dựng kiên cố, mái chùa được lợp bằng vàng hình lá xoài. Chính giữa tu viện là một tượng Phật Chuyển Pháp luân to bằng người thật. Phía Tây nam có một tháp bằng đá do vua A-dục xây.[51] Ở phía trước tu viện là một trụ đá đánh dấu nơi Đức Phật thuyết bài pháp đầu tiên. Gần đó có một tháp khác được xây để kỷ niệm nơi năm vị ẩn sĩ *(pancavaggiyas)* hành thiền trước lúc Đức Phật đến đây và một tháp khác ghi dấu 500 vị Bích Chi Phật nhập niết bàn. Kế đó, một cái tháp kỷ niệm nơi Đức Phật Thích-ca thọ ký cho ngài Di Lặc sẽ trở thành Phật trong tương lai.

50 Mahavamsa (Đại sử), ed. Geiger, xxix, trang 31.
51 Divyavadana, ed. Cowell and Nell, Camdridge, p. 389-94. (có đề cập rằng vua A-dục khi ngài gợi ý cho Upagupta về ước muốn của ông muốn đi chiêm bái các thánh tích của Phật giáo và xây dựng những cái tháp kỷ niệm ở đó. Vì vậy, vua đã thăm Lâm-tỳ-ni (Lumbini), Chư- thiên-đoạ-xứ (Isipatana), và Câu-thi-na (Kushinagar). Điều này được xác định trên bia đá số VII của vua A-dục).

Kiệt tác tượng Phật trong ấn chú Chuyển pháp luân (*Dhammachakra-pravartana*).

Ngài Huyền Trang có trích dẫn câu chuyện Nai Chúa (*Nigrodhamiga*) trong kinh Bổn Sanh về nguồn gốc của Chư-thiên-đọa-xứ (*Isipatana*). Theo ngài, Vườn Nai là một khu rừng do vua xứ Ba-la-nại dành cho loài nai sinh sống an ổn.[52]

Theo câu chuyện Udapana[53] trong kinh Bổn Sanh nói có một cái giếng cổ ở gần Chư-thiên-đọa- xứ, chư tăng thường dùng trong thời Đức Phật.

Trong quá khứ, Chư-thiên-đọa-xứ thỉnh thoảng vẫn giữ tên cũ 'Isipatana' như trong thời Đức Phật Công-

52 J, I, trang 145 trở đi.
53 J, II, trang 354 trở đi.

đức (*Pussa*),[54] Dhammadassi,[55] Ca-diếp (*Kassapa*)...[56] nhưng trong thời của Đức Phật Nhiên đăng (Vipassa), Chư-thiên-đoạ-xứ được biết với tên là Khemauyyana. Theo truyền thống, tất cả chư Phật đều bay tới Chư-thiên-đọa-xứ để thuyết bài pháp đầu tiên. Tuy nhiên, riêng Đức Phật Thích-ca đã đi bộ 18 dặm (chứ không bay), bởi vì ngài biết rằng bằng cách này ngài sẽ gặp Upaka và Ajivaka để giáo hóa.[57] Hiện nay, Chư-thiên-đọa-xứ đó được xác định là *Sārnātha* (Vườn Nai), cách thành phố Ba-la-nại 6 dặm.

Đại tháp Dhāmekh (trái) và đỉnh tháp vàng của đại Lõa thể (Jain).

1.9. CHUYỆN UDAPANA-DUSAKA TRONG KINH BỔN SANH

Khi cư ngụ ở Chư-thiên-đọa-xứ, Đức Phật đã kể câu

54 Buddhavamsa (Phật sử), PTS, xix, 18.
55 Buddhavamsa Commentary (Sớ giải của Phật sử), 182.
56 Như trên, trang 281.
57 Sumangala Vilasani, II, PTS, 471.

chuyện quá khứ về một công nhân nghèo thường hay tới làm bẩn hồ nước uống[58] của chư tăng như sau:

Một ngày kia, có một công nhân đang đến để nghịch hồ nước chơi như mọi hôm, đã bị một vị sa di (*Śramana*) bắt được, đánh một trận nhừ tử. Người ấy sợ quá trốn khỏi và đi lang thang không nhà. Vào ngày nhóm họp, các tỳ kheo bạch Đức Phật sự việc này. Nhân cơ hội đó, Đức Phật kể rằng ngày xưa tại nơi đây cũng được gọi là Chư-thiên-đọa-xứ và cũng có bể nước giống như vậy tại đây và chính người lao động này cũng đã làm dơ bể nước ấy. Khi đó, Bồ-tát (tiền thân của Đức Phật Thích-ca) đã tái sanh trong một gia đình tại Ba-la-nại. Bồ-tát xuất gia và sống tại Chư-thiên-đọa-xứ với nhiều vị ẩn sĩ. Lúc ấy có một người tới làm dơ bể nước và bỏ chạy. Những vị ẩn sĩ rình và bắt được kẻ phạm lỗi ấy giao cho Bồ tát. Trong lúc hóa độ vị ấy, Bồ-tát đã xướng một bài kệ (gāthā) như sau:

"Này vị sáng sủa kia! Tại sao ngươi lại làm dơ bể nước uống của những vị ẩn sĩ, những người đang ẩn sống trong rừng và tu tập khổ hạnh?"

Nghe như vậy, vị ấy cũng hát một bài kệ trả lời lại như sau:

"Đây là điều tốt cho những công nhân làm dơ nước nơi mà họ đã uống. Điều này sẽ được tiếp tục làm từ thế hệ này sang thế hệ khác. ông không thể khiến cho tôi từ bỏ điều này".

Nghe như vậy, Bồ-tát hát tiếp như sau:

"Hành động này của ngươi là điều nghịch đạo. Ta

58 J, II, 354.

nghĩ là ngươi đã không sáng suốt phân biệt đâu là phải, đâu là trái. Sau khi từ bỏ xác thân này nơi đây sẽ không biết đi đâu nữa".

Người công nhân bỏ đi. Từ lúc đó không ai thấy người ấy đâu nữa.

1.10. KÝ SỰ CỦA ĐẠI SƯ PHẬT-ÂM NÓI VỀ VƯỜN NAI (*MigaDāya*)

Trong kinh Đại Bổn (*Mahāpadāna Suttā*) ghi rằng: "Chính tại Chư-thiên-đọa-xứ, Vườn Nai (*Isipatana - MigaDāya*), nơi được gọi là chuyển bánh xe pháp (*Dharmachakrapravartana*).

Ngài Phật Âm (*Buddhaghosa*) đã chú thích lời này như sau:

"Vào những ngày đó, Isipatana *(Skt. Ṛishipatana) được biết là khu vườn đặc biệt. Chính nơi đây mà những con nai được sống an ổn, do thế nơi đây được gọi là MrigaDāya (Skt. MrigaDāya)... Đức Phật Cồ đàm đã đi bộ đến đây và những vị Phật khác từ trên trời bay xuống đây để giảng pháp".*

1.11. SỰ ĐỀ CẬP SĀRNĀTHA TRONG KINH PHÁP CÚ

Chư-thiên-đọa-xứ, Vườn Nai (*Isipatana MigaDāya*) đã được mô tả như là quang cảnh của *Nandiyavatthu*. Trong kinh Pháp cú đã kể rằng:

"Nandiya là một người giàu có ở thành phố Ba-la-

nại. Sau khi nghe Đức Phật giảng về công đức vô lượng của việc xây chùa tạo tượng. Nandiya suy nghĩ rằng chính nơi đất lành này, nên xây một tu viện cho tăng chúng (Samgha) và ông đã cho xây một ngôi chùa trang nghiêm thanh tịnh ở Chư-thiên-đọa xứ để cúng dường Đức Phật và tăng chúng. Nhờ công đức này sau khi chết, Nadiya đã sanh lên cõi trời Đao-lợi (Tāvatiṁsa)."[59]

1.12. NGUỒN GỐC CÁC THUẬT TỪ SĀRNATHA RSIPATANA

Sārnātha là thánh địa của Phật giáo vì Đức Phật đã thuyết bài pháp đầu tiên ở chỗ này. Trong văn học Phật giáo nơi này gọi là Ṛishipatana (Chư-thiên-đoạ-xứ) hoặc Mṛgadāva (Vườn Nai). Nguồn gốc của những địa danh này được giải thích trong Kinh Đại-sự (*Mahavastu*).[60] Nơi đây gọi là Chư-thiên-đọa-xứ *(Ṛishipatana*), vì chính nơi đây có 500 Bích chi Phật (Độc giác Phật, *Pratyeka Buddha | Rishis*) giáng xuống. Còn tên Mṛgadāva có nguồn gốc rằng xưa kia ở đây có nhiều đàn nai sinh sống tự do, an ổn dưới sự bảo vệ của vua xứ Ba-la-nại. Trong các bia ký cổ xưa, nơi đây liên quan đến tu viện Chuyển pháp luân *(Dharmachakra)* hoặc Tịnh xá Diệu pháp nhãn *(Saddharma Chakra Pravartana).*

Sau 12 năm, Bồ-tát từ cung trời Đâu-suất (*Tusitabhavana*) giáng xuống. Vô-nhiệt chư thiên (*Śuddhāvāsa*) đã gởi thông tin này *đến các Bích-chi*

59 The Dhammapada Verses and Stories, 16th Vagga, 9 Vatthu, Central Institute of Higher Tibetant Studies Sārnātha, Vārāñasi, 1990, trang 373.
60 E. Senart, Le Mahavastu, I, Paris, 1882, trang 357 trở lên.

Phật (Pratyeka).[61] Những vị Bích-chi Phật thành tựu ước nguyện của họ và đạt đại niết bàn (*Parinirvāna*). Trong một khu rừng lớn cách *Banāras* nửa yojana, đã có 500 vị Bích chi Phật.[62] Họ đã tự tu và tự đạt giác ngộ.

Theo Từ nguyên học, *Ṛṣis* nghĩa là đã ngả xuống đây và vì vậy nơi đây đã được gọi là Rsipatana. Nhà học giả người Pháp Senart đã không chấp nhận tên Chư-thiên-đọa-xứ đến từ *Ṛṣipatana*. Ông nói bên cạnh tên này còn có hai tên khác là *Ṛṣipattana và Ṛṣivadana*. Theo Senart, nơi này được gọi là *Ṛṣipatana*, nhưng theo thời gian tên này được đổi lại là Chư-thiên-đọa-xứ. Ông nói rằng truyền thuyết ở trên đã ủng hộ cho tên gọi sau này.

Quan điểm của Senart rất có thể có lý. Có khoảng 500 vị Bích chi Phật, sống tại *pattana* của *Ṛṣis*. Theo những quy luật của *Prākrita* thì có sự chuyển đổi nên có thể *pattana* sửa đổi thành *vadana*. Vì vậy, *Rsipattana* có thể ở một thời gian nào đó được gọi là *Rsivadana*.[63] Từ

61 Theo Phật giáo, Pacceka-Buddha (Pratyeka) không phải là bậc giác ngộ hoàn toàn (Sammā-Sambuddha) như Đức Phật Thích ca. Buddha by Oldenberg, trang 120.

62 Trong văn học Pāli cổ đại, chúng ta sẽ thấy Bích chi Phật rất phổ biến khi mà các bậc chánh đẳng chánh giác (Samyaka Sambuddha) chưa giáng xuống trái đất và cũng chưa có tăng chúng do các bậc này thành lập. Nhưng theo những tác phẩm của Apadana Folks of the Phayreness, sau này những vị Bích Chi Phật (Pratyeka) không những tồn tại vào lúc đó mà còn trong suốt thời Đức Phật còn tại thế. Có một lần, Đức Phật đã nói trừ Đức Phật ra trên trái đất có nhiều người cũng bằng với các Bích chi Phật.

63 Từ Rṣivadana xuất hiện trong các Ký sự Trung quốc và trong Divyāvadāna. Divyāvadāna, trang 393, A-yu-wang-ching, chương 2; The Divyav, trang 464. Ngài Nghĩa tịnh đã dịch tên này nghĩa là "sự rơi xuống của Rishis'. Nhưng ngài Pháp-hiền nói một cách tự tin hơn rằng Bích chi Phật là tác giả của tên Rṣipattana.

Ṛṣivadana đã xuất hiện trong Kinh Đại-sự *(Mahāvastu)*[64] và trong *Mahāvastu* nói rằng trước khi các Bích chi Phật rơi xuống đây, họ đã sống ở *Mahāvana* cách *Banāras* nửa *yojana.* Từ *Ṛṣipattana* cũng xuất hiện trong câu kệ *(gāthā)* của kinh Thần thông du hí *(Lalitavistara sutta).*

1.13. NGUỒN GỐC TÊN MIGADAYE VÀ CHUYỆN CON NAI BANIAN

Mối liên quan về Mṛgadāva và *Migadāva* được đề cập đến trong câu chuyện Bổn sanh Con nai Banian[65] và trong kinh Đại-sự *(Mahāvastu)* như sau:

"Xưa kia trong một khu rừng rộng, có một vị vua nai tên là *Rohaka* làm nai chúa cả ngàn con nai. Vua có hai con, một là Nyagrodha và nai khác là Visakha và vua giao cho mỗi vị nai lãnh đạo và bảo vệ 500 con nai. *Brahmadatha*, vua của xứ *Kāśi* thường đến khu rừng để săn thú và giết rất nhiều nai ở đây. Một số con nai bị thương và sắp chết chạy ẩn vào các bụi rậm trong rừng sâu núi thẵm, đá chẽm, cây đầy gai góc và đám lau sậy. Khu rừng này đã thực sự nguy hiểm hơn là sự bắn giết của vua *Brahmadatha.* Những con nai chết trong khu rừng thẫm này trở thành mồi ngon cho những con quạ, chim kền kền và các loài chim khác.

Một ngày kia, nai chúa Nyagrodha nói với nai chúa Visākha rằng: *"Chúng ta phải đến báo cho vua Brahmadatha biết rằng nhiều con nai đã bị vua bắn bị thương và đã bị các loài chim quạ, kền kền ăn thì nhiều hơn là những con nai bị vua săn bắn giết. Chi bằng mỗi*

64 Mahavastu (Kinh Đại sự), trang 43, 307, trang 323-4.
65 J, I, 149.

ngày chúng ta sẽ gởi đến vua một con nai, nai sẽ là món ăn lớn cho vua. Bằng cách này, bầy nai sẽ được cứu mà không bị diệt chủng tất cả liền một lúc." Nai chúa Visakha đồng ý với ý kiến này.

Lúc đó, vua *Brahmadatha* đang ở ngoài rừng săn bắn, bao quanh vua là những quân lính trang bị với nhiều gươm giáo, cung tên và các loại vũ khí khác. Từ xa thấy hai con nai chúa đến với dáng vẻ uy nghi, không chút sợ hãi và do dự, vua liền ra lịnh cho một trong những tướng cận thần rằng: "*Nhà ngươi đến xem nếu không có gì thì có thể giết chúng chết. Ngược lại, nếu chúng không sợ hãi trước những lằn tên, mũi giáo, mà vẫn cứ hướng đến ta, tức chúng có việc để trình tâu.*"

Vườn Nai trong vườn Khảo cổ học *Sārnātha,* Vārānasi.

Vâng lời vua, vị tướng đẩy những quân lính qua hai bên trái phải, để lộ con đường cho hai con nai đến. Rồi hai con nai tiến đến vua và cung kính quỳ lạy bạch rằng:

"Thưa bệ hạ, hàng trăm con nai sống trong rừng này thuộc vương quốc của ngài. Như những thành phố,

tỉnh lị, làng mạc và các nơi ở khác của con người thì rất đẹp bởi những con người, con bò, bò thiến, nhiều động vật hai chân và bốn chân cũng như những con thú khác. Thêm vào đó, khu rừng cũng trông rất đẹp vì những nơi an toàn có dòng sông, con suối, chim muông và hươu nai chạy nhảy. Chúng con xem ngài như là một niềm vinh dự cho những nơi này. Tất cả động vật hai chân, bốn chân đều sống dưới sự cai quản độc nhất của ngài.

Xin ngài hãy bảo vệ chúng. Đây là nhiệm vụ thiêng liêng của ngài để chăm sóc chúng và bảo vệ chúng bất kể chúng ở trong làng, rừng hay những vùng đồi núi nào. Ngài là vị chúa tể độc nhất. Chúng không còn vị vua nào khác. Khi ngài ra ngoài săn bắn thì có một số nai đã bị giết vô ích. Nhiều chú nai đã bị thương với những mũi tên đã phải bỏ chạy vào những khu rừng đầy gai, những cánh đồng cỏ kāśa và sau khi chúng chết đã bị những con quạ, kền kền và các loại chim khác ăn thịt. Bằng cách này, ngài đã bị phạm tội. Nếu ngài vui lòng ra lịnh, hai nai chúa chúng tôi, mỗi ngày sẽ gởi đến ngài một con nai. Những con nai trong bầy nai sẽ lần lượt đến phiên mình. Bằng cách này, không có gì cản trở vua dùng buổi tiệc với thịt nai ngon và như vậy đàn nai sẽ được cứu không bị chết một lúc."

Sau khi nghe những điều này, vua nước *Kāsī* chấp nhận lời yêu cầu của chúng và ra lịnh cho các tướng truyền xuống ba quân không ai được săn bắn và giết nai nữa. Rồi vua trở về kinh đô, hai nai chúa tập trung đàn nai của mình lại, an ủi đàn nai bằng nhiều cách và thông báo rằng vua sẽ không đi săn nữa, nhưng mỗi ngày chúng ta phải gởi đến triều đình một con nai. Sau đó, họ đếm tất cả các con nai và chia thành hai nhóm chính. Từ đó trở đi, hai đàn nai cứ cách ngày luân phiên là dâng nạp sinh mạng một con nai cho nhà vua.

Một ngày kia, có con nai mẹ trong đàn của nai chúa *Viśākha* mang thai hai nai con mà đã đến phiên mình phải nộp mạng. Con nai cái ấy liền đến tâu với nai chúa Visākha rằng nếu nai cái nạp mình cho nhà vua thì hai nai con đang trong bụng sẽ bị chết theo. Vì vậy, xin nai chúa cho khất hẹn đến khi sinh nở xong. Nai chúa Viśākha yêu cầu nai khác đi thế, nhưng con nào cũng từ chối đi trước khi đến phiên mình. Lúc đó, nai cái đi tới đàn nai của Nyagrodha, nai chúa của bày khác để trình bày hoàn cảnh của mình. Trong đàn nai này cũng không ai bằng lòng đi thế trước luôn. Lúc đó, nai chúa *Nyagrodha* mới nói với bầy nai của mình là *"Ta đã đảm bảo mạng sống an toàn cho con nai cái nên không thể đưa nai cái này đi nộp mạng lúc đang mang thai. Ta xin đi đến nhà bếp của nhà vua để nộp mạng thay cho nai cái đó."*

Rồi nai chúa *Nyagrodha* vượt qua khu rừng, đi dọc theo con đường đến *Vārānasi*. Bất cứ người nào đang đi trên đường thấy nai chúa với nét đẹp uy nghiêm hoàn mỹ và đáng yêu, đều đi theo nai. Thấy nai đi trên đường với nhiều người đàn ông đi theo xung quanh, dân làng mới hỏi nhau rằng:

"Đây là vua của các loài nai. Tất cả bầy nai đã bị giết hết, bây giờ đến phiên nai chúa phải đi đến kinh đô của vua. Chúng ta nên đến vua nước Kasī và xin vua tha mạng cho chú nai chúa đẹp mỹ miều kia, bởi lẽ nai chúa là niềm vinh dự của vùng này."

Họ cũng nói nhiều điều khác nữa. Ngay khi nai chúa bước vào *Mahānasa*, tất cả những người dẫn đến cầu nguyện cho mạng sống của nai bởi vì nai trông rất thanh nhã, tuyệt đẹp, hiên ngang sẽ làm đẹp hơn cho khu vườn trong thành phố này với sự diễm phúc hiện diện của nó. Rồi vua nước *Kāsī* cho triệu nai đến cung điện và hỏi vì sao nai chúa đến đây. Nai chúa tường thuật câu chuyện của con nai cái đang có mang hai con không thể để nai chết nên nai chúa đi thế. Tất cả mọi người hiện diện đều cảm động. Rồi vua nói với nai chúa rằng:

"Ai hy sinh mạng sống của mình vì lợi ích của người khác thì đó không phải là loài thú. Mặt khác, chúng ta như những con thú, bởi vì chúng ta mất đi tất cả tư tưởng đúng đắn và từ bi. Ta rất cảm động và hài lòng khi nghe sự hy sinh của chính nhà ngươi cho nai cái. Vì sự hy sinh cao thượng này, Ta cũng sẽ tha mạng sống cho tất cả các loài nai. Hãy trở về nơi của nhà ngươi và sống bình an không còn sợ hãi nữa." Nhà vua đã công bố sắc lịnh này khắp gần xa trong thành phố với hồi chuông báo inh ỏi.

Từ sự việc này đã làm các chư thiên để ý. Vị Đế thiên đế thích đã tạo ra hàng ngàn con nai để thử lòng ngay thẳng đạo đức của vua nước *Kāśi*. Dân chúng *Kāsī* mất nhiều lợi lớn từ những con nai này (vì không được săn bắn nai nữa dù nai đi lãng vãng rất nhiều) và đã trình sự than thở lên vua.

Nói về nai chúa *Nyagrodha* khi trở về khu rừng của mình đã kể lại sự việc cho nai cái nghe và nói rằng nai cái có thể sống bình an và về lại đàn của nai chúa *Visākha*. Nhưng nai cái không chịu đi và nói rằng nai cái có thể sống ở đây với đàn nai của *Nyagrodha* dù rằng đời sống có như thế nào và hát lên một bài kệ (*gātha*) để bày tỏ lòng biết ơn nai chúa *Nyagrodha*.

Sau sự ban hành sắc chỉ của vua, tất cả loài nai được sống bình an, vui vẻ tung tăng khắp nơi và sanh sôi nảy nở ngày càng nhiều. Lúc đó, dân chúng nước *Kāsī* tâu với vua họ rằng:

'Đất nước hiện đang bị khủng hoảng, kinh thành giàu có sắp bị tàn rụi, vì càng ngày càng có nhiều nai đang ăn ruộng bắp của chúng tôi. Tâu bệ hạ! Xin có biện pháp ngăn chặn chúng lại".

Vua trả lời rằng:

"Toàn dân hãy cố gắng vượt qua sự khủng hoảng này. Ta đã bảo đãm an toàn cho loài nai thì ta không thể làm một điều sai khác được."

Từ đó, nơi đây được gọi là '*MigaDāya* Rsīpattana nghĩa là nơi ưu đãi đặc biệt cho các loài nai.[66]

Trong tự điển *Pāli* của Childer,[67] *từ Dāya* có nghĩa là món quà và khu rừng và việc dùng từ này ở đây có nghĩa là khu rừng. Senart và các học giả ngoại quốc đã chi tiết những hình thức đa dạng trong câu chuyện nai chúa *Nyagrodha* đã được đề cập trong những kinh sách cổ.[68]

66 Kinh Đại-sự (Mahāvastu), trang 366. Ngài Nghĩa tịnh và các nhà chiêm bái Trung quốc đã thường dùng từ Silun hoặc Silulin để dịch từ Mrigadaya. Từ Trung quốc có nghĩa là 'vùng đất dành cho hươu.

67 Xem Childer, Pali Dictionary, trang 114.

68 Benfey, Panchatantra, trang 183. Cũng trong Memoirs (1-361) của

1.14. NGUỒN GỐC THUẬT TỪ SĀRNĀTHA

Ý nghĩa của từ kép *Sāranganātha* là '*nai chúa*' (lộc-vương). Tên cổ của địa danh *Sārnātha* là *Mṛgadāva* (Vườn Nai) và theo những câu chuyện trong kinh Bổn sanh và những tác phẩm khác, Đức Phật như là chúa của vùng đất này. Vì vậy, dường như rằng theo truyền thống cổ, những người theo đạo *Hindu* đã thờ phượng nai chúa *Nyagrodha* hoặc Đức Phật như là *Mahādeva Sāranganātha*[69] và họ đã chấp nhận pháp trong tam bảo (Phật, pháp và tăng) của Phật giáo như là vị thần *Dharma Thākura*[70] của họ.

Từ *Sāranganātha* (nai chúa) trở thành *Sārnātha* theo những quy luật thay đổi những từ *Sanskrit* thành *Prākrta*. Hoặc *Sārnātha* cũng dường như là sự rút gọn lại của *Saranganātha*.

Huyền trang. General Cunningham nói rằng cảnh này đã được khắc chạm trên một bia ký bằng đá ở Bharatpur (đĩa XLII 2). Nó được viết bằng nét chữ Isimigajatakam. Nhưng Tiến sĩ Hocnlie đã mâu thuẫn quan điểm ông ta trong India Antiquary.

69 Ở nhiều nơi, thần Siva được tôn thờ với hình con nai phía bên tay trái. Vì vậy, có thể tự nhiên để gọi thần Sāranganātha. Hồ nước gần ngôi đền thờ thần ở Sārātha được gọi là Sārangatala.

70 B.C. Bhattacharya, The History of Sārnātha or the Cradle of Buddhism (Lịch sử Phật giáo Sarnath và Chiếc Nội Phật giáo), Delhi: Pilgrims Revised Edition - 1999, trang 24.

Dr. Siri Sumedha cùng phái đoàn Chùa Hương Sen cầu nguyện tại hương phòng của Đức Phật *Sārnātha,* ngày 13 tháng 9 năm 2019.

1.15. TÓM TẮT CHƯƠNG 1

Dựa theo Kinh tập Suttā Pitaka (Pāli/Nikāyas), Luật tạng (Vinaya Pitaka), và nhiều kinh khác, Sārnātha (Vườn Nai) là một trong những thánh địa quan trọng trong lịch sử Phật giáo. Đây là nơi đánh dấu Đức Phật chuyển bánh xe Pháp *(Dhammachakra-pravartana)* đầu tiên cho năm anh em Kiều Trần Như (Aññā Koṇḍañña) và thành lập Tăng đoàn Phật giáo. Vì vậy, *Sārnātha* được xem là chiếc nôi của Phật giáo.

1.6. CÂU HỎI THẢO LUẬN

1. Nguyên nhân vì sao Đức Phật đi bộ đến *Sārnātha* sau khi giác ngộ ở Bồ Đề Đạo Tràng?

2. Năm anh em Kiều Trần Như (Aññā Koṇḍañña) là

những ai?

3. Ý tưởng chính của Kinh Chuyển Pháp Luân (Pravartana Suttā) là gì?

4. Câu chuyện Con Nai có nội dung và ý nghĩa như thế nào?

5. Tại sao Sārnātha được coi là chiếc nôi Phật giáo?

Ni sư TN Giới Hương ngồi thiền tại tháp Dhāmekh, *Sārnātha*, ngày 13 tháng 9 năm 2019.

Chương 2

Sārnātha Trong Lịch Sử

Pháp sư Huyền Trang (Hsuan Zan) hành hương đến Sārnātha vào thế kỷ thứ VII.

2.1. SĀRNĀTHA TRONG LỊCH SỬ

Từ việc khảo sát những tác phẩm mỹ thuật đời xưa đã cho thấy rằng lịch sử Ấn Độ trước sự xâm lăng của Alexander (*Đại đế Hy Lạp*), nơi đây đã bị bóng tối bao phủ. Sự tường thuật mà chúng ta có trong thời đoạn này chủ yếu là những truyền thống, những truyền thuyết và như vậy chúng không thể được chấp nhận như là những bằng chứng lịch sử đáng tin được.

Bây giờ chúng ta thử bàn bạc về mối liên quan giữa lịch sử của Sarnātha và lịch sử của Ấn Độ. Có thể chú ý rằng toàn bộ đề tài này tùy thuộc vào kết quả của những công cuộc khai quật hiện tại. Vì vậy, những lời giải thích này khó thể đưa đến kết luận cuối cùng.

2.2. VUA A-DỤC

Trong tất cả các quốc vương nổi danh trong lịch sử Ấn Độ, vua A-dục (*Aśoka*) là người đầu tiên đã có liên quan đến *Sārnātha*. Khoảng 200 năm sau khi Đức Phật nhập niết bàn, vua A-dục, vị hoàng đế của nước Khổng tước (*Maurya*), một nhân vật nổi tiếng trong lịch sử của Phật giáo, sau khi tiến hành chiến tranh xâm lăng tộc Kalinga, những cảnh tượng chết chóc máu đổ và đầy khổ đau của cả hàng ngàn người đã khiến lương tâm của vua cắn rứt vô cùng; để rồi cuối cùng vua đã quyết định từ bỏ chiến tranh sát hại người vĩnh viễn. Điều này đã mang lại một sự thay đổi lớn trong quan điểm và hoạt động của vua. Vua tán thành tông chỉ của Phật giáo và đã vận dụng tất cả lòng nhiệt thành và khả năng sẵn có của mình để truyền bá thông điệp từ bi của Đức Phật. Cuộc đời cao thượng của Đức Phật đã chinh phục trái tim của vua và vua đã quyết định viếng thăm các thánh địa của Phật để chiêm bái và trùng tu. Tại Lâm-tỳ-ni (nay là Rummindei thuộc Tarai, Nepal), vua đã cho dựng một trụ đá kỷ niệm nơi Thái Tử Sĩ- đạt-đa đản sanh.

Ở *Sārnātha*, vua đã xây dựng nhiều tháp kỷ niệm, một trong số này là tháp Dharmajājikā cao 30.4 mét. Tháp này có đỉnh bằng đá khối. Vào năm 1794, ông Jagat Singh của xứ Ba-la-nại đã phá sập tháp này. Một công trình tưởng niệm khác của vua là một trụ đá khối với đỉnh trụ là bốn con sư tử ngồi xoay bốn hướng. Ngày nay được chính phủ Ấn Độ chọn làm biểu tượng quốc gia và đã được lưu giữ ở viện bảo tàng Khảo cổ *Sārnātha* cạnh bên.

Vua cũng đã ban nhiều sắc lịnh được khắc trên những bia đá và cột trụ ở nhiều nơi khác nhau trong lãnh thổ vua cai trị. Chính tại *Sārnātha*, vua cũng có một sắc lịnh khắc trên một trụ đá rất đẹp vào năm 242 trước tây lịch. Một trụ đá có chữ khắc được đào từ dưới đất lên. Chữ khắc này được giải mã và có giá trị lớn trong việc mang lịch sử ra ánh sáng. Chúng ta biết rằng trụ đá này đã xuất hiện trong những ngày Phật giáo suy giảm. Vì lý do đó, Đại quốc vương đã ban lịnh những thành phần tăng chúng không chính thống phải mặc y phục trắng và bị trục xuất khỏi tăng đoàn. Vua cũng ra chiếu chỉ cho những vị tướng ban bố công lịnh này khắp nơi trong lãnh thổ của ngài. Những sắc lịnh khắc trên đá tương tự như vậy cũng được tìm thấy ở *Sānchi* và *Allahabad*. Trong bia khắc này ghi rằng tăng chúng phải dự lễ bố tát ở mỗi kỳ. Điều này đã minh chứng rằng vua là vị quản lý tất cả các tăng chúng và luôn luôn cẩn thận áp dụng các biện pháp thích hợp cho sự vi phạm quy luật tăng đoàn.

Bên cạnh những bia đá này, có nhiều di vật khác được khôi phục lại ở *Sārnātha* đã cho thấy rằng vua đã dành sự quan tâm lớn tại đây. Giữa di tích hoang tàn tại

Sārnātha, có những dấu vết của ngôi tháp gạch hơi xa một tí ở phía nam có cột trụ đá của vua. Năm 1793-1794 Sjagat Singh, một vị quan giàu có (Dewan) của *Banāras* đã đập bể ngôi tháp và chuyển gạch cùng những vật liệu xây dựng khác của ngôi tháp để xây một dinh thự *(Mahallā*) đặt tên của ông 'Jagatganj. Do đó, để dễ nhớ, ban quản lý khoa Khảo cổ học Ấn Độ đã gọi tháp này là tháp Jagat Singh. Họ cũng tìm hiểu và cho rằng ngôi tháp này thuộc về triều đại vua A dục.

Vật thứ ba có liên quan đến vua ở nơi này là rào chấn đá. Ông Oetel đã tìm thấy nó ở dưới đáy của một căn phòng ở phía nam của chánh điện. Sự nhẵn bóng láng và nét đặc biệt của mái hiên, những nhà nghiên cứu đồ cổ kết luận rằng nó được xây khoảng thời đại của vua. Theo Tiến sĩ Vogel, rào chắn này được xây để bảo vệ nơi mà Đức Phật '*Chuyển bánh xe pháp*' hoặc những nơi thiêng liêng khác. Theo ý kiến của ông Dayāram Sāhni thuộc bộ Khảo cổ học thì cột rào chấn đá này đứng xung quanh cột đá vua và sau đó được chuyển đem đến nơi đây. Nhưng ông ta nghi ngờ rằng liệu cột trụ đá có bất cứ rào chấn đá nào xây chung quanh không? Cũng có bằng chứng chứng minh một trụ đá do vua Pháp A-dục (*Dharmāśoka* – hiệu của vua) xây có một rào chấn chung quanh như đã thấy ở Bharhut.

Ba cổ vật như đã nói ở trên đã cho thấy vua A- dục có liên quan với khu thánh tích *Sārnātha*. Vậy khi nào vua Pháp A-dục (*Dharmāśoka*) đã hành hương đến *Sārnātha*? Vào khoảng năm 249 trước tây lịch, vua đã thực hiện một cuộc hành hương đến Câu-thi-na (*Kusinaga*), thành Ca-ty-la-vê (Kapilavāstu), Tỳ-xály (Śrāvasti), Bồ-đề-đạo-tràng (*Bodhgayā*) và những thánh địa khác của Phật giáo. Trong danh sách những nơi thăm viếng của vua A-dục thì lại không thấy đề cập đến *Sārnātha* và cũng dường như thật phi lý khi cho rằng vua đã không viếng thăm nơi Đức Phật đã chuyển bánh xe pháp đầu tiên này. Vua đã xây một trụ đá ở mỗi nơi ngài viếng thăm trong chuyến hành hương của mình. Từ cột đá ở *Sārnātha* mang chữ khắc của vua với trụ cột đầu sư tử, chúng ta đã tin rằng vua đã viếng thăm *Sārnātha*, một nơi thánh địa quan trọng nhất của Phật giáo trong cuộc hành hương của vua.[71]

Không có những cổ vật quý của bất cứ vua Khổng-tước (*Maurya*) nào khác, ngoài của vua A- dục được khám phá ở *Sārnātha*.

2.3. TRIỀU ĐẠI SUNGA

Sau khi *Maurya* sụp đổ, *Pushyamitra* thành lập triều đại Sunga hoặc Mitra năm 184. Suốt triều đại Śunga (thế kỷ II hoặc I trước tây lịch) *Sārnātha* không được biết đến nhiều, nhưng công cuộc khai quật đã phát hiện hơn 12 trụ hiện bằng đá có tuổi khoảng thế kỷ thứ I trước Tây lịch, gần tháp Dharmarajika. Chúng có thể hình thành một phần mái hiên bằng đá đặt xung quanh tháp thời Śunga, cũng giống như những ngôi tháp với những mái hiên ở Sanchi vào thời đó. Vua Sunga là một vị *Hindu* chính thống và thường thực hiện các buổi lễ tế ngựa cũng như nhiều buổi lễ khác để thiết lập lại Bà-la-môn đối nghịch lại Phật giáo. Vua cũng chống lại vị

71 Nhà lịch sử Vincent A. Smith đã đồng ý rằng vua đã viếng thăm Sārnātha mặc dù không có bằng chứng để chứng minh cho điều này.

vua Phật giáo Menander. Dưới những hoàn cảnh như vậy, không thể hy vọng rằng vua hoặc người nối dõi đến viếng di tích *Sārnātha* này. Thực tế cho thấy, không có những cổ vật lịch sử của những người cai trị của dòng này được khám phá ở *Sārnātha*. Vẫn có rất ít những cổ vật của những vị vua này, mặc dù không có cách nào để đào lên ở *Sārnātha*:

"Suốt trong những ngày hưng thịnh của Phật giáo, những Phật tử mộ đạo đã quyên góp và xây một ngôi tịnh xá lớn với vô số khối gạch. Họ đã đặt xá lợi Phật chính giữa tháp và tôn thờ ngôi tháp như một sự hiện diện của Phật, pháp và tăng với lòng kính trọng vô bờ. Họ cũng đã xây những rào chắn lớn bằng gạch xung quanh mỗi tháp. Những rào chắn được đặt trên những cột đá, mỗi cặp hiên đều có một thanh ngang giữ ở trên, làm thành cổng chữ nhật và cột đá thì ở chính giữa phía sau. Rào chắn này rất bóng, nếu để tay vịn vào nó thì như bị trơn tuột. Mỗi cột đá, mỗi thanh ngang và mỗi giàn rào chắn đều khắc tên những vị thí chủ. Một số những cột đá dưới rào chắn được tìm thấy ở những nơi có cột trụ đá của vua. Tên của những thí chủ được khắc trên đá bằng nét chữ của Bà-la-môn (*Brāhmi*). Ở Bồ-đề-đạo-tràng cũng có những rào chắn bằng cỡ kích như vậy. Chúng thuộc về thời đại Sungas. Bên cạnh đó, cũng có hai cổ vật thuộc triều đại Sunga như đầu cột hình chuông ở phía đông bắc của chánh điện (trong danh sách của viện bảo tàng Khảo cổ *Sārnātha* mang số D. (g) 1.1. và những mẫu của đầu đá bể được tìm thấy ở góc tây nam trong suốt cuộc đào xới năm 1906-1907 (số thứ tự của nó theo danh sách của viện bảo tàng Khảo cổ *Sārnātha* là (B.1). Không có các cổ vật của các vua thuộc triều đại Kānva, triều đại theo sau Sunga vẫn chưa được khám phá ở *Sārnātha*.

2.4. TRIỀU ĐẠI SAKA SATRAP

Śaka đã nắm giữ phía tây bắc của Ấn Độ trước khi triều đại *Kāṅva* sụp đổ. Một số các thống đốc trong triều đại *Śaka* đã khẳng định rằng nền độc lập của họ trong thế kỷ thứ I và cai trị ở *Mathura, Taxila* và những nơi khác dưới danh hiệu Phó vương hoặc Đại vương. Một chữ khắc của một phó vương tên *Sodā* hoặc *Songdas* hoặc *Sudasassodā đ*ã được khám phá trên một cột đầu sư tử ở *Mathura. Chữ khắc này vào khoảng năm 15.*[72] Một bia khắc của vua *Aśvaghaṣa đ*ược viết giống mẫu chữ như được khắc trên cột trụ đá của vua ở *Sārnātha*.[73]

Quý sư Tích Lan, Ni sư Giới Hương (áo nâu) và phái đoàn Chùa Hương Sen tại *Sārnātha,* ngày 26 tháng 6 năm 2023.

72 Journal of Royal Asiatic Society (Tạp chí của Hội Châu Á Hoàng gia), 1845, 525, 1904, 703; 1905, 154, Royal Asiatic Society.
73 Babu Rakhaldas Banerji đã cho thấy sự giống nhau trong tính cách của những bia ký. Xem Sahitya Parişad Patikā, B.S., 1312 số 4. Một chữ khắc ngắn khác của vua Aśvaghoṣa đã được tìm thấy ở Sārnātha.

2.5. TRIỀU ĐẠI KANISHKA

Vào khoảng giữa thế kỷ I, *Kushāṅ* thuộc bộ lạc *Yuchchi* đã chiếm đánh những kinh đô của triều đại *Śaka v*à thiết lập kinh đô mới cho họ. Với sự ra đời của triều đại Kushans ở Bắc Ấn, Phật giáo đã bước vào một giai đoạn phát triển mới của những hoạt động nghệ thuật Phật giáo nổi bật. Mathura là một trung tâm lớn nhất của sự phục hưng và *Sārnātha* cũng thịnh vượng không kém với nhiều công trình mới được xây thêm.

Vị vua đầu tiên của dòng này là *Kaphise* I. Lãnh thổ của vị này mở rộng đến Kabul, Gandhār và Punjab. Con trai của Kadphises I đã thực hiện những cuộc tấn công mãnh liệt xa đến trung tâm Ấn Độ tiến lên thành Ba-la-nại (*Banāras*). Từ những đồng bạc cắc và những cổ vật khác, chúng ta biết rằng vua là một người sùng đạo thờ thần *Śiva*. Vì vậy, không thể nào mà vua không có bất cứ sự liên hệ nào đến *Sārnātha*. Thật ra, không có di vật của triều đại này được tìm thấy ở đây.

Sau *Kaphise* là *Kanişka*, một vị vua vĩ đại nhất trong dòng vua này. Lúc trước vua *Kanişka l*à người theo đạo thờ lửa, cũng giống như vua *Akbar* là vị thờ thần và các nữ thần. Sau này, vua *Kanişka* cảm thấy mến phục đạo Phật và đem tất cả nỗ lực của mình để bảo vệ và cải tiến cho tôn giáo này. Vua là Mạnh-thường-quân nổi tiếng ủng hộ trường phái đại thừa Phật giáo cũng giống như vua rất nổi tiếng giữa những nhà ủng hộ tiểu thừa. Bằng chứng mạnh nhất để ủng hộ vua *Kanişka* có liên hệ đến *Sārnātha* là bức tượng cổ đại nhất và lớn nhất của một Bồ-tát với ba bản chữ khắc. Theo chữ khắc này cho biết bức tượng được đúc năm thứ ba dưới triều vua *Kanişka*.

Theo những chứng cớ khác, tượng được tạc ở Mathura và rồi tỳ kheo Bala và *Puşyabuddhi* cúng cho chùa ở *Sārnātha*. Hơn hai bia ký của tỳ kheo Bala được khám phá, một là ở Mathura và một ở Tỳ-xá-li (Śrāvasti). Bia ký ở *Sārnātha* ghi rằng:

"Thành Ba-la-nại (Banāras) nằm dưới sự thống trị của Đại vương Kanişka và do một phó vương cai trị dưới quyền của Đại vương. Có thể nói hầu hết các đại vương' đều có cơ sở doanh trại ở Mathura. Tỳ kheo Bala và Puşyabuddhi... thuộc gia đình hoàng gia. Họ đã hành hương chiêm bái những thánh tích Phật giáo và cúng dường tượng ở những nơi mà họ đến chiêm bái."[74]

Không có di vật thuộc triều đại *Vasişka*, *Huvişka*, *Vāsudeva và những người nối dõi vua Kanişka* vẫn chưa tìm thấy được ở *Sārnātha*. Từ những đồng tiền của họ cho thấy rằng những vị vua này hướng về đạo *Hindu* hơn là Phật giáo. Mặc dù không có tên của vị vua nào được đề cập, tuy nhiên những hình tượng Phật giáo được khám phá ở đây đã cho thấy sự ảnh hưởng của triều đại *Kushāṅ*.

Với sự ra đời của triều đại *Kushāṅ* ở Bắc Ấn, Phật giáo đã bước vào một giai đoạn phát triển mới của những hoạt động nghệ thuật Phật giáo. Mathura là một trung tâm lớn nhất của sự phục hưng nghệ thuật và *Sārnātha* cũng thịnh vượng không kém với nhiều công trình mới được xây thêm. Vào năm thứ III của triều đại *Kanishka,* tỳ kheo Bala của Mathurā đã xây một tượng Bồ-tát to lớn bằng đá đỏ ở *Sārnātha* (pl. V A) với một cái lộng lớn

74 Dịch từ đoạn trích của Sahitya Parişad Patrikā 1312, B.S., Part IV, trang 173.

(*chhatra*) ở trên tương xứng với tượng. Đây cũng hiển lộ tấm lòng của Satrap Kharapallāna và Satrap Vanashpara là những thống đốc địa phương của xứ Ba-la-nại vào thời vua Kanishka. Phái Thượng-tọa-bộ (*Sarvāstivādin*) lúc đó được phát triển mạnh ở *Sārnātha* và đã thành lập vài tu viện ở đây.

Tăng Ni Phật tử cung kính thiền hành xung quanh đại tháp Dhāmekh, nơi Đức Phật ban bài pháp đầu tiên cho nhân loại.

2.6. TRIỀU ĐẠI GUPTAS

Sau khi *Kushāṅ* sụp đổ, triều đại *Gupta* đã thiết lập thế lực thống trị phía bắc Ấn Độ bắt đầu từ thế kỷ thứ IV tây lịch. Mặc dù *Chandra Gupta*, *Samudra Gupta*, *Chandra Gupta Isipatana*, *Kumāra Gupta*, *Skanda Gupta* và những vị vua khác của dòng họ này là đạo Hindu, nhưng họ đã không thù địch với Phật giáo. Từ một số những bia ký, chúng ta thấy rằng họ đã ban nhiều công lệnh bảo vệ cộng đồng Phật giáo trong nhiều nơi họ thống trị. Những vị vua *Hindu* này không bao giờ thẩm sát những người theo tôn giáo khác. Vua *Puşyamitra* là một người theo đạo *Hindu* chính thống và thực hiện lễ tế ngựa cũng như những buổi lễ khác. Nhưng ông chưa bao giờ nỗ lực tàn phá *Sārnātha* hoặc các thánh địa khác của Phật giáo. Những vị vua *Gupta* khác cũng đã trợ cấp cho những ngôi chùa Phật giáo. Vua *Harşa* cũng khoan dung với các tôn giáo khác.[75] Bằng chứng cho thấy hầu hết những di vật kiến trúc và điêu khắc ở *Sārnātha* dường như là những tác phẩm thuộc triều đại *Gupta*. Những nhà khảo cổ học cho rằng ngôi tháp *Dhāmek* đồ sộ với ba trăm bức tượng trong viện bảo tàng Khảo cổ *Sārnātha* trong đó có một tượng Đức Phật ngồi '*chuyển pháp luân*' thuộc thời đại Gupta. Trong thời này có một loại mỹ thuật mới về điêu khắc tượng xuất hiện. Chúng ta cũng biết rằng từ các chữ khắc trên bia đá của 'chánh điện' và bậc thang của ngôi tháp 'Jagatinghi' đã cho thấy rằng một nhánh của tiểu thừa Phật giáo là Nhất-thiết-hữu bộ *(Sarvāstivādin*) đã có ảnh hưởng lớn ở *Sārnātha* trước khi bắt đầu triều đại Gupta. Khi sự hưng thịnh của họ chấm dứt vào khoảng thế kỷ thứ IV, thì một nhánh khác của tiểu thừa Phật giáo là Chánh-lượng- bộ (*Sammitiya*) trở thành một cộng đồng nổi tiếng nhất ở *Sārnātha*. Họ đã duy trì Phật giáo cho đến thế kỷ thứ VII. Một bia ký của họ thuộc nét chữ của thế kỷ IV có thể được thấy trên trụ đá của vua. Lại nữa, nhà chiêm bái Trung hoa có thấy khoảng

75 Tiến sĩ V.A. Smith cũng đã chấp nhận quan điểm này rằng: Cách cư xử của vua Harşa như là một tổng thể chứng minh rằng giống như hầu hết những nhà thông trị trong thời Ấn Độ cổ đại, vua nói chung khoan dung với tất cả hình thức tôn giáo bản xứ..." Xem Imperial Gazeteer, tập IV, trang 298.

1500 vị tăng thuộc bộ phái này đang tu học ở *Sārnātha* vào thế kỷ VII. Nhà chiêm bái Pháp hiền, người thực hiện chuyến hành hương đến Ấn Độ vào đầu thế kỷ thứ IV trong triều đại vua Chandra*Gupta* II tường thuật về *Sārnātha*[76] như sau:

"Khi năm vị khổ hạnh thấy Thế Tôn từ xa hướng về phía họ, họ liền nói với nhau rằng: "... Khi ông ta đến đây, chúng ta hãy cẩn thận không nên tiếp đón ông ấy. Nhưng khi Thế Tôn tiến đến với dung nghi đĩnh đạc, trầm tĩnh, siêu thoát, không ai nói ai tự động họ đứng dậy và đảnh lễ ngài".

Cách khoảng 60 bước về phía bắc của nơi này, Thế Tôn nhìn về hướng tây, rồi ngồi xuống và bắt đầu 'chuyển pháp luân'... Cách khoảng 20 bước về phía bắc là nơi Đức Phật đã kể lại lịch sử của ngài. Cách 50 bước về phía nam đây là nơi mà con rồng I loopo đã hỏi Phật bao lâu nữa rồng sẽ được giải thoát khỏi xác thân rồng này... Nơi đây có hai tự viện và bốn ngôi tháp lớn cũng có một số đông tăng sĩ tu học tại đây".

Dưới sự cai trị của triều đại *Gupta* (thế kỷ IV- VI), *Sārnātha* bước vào thời kỳ hoàng kim của nghệ thuật điêu khắc. Những bức tượng và kiến trúc tuyệt mỹ nhất được đúc trong thời gian này. Tháp chính được xây rộng và công trình Dhamedh được bao bọc bởi những viên đá khắc sắc xảo. Sự quan trọng của *Sārnātha l*à chiếc nôi Phật giáo và là một trong những trung tâm Phật giáo mạnh mẽ. Ngài Pháp hiền đã viếng thăm *Sārnātha* vào triều đại Chandragupta II (376-414) và đã thấy có bốn

76 The Pilgrimage of Fa-hien tr. by J.W. Laidlay (Baptist Mission Press), Calcutta, 1848, chương XXXIV và Legge's Translation, Oxford, 1886, trang 94-6.

ngôi tháp và hai tu viện ở đây. Có một bia khắc trên bệ của tượng Phật ghi rằng đây là do Kumāragupta dâng cúng và có thể tên người cúng dường đó thuộc triều đại *Gupta* (năm 414-55).

Mặc dù không thấy bia khắc của triều đại Skandagupta ở *Sārnātha*, nhưng *Sārnātha* hẳn đã tiếp tục hưng thạnh suốt trong thời ấy và cho tới khi bị sụp đổ trong cuộc xâm lăng của *Hūna*s (Hung nô - quân Mông cổ). Ông Cunningham đã tìm thấy một kho chôn cất tượng và vật quý ở *Sārnātha* và điều này đã cho thấy rằng *Sārnātha* bị tàn phá từ cuộc xâm lăng như vũ bão của Hung nô. Ở đây cũng có những bia ký của những vị vua thuộc triều đại *Gupta* ghi thời vua Kumāragupta II, năm 473 và vua Buddhagupta, năm 476.

Cuối thế kỷ thứ V do hậu quả xâm lăng của bọn Hung nô (*Hūna*), triều đại *Gupta* sụp đổ. Thời kỳ kế tiếp là bóng tối bao trùm Ấn Độ và vì vậy trong thời đại này không có gì để chứng minh bối cảnh lịch sử của *Sārnātha* này. Tình trạng thiếu thốn của những di vật thời này đã chứng minh một sự thật về tình hình loạn lạc lúc đó.

2.7. CÁC VUA THỜI HẬU GUPTA

Trong thế kỷ thứ VI, hoàng đế *Narasingh Deo Bālāditya* thuộc triều đại *Gupta* đã đánh đuổi được bọn Hung nô và khôi phục lại triều đại *Gupta*. Vì lý do đó, một vài di vật của *Kumāra Gupta* II, con trai của Bālāditya, vị hoàng đế *Gupta* sau cùng và *Prakatāditya* của dòng họ này đã có quan hệ với *Sārnātha*. Ở dưới chân của bức tượng Phật số B (b) 173 trong danh sách của Viện bảo tàng Khảo cổ *Sārnātha* có một bia ký nhỏ của vua *Kumāra Gupta* này. Tiến sĩ Konow có ý kiến rằng đây là bia ký của *Kumāra Gupta* I.[77] Mặt khác, Tiến sĩ Vogel đã không chấp nhận *Kumāra Gupta* này là một vị vua của triều đại *Gupta*.[78] Thực ra cả hai quan điểm của hai nhà học giả đều sai, bởi vì những bia ký của ba bức tượng Phật mới khám phá đây (1915) và niên đại thật sự của triều đại *Kumāra Gupta* II được biết rõ ràng.[79] Tiến sĩ Fleet[80] có trình bày chi tiết trong tác phẩm *Corpus Inscription Indicarum.*

Một số học giả cho rằng vua *Prakatāditya* là giống với *Prakāsāditya*. Nhiều đồng tiền cổ của vua *Prakāśāditya* đã được tìm thấy nhiều nơi ở Ấn Độ. *Srijut Nagendra Nath Basu Prāchyabidyāmahārnava* cho rằng vua *Prakatāditya l*à anh của vua *Kumāra Gupta* và vị ấy với *Bālāditya* có kinh đô của họ ở thành Ba-la-nại *(Banāras*). Nếu như vậy, không có gì thắc mắc tại sao những di vật cổ của vua ấy không thấy ở *Sārnātha*. "Từ bia ký của vua *Prakatāditya*, chúng ta biết rằng vua đã cho đúc một bức tượng *Visnu* gọi là *Muradvit* và xây một ngôi đền lớn thờ thần. Hình như có sự bắt đầu nỗ lực để chuyển hóa nơi thánh địa Phật giáo này thành nơi thiêng liêng của đạo *Hindu*".[81] Có một điều cần chú ý rằng trong khi một

77 Archaeological Survey Report, 1909-7, trang 89, 91 và 99, Inscription (Chữ khắc) VIII.

78 Sārātha Catalogue (Danh mục liệt kê của Sarnath), trang 15.

79 Ngày của Kumāra Gupta II được cho trong bia ký (vis. G.S. 154=473 A.D.) khác với ý V.A. Smith và Tiến sĩ Fleet. Bia ký này vẫn chưa được công bố.

80 Dr. Fleet, Corpus Inscription Indicarum, tập IV, trang 284.

81 Dịch từ một đoạn trích của Nagendranath Vasu, trang 246, (B.C. Bhattacharya, The History of Sārnātha or the Cradle of Buddhism, trang 38)

người anh của vua *Kumāra Gupta* II đã đúc một tượng Phật thì một người anh khác đã xây một tượng thần Visnu và vẫn không có gì chống đối xảy ra giữa họ. Thật là cao thượng biết bao nhiêu tinh thần khoan dung giữa các tôn giáo với nhau đã phổ biến ở Ấn Độ!

2.8. TRIỀU VUA HARSAVARDHANA VÀ SỰ TƯỜNG THUẬT CỦA NGÀI HUYỀN TRANG

Sau khi triều đại *Gupta* sụp đổ vào nửa cuối thế kỷ thứ VII, Harşavardhana, vua của Thanesvar trở thành hoàng đế phía bắc Ấn Độ. Giống như *Kanişka* và *Akbar*, vua đã ủng hộ và bày tỏ lòng kính trọng đối với tất cả tôn giáo khác. Đó là bằng chứng to lớn mà vua đã học từ Phật giáo, đặc biệt từ vua. Một hoặc hai di vật được khai quật ở *Sārnātha* đã cho thấy sự hiểu biết về Phật giáo của vua. Qua những cuộc khảo sát những khối gạch và đá của tháp Dhāmek, những nhà nghiên cứu đã đi đến kết luận rằng phần lớn ngôi tháp này là do vua *Harça* xây và có thể ngài muốn ẩn danh tánh (hành bố-thí ba-la- mật) nên không cho khắc tên. Đó có thể là lý do tại sao nơi đây không có bia ký nào của vị vua này ở *Sārnātha*. Suốt trong thời trị vì của vua Harşa, nhà chiêm bái Huyền trang đến hành hương Ấn Độ đã tường thuật về *Sārnātha* như sau:

"Ba-la-nại tọa lạc về hướng tây sông Hằng rộng khoảng 4000 lý, dân chúng sống đông đúc ở vùng này, rất nhiều gia đình giàu có với nhiều bảo vật quý giá. Người dân tại vùng này rất nhân ái, thanh nhàn và ham

học. Đa số họ là những người không có tin ngưỡng tuy nhiên họ cũng rất tôn kính giáo pháp Đức Phật nơi đây. Thời tiết dễ chịu, mùa màng phong nhiêu, cây cỏ xum xuê và rừng rậm xanh um.

...Về phía tây nam của ngôi tháp là tháp đá do vua xây. Mặc dù nền đã hư rụi, nhưng vẫn còn bức tường cao 100 feet hoặc hơn. Phía trước ngôi tháp này là một trụ đá cao 70 feet. Đá này màu sáng như ngọc bích. Những ánh sáng long lanh và nhấp nhánh như đèn và những người đến đây trước khi cầu nguyện đều chiêm ngưỡng, theo ước nguyện của họ mà hiện ra những biểu hiệu xấu hoặc tốt. Chính nơi đây, đức Thế tôn đã bắt đầu 'chuyển bánh xe pháp.

Bên cạnh không xa ngôi kiến trúc này là một ngôi tháp. Chính nơi này ẩn sĩ Kiều-trần-như (Ajñāta Kaundinya) và bốn người bạn còn lại đã chứng kiến Bồ-tát Cồ-đàm từ bỏ lối tu hành khổ hạnh.

Bên cạnh đây cũng có một ngôi tháp, nơi mà 500 vị Bích chi Phật đã cùng lúc nhập diệt niết bàn. Hơn nữa, nơi đây cũng có ba ngôi tháp có những dấu vết ngồi thiền hay kinh hành của các vị Phật tương lai.

Bên cạnh nơi cuối này là một ngôi tháp. Đây là điểm mà Đức Phật Di lặc đã nhận được sự thọ ký sẽ trở thành Phật...

Ở phía tây của nơi này là một ngôi tháp. Đây là nơi mà Bồ-tát Thích-ca (Śākya) đã nhận được sự thọ ký...

Không xa phía nam của nơi này là những dấu vết mà bốn vị Phật quá khứ đã đi kinh hành. Chiều dài của nơi đi dạo khoảng 50 bước và chiều cao của những bậc thang khoảng 7 feet. Nó được làm bằng đá xanh xếp chồng lên nhau. Phía trên có hình đức Như lai đang đi kinh hành với một dáng vẽ uy nghi và trầm tĩnh lạ thường. Trên đỉnh đầu có một bện tóc cao rất đẹp...

Trong khu vực này có dấu vết của nhiều ngôi tu viện và ngôi tháp, số lượng lên đến hàng trăm.

Phía tây của khu vực Sārnātha có một hồ nước, chu vi khoảng 200 bước, nơi đây đức Như lai thỉnh thoảng tắm. Phía đông là cái bể chứa nước có chu vi khoảng 180 bước, nơi đây Đức Như lai thường rửa bình bát khất thực.

Phía bắc của nơi đây là một hồ nước có chu vi khoảng 150 bước. Nơi đây đức Thế tôn thường giặt y...

Bên cạnh hồ nước, nơi đức Như lai thường giặt y là một góc vuông trên đó có thể thấy những dấu vết của y cà-sa (Kāshāya).

Bên cạnh hồ không xa lắm là một ngôi tháp. Nơi đây Bồ-tát trong kiếp trước của mình đã tái sanh làm một con voi chúa có sáu ngà (chhadanta).

Không xa nơi đây, trong một khu rừng lớn là một ngôi tháp. Chính nơi đây trong nhiều kiếp qua Đê- bà-đạt-đa (Devadatta) và Bồ-tát (tiền thân của Đức Phật Thích-ca) đã là hai nai chúa và đã hòa giải vấn đề (sống chết của bầy nai)...[82] *và kể từ đó khu vườn này được đặt tên là Lộc uyển (Vườn Nai).*[83]

Triều đại của vua Harshavardhana đã có nhiều

82 Giống câu chuyện Bổn sanh (Jataka, I, 149), như đã trình bày ở chương I.

83 Travels of Hiuen-Tsang (Ký Sự Tây du), Beal dịch, tập II, trang 46-61, also by Watters, tập II, trang 46-54 và A Record of the Buddhist Re-

hoạt động tôn giáo và khôi phục lại những kiến trúc tại *Sārnātha*. Pháp sư Huyền Trang đã tường thuật rất sống động về các công trình Phật giáo ở đây. Ngài đã thấy tháp Dharmarājikā và trụ đá vua cao 21.33 mét với màu rất sáng như gương. Ngài cũng đã thấy có một tu viện có khoảng 1500 vị tăng tu học ở đó. Những vị tăng này theo trường phái Chánh-lượng-bộ (*Sammitīya*) của Tiểu thừa Phật giáo và đại tháp chính *Mūlagandhakuti* (Hương phòng) có một tượng kim loại của Phật trong tư thế Chuyển pháp luân ấn.

2.9. TƯỜNG THUẬT CỦA NGÀI NGHĨA TỊNH

Sau khi vua Harṣavardhan băng hà, triều chính lớn lao của vua bị sụp đổ và tình trạng vô chính phủ đã xảy ra. Những nhà thống trị các tiểu bang nhỏ hăm hở muốn thành lập hoàng đế và đã đưa đến cuộc nội chiến nghiêm trọng. Nhưng ngay cả suốt trong những ngày thoái hóa chính trị đó, những ngôi tháp ở *Sārnātha* vẫn không bị ảnh hưởng nặng và vẫn thu hút khách hành hương từ nước ngoài đến. Những lời tường thuật của ngài Nghĩa tịnh có thể được trích dẫn để ủng hộ cho ý tưởng này. Khi bắt đầu về lại nước Trung hoa cho đến cuối thế kỷ thứ VII, ngài Nghĩa-tịnh đã nói rằng:

"Tôi thường nhớ đến Migadāva (Vườn Nai) xa xôi... 'Thành Vương xá (Rājagrha), cây bồ đề, đỉnh Linh thứu (Grdhra), vườn Nai (Mrgadāva), nơi trắng như những cánh sếu, nơi thiêng liêng đầy những bóng cây sal, khu rừng yên tịnh với nhiều con sóc cho đến ngôi chùa của những nơi này, hàng ngàn các tỳ kheo từ các nơi thường

ligion, trang 29. Introduction XX, IX by I-Tsing translate by Takakusu.

đến đây an tĩnh và tu tập mỗi ngày."

Ngài Nghĩa tịnh cũng cho biết có nhiều bộ phái Phật giáo khác nhau đang hiện hữu ở Ấn Độ và dường như rằng lúc đó phái Nhất thiết hữu bộ (*Sarvāstivāda*) là đang thịnh hành tại *Sārnātha*.

Tượng Đức Phật và năm anh em Kiều Trần Như (Aññā Koṇḍañña) tại tu viện Mūlagandhakutī Vihāra, *Sārnātha*.

2.10. TÓM TẮT CHƯƠNG 2

Chương 2 thảo luận về mối quan hệ giữa lịch sử Sārnātha và lịch sử Ấn Độ. Các triều đại của Vua Aśoka, Sunga, Śaka Satrap, Kaniska, Gupta, Hậu Gupta và các triều đại khác có nhiều mối liên hệ với lịch sử của Sārnātha, bởi lẽ có nhiều cổ vật, bảo tháp và tượng đài được tìm thấy ở đây và được mô tả trong các ký sự hành hương hay biên niên sử của họ.

Trong số các vị vua nổi tiếng nhất trong lịch sử Ấn Độ, Vua A-dục (Aśoka) *là người đầu tiên có liên hệ với Sārnātha và* vua *đã có những đóng góp lớn nhất cho Phật giáo ở Sārnātha. Nhờ đó, mà ánh sáng lịch sử vàng son của Sārnātha đã được hé mở* ra thế giới.

2.11. CÂU HỎI THẢO LUẬN

Các vị vua đã cho khắc nhiều văn bia và sắc lịnh trên cột và phù điêu ở *Sārnātha*.

1. Xin giới thiệu đôi nét về vua A-dục (*Aśoka*).

2. Những cổ vật nào liên quan đến vua *Aśoka* ở *Sārnātha*? Hãy kể tên một vài bia ký.

3. Các vua *Gupta* và Hậu *Gupta* đối xử với Phật giáo như thế nào?

4. Việc trùng tu ở *Sārnātha* diễn ra như thế nào dưới triều đại *Harshavardhana*?

5. Ký sự của *đại sư* Nghĩa Tịnh (*I-Ching*) mô tả về *Sārnātha* như thế nào?

Dr. Siri Sumedha, Ni sư Giới Hương cùng phái đoàn Phật tử Tích Lan tại thánh địa *Sārnātha.*

Chương 3

Sārnātha Trong Thời Trung Cổ

Chánh điện hình tròn trong khu di tích *Sārnātha*.

3.1. SĀRNĀTHA TRONG THỜI TRUNG CỔ

Những giai đoạn sau sự băng hà của vua *Harşa* là một giai đoạn đáng buồn ở Ấn Độ. Khi ở đây không có lực lượng trung tâm mạnh mẽ, toàn khu bắc Ấn là một sự hỗn độn lớn và một số những kinh đô nhỏ đứng lên cướp chánh quyền. Chiến tranh đã tiếp tục kéo dài khoảng ba thế kỷ từ 650 tây lịch đến 950 tây lịch. Chúng ta thấy một vài kinh đô mạnh mẽ được thành lập khoảng giữa thế kỷ thứ X. Nhưng những cuộc xâm lăng Mahomedan (*quân Hồi giáo*) ở thế kỷ XII đã giáng một đoàn quyết tử xuống hầu hết những kinh đô phía bắc Ấn.

Ấn Độ suốt trong thời kỳ trung đại kéo dài khoảng 6 thế kỷ không bị chi phối các cuộc xâm lăng nước ngoài phá hoại mà chỉ là nội chiến. Sau đó, một khoảng thời gian lâu Ấn-độ lại ảnh hưởng đạo Hindu. Mặc dù các vua *Hindu* cai trị đất nước nhưng thánh tích Phật giáo *Sārnātha* vẫn không bị huỷ hoại, người dân được tự do tín ngưỡng và thực hiện công việc nghệ thuật Phật giáo ở nơi đây.

Chúng ta biết rằng từ những di vật nghệ thuật cổ đại, những bia ký và những bài tường thuật suốt trong thời đại này, một số những ngôi tháp (*chaityas*) được xây ở *Sārnātha*, những du khách chiêm bái nước ngoài viếng thăm nơi này, *Sārnātha* vẫn giữ được sự tu tập theo Phật giáo và nhiều sự cải thiện có hiệu quả tốt ở đây. Những nguồn tài liệu về (1) kiến trúc; (2) các bộ phái và (3) quyền lực hoàng gia đã cho thấy việc xây dựng lịch sử *Sārnātha* trong thời trung cổ.

3.2. NHÀ CHIÊM BÁI TRUNG QUỐC O-KUNG VIẾNG SĀRNĀTHA

Khoảng thế kỷ thứ VIII tây lịch, kinh đô Kānyakubja là mạnh nhất ở phía bắc Ấn. Năm 731, vua Kānyakubja đã gởi một đại sứ sang Trung hoa. Mặc dù vua đã nỗ lực khôi phục lại tư tưởng của kinh Vệ đà và Ba-la-nại (*Banāres*) trở thành một trung tâm lớn của nghiên cứu kinh Vệ đà, nhưng vua vẫn không làm điều gì cản trở trong tiến trình phát triển các chùa (*Vihāra*) Phật giáo ở *Sārnātha*. Sự nổi tiếng ở *Sārnātha* đã thu hút nhà chiêm bái Trung quốc O-Kung năm 741 viếng thăm nơi đây. O-kung đã nói rằng Đức Phật đã 'chuyển pháp luân tại đây.[84]

Một nhà hành hương Trung quốc khác tên Wang Hiunentse đã hành hương Ấn Độ năm 657 trước O-Kung. Nhưng ông không đề cập đến Mrgadāva hoặc Vườn nai trong ký sự của ông.[85]

3.3. BỐI CẢNH SĀRNATHA TRONG THẾ KỶ IX-X

Sau khi vua Yaśovarnā băng hà, vua Vajrāudha và Indrāyudha tiếp tục cai trị Kānyakubja. Vua không tin vào tôn giáo của kinh Vệ đà. Vì vậy, dường như họ thích hướng về Phật giáo và trong suốt thời gian trị vì, các tu viện ở *Sārnātha* nằm trong kinh thành quản lý của vua đã có sự trùng tu tốt. Một phần tư đầu của

84 Journal Asiatique, 1895, tập III, trang 356-66. Điều này không được các nhà viết về Sārnātha nói đến.

85 Levi'ss Article 'Les missions de Wang Huicatse dans lude', J. A., 1900.

thế kỷ thứ IX, Indrāyadha đã bị vua Dharmapāla thuộc triều đại Pāla truất phế. Người kế vị là một Phật tử được làm vua Chakrāyudha ở Kānyakubja, nhưng triều đại của vua này không được kéo dài. Năm 810 tây lịch, Nāgabhata, vị vua của triều đại Pratihāra ở Gurjjara đã lật đổ vua Chakrāyudha và thiết lập triều chính ở Kānyakubja. Mihirabhoja hoặc Bhojadeva I của dòng họ này đã hành quân tiến đến thành Chitrakuta trên đồi khoảng năm 843 tây lịch và xâm chiếm Kānyakubja. Ông ta chiếm lấy Adivarāha và toàn thể Adivarāha nằm trong lãnh thổ của ông.[86] Vì vậy, chắc chắn rằng một lúc nào đó các tu viện Phật giáo ở *Sārnātha* đã thuộc quyền thống trị của vua. Vua là một người mộ đạo Hindu,[87] nhưng không bao giờ phản đối lại Phật giáo. Chính lúc đang trị vì, Jayapāla, anh của Devapāla và cha của Vigrahapala I đã xây 10 ngôi tháp ở *Sārnātha*. Chúng ta biết *điều* này qua bản bia ký được tìm thấy ở *Sārnātha.*[88]

Jayapāla là cánh tay phải của vua Devapāla trong việc đánh bại những kẻ thù và mở rộng bờ cõi. Vua đã đánh bại các vua Prāgjyotisha và Utkala. Vua được mô tả như là chúa của Rādka phía bắc Nārāyana Bhatta. Một mặt, vua thực hiện các lễ hội *Hindu* và mặt khác thì bày tỏ tấm lòng ưu ái đối với Phật giáo bằng cách

---

86 V.A. Smith, Early History of India (Bình minh Lịch sử của Ấn độ), 2nd Edition, trang 350.

87 Bhojadeva là một thành viên của triều đại Pratihāra ở Gurjjara. Vì vậy, vài người đã nghĩ rằng ông ta thuộc dân tộc phi-Aryan. Nhưng thầy của con trai ông, nhà thơ Rajasekhara đã mô tả Mahendrapala thuộc dân tộc của Raghu. Đây không có lý do gì để kết luận ý kiến của nhà thơ là sai.

88 Sārnātha Museum Catalogue No. D (f) 54. (Số thứ tự trong Danh mục liệt kê của Viện bảo tàng Sarnath là D (f) 54).

xây ngôi tháp (*Chaitya*) cho các Phật tử. Thật ra, hình như không có những dấu hiệu khác nhau trong phong tục và nghi lễ giữa đạo *Hindu* và đạo Phật trong thời đại này. Theo lịch sử, Jayapāla đã trị vì cuối thế kỷ thứ IX. Những nét chữ trong bản bia ký của vua đã chứng thực điều này. Trong bản khắc này, tất cả người dân đều muốn trở thành 'Bậc Nhất thiết trí hoặc Đức Phật. Điều này đã chỉ ra rằng vua đã rất quan tâm đến Phật giáo và vua đã xem *Sārnātha* như là một nơi thiêng liêng. Vua băng hà năm 890. Liền sau đó, vua Vigrahapala của Gauda chiếm Kānyakubja. Từ điều này, rõ ràng cho thấy thế kỷ IX-X Pāla và Gurjjara đã tranh đấu khó khăn để giành lấy quyền tối cao ở phía bắc Ấn.

Do đó, thành Ba-la-nại (*Banāras*) và *Sārnātha* đã có lần sống dưới triều các vua Pāla và lần khác dưới triều các vua của Kanauj. Nhưng rõ ràng rằng dưới triều vua ở Kanauj thì rất lâu.

Sau khi vua Bhoja băng hà, con trai của vua là Mahendrapāla trở thành vua của nước Kanauj. Ở Gayā và nhiều nơi khác, chúng ta có nhiều bằng chứng phong phú của những tác phẩm nghệ thuật sắc xảo do vua Kanauj thực hiện chẳng hạn như cúng dường các tượng và những pháp khí khác. Vua đã bành trướng thế lực của mình, toàn khu bắc Ấn từ bờ biển Arabia đến Ma-kiệt-đà (*Magadha*) đều dưới sự cai trị của vua. Từ những bia ký của vua đã cung cấp cho chúng ta những thông tin này và từ cuốn sách Karpūra Mañjarī do thầy của vua là Rājasekhar viết. Vì vậy, rõ ràng rằng Sāmātha cũng dưới quyền thống trị của vua. Sự sụp đổ của kinh đô Kānyakubja bắt đầu vào thế kỷ thứ X ngay sau khi vua Mahendrapāla băng hà. Kinh đô của Gauda cũng vậy bắt đầu suy giảm sau khi vua Devapāla băng hà. Từ sự sụp đổ của hai kinh đô hùng mạnh, sự sụp đổ phía bắc Ấn bắt đầu. Khoảng 300 năm sau, đất nước bị Mu'izuddin Mahammad Ghori (Hồi giáo) chiếm lấy. Nhưng lịch sử phía bắc Ấn suốt 300 năm này không có gì cả ngoài sự tường thuật nói về bị xâm chiếm của Mahomedan (Hồi giáo).

Sau sự băng hà của Mahendrapāla, Bhoja II, Mahipāla, Devapāla, Vijayapāla và những vị vua khác tiếp tục cai trị đất nước trong thế kỷ thứ X. Nhưng suốt thời cai trị của họ, những vị vua Rāstrakūṭas và Chāndella ở Jejābhukti lên nắm chính quyền và do đó kinh đô của Kānyakubja đã bị tước mất sự hưng thịnh ban đầu và từ từ yếu dần đi. Trong một hoặc hai dịp, Rāstrakūtas chiếm lấy kinh đô tạm thời. Kinh đô của Gauda cũng cùng số phận như vậy. Sau khi vua Devapāla qua đời, Rāstrakūtas và Kāmboja đã xâm lăng đất nước nhiều lần và làm giảm thế chính trị của đất nước xuống thấp nhất. Mặc dù *Sārnātha* đã trải thời gian dài dưới sự cai trị của Kānyakubja, tuy nhiên các vua Pāla, những người theo phái mật tông Phật giáo đã ủng hộ xây tháp. Nhưng bởi vì sự suy giảm của hai kinh đô này trong thế kỷ X, *Sārnātha* cũng bị ảnh hưởng và bắt đầu suy sụp. Thế kỷ XI, vua Mahipāla đã chú ý đến sự quên lãng của Phật giáo và vua bắt đầu trùng tu các kiến trúc này. Sự sụp đổ của các tu viện *(Vihāra)* ở *Sārnātha* bị đẩy nhanh do sự lạm dụng lén lọt vào giữa những người Phật tử để phá hoại Phật giáo không chỉ thế kỷ thứ X mà còn trước thời gian có sự du nhập của mật giáo.[89]

89 Chúng ta biết rằng có hai chi nhánh chính là Đại thừa (Mahāyāna) và Tiểu thừa (Hinayāna). Tiểu thừa thì cổ đại hơn Đại thừa. Đa phần những nhà học giả Phật giáo cho rằng Đại thừa xuất hiện trong thời đại ngài Long thọ (Nāgājunar). Nhưng ở đây có một bằng chứng phong phú để cho thấy rằng Đại thừa đã hiện diện trước thời gian đó (Xem tác phẩm của ngài Mã-minh [Aśvaghosa] và kinh Lăng già [Lankāvatāra] nói về Đại thừa). Vào thời gian kiết tập Phật giáo ở Tỳ-xá-li (Vaisali) lúc đó hai bộ phái là Nhất thiết hữu bộ (Sthavīravāda) và Đại chúng bộ (Mahāsānghika) đã hình thành. Đại chúng bộ sau này trở thành Đại thừa. Vì vậy, cả hai Đại thừa và Tiểu thừa đều được xem quan trọng được tồn tại và phát triển. Đó là tại sao chúng ta thấy rằng những người theo phái Tiểu thừa chẳng hạn như Vô-lượng bộ (Sammitīya) và Nhất thiết-hữu bộ (Sarvāstivāda) cũng như Đại thừa đã hiện hữu hài hòa. Khoảng thế kỷ thứ VIII, Phật giáo suy giảm ở Ấn Độ. Lúc đó, Mật giáo bắt đầu phát triển (xem H. Kern's Manual of Buddhism, trang 133). Giới Phật tử đã mượn một số yếu tố Mật giáo (Tāntrism) từ đạo Hindu... Khoảng thế kỷ thứ VII, những người theo phái Du già luận (YogĀchāra) của Đại thừa có khuynh hướng học những yếu tố Mật giáo (Mantrayāna) (Xem Modern Buddhism, trang 39.). Thế kỷ IX, học thuyết của bộ phái Mật giáo này được chấp nhận ở vùng Vikramasila và nhiều nơi khác. 'Adikarmavachana' và nhiều kinh sách khác của Mật giáo này cũng được biên soạn trong giai đoạn này. Khoảng thế kỷ X, một học thuyết mạnh mẽ hơn xuất hiện là Thời luận giáo (Kalachakrayāna, một chi nhánh khác của mật giáo). Kālachakrayāna dịch nghĩa là 'Phương pháp trốn thoát sự hủy diệt và ông Waddel đã giải thích phương pháp này như là một khoa nghiên cứu ma quỷ. Rất đúng! Bởi theo ý đó, Đức Phật được mô tả như là một Quỷ Đạm tinh (Piśācha). Bộ phái này rất hịnh hành tại Nepal được xem là Kim cang thừa (Vajrayāna). Những tu sĩ, Phật tử lập gia đình thuộc về Trung thừa theo bộ phái này rất đông. Họ tin rằng một người có thể chuyển từ nghiệp giới (Kamaloka) đến sắc giới (Rūpaloka). Tiến xa hơn nữa là chuyển đến Vô sắc giới (Arūpaloka). Niết bàn (Nirvāna) sẽ đạt được ngay khi vị ấy hòa nhập bản thân mình với Vô ngã (Niratmā). Học thuyết này lan rộng và thịnh hành khắp Nepal và Tây tạng (Tibet) (xem Grunwedel's 'Mythologie des Buddhismus', trang. 51, 94, 100, 101).

Tụng kinh Chuyển Pháp Luân (*Dhamma- chakra-pravartana*) tại đại tháp Dhāmekh Stupa, nơi Đức Phật giảng pháp đầu tiên.

3.4. SỰ ẢNH HƯỞNG CỦA MẬT TÔNG TẠI SĀRNĀTHA

Việc thờ thần và nữ thần đang thịnh hành tại *Sārnātha* lúc bấy giờ. Phật giáo đã mượn sự thờ cúng các vị thần mật giáo từ đạo *Hindu* như *Tāra*, *Chāmundā*, *Vārāhī* và nhiều nữ thần khác cũng được đạo *Hindu* thờ trước đó. Mật giáo và Kim cang giáo mượn những vị thần từ Purāna và có thay đổi chút ít hoặc thêm các tên thần vào. Những vị thần như *Janglitārā*, *Vājravārāhi*, *Vajratārā*, *Mārīchi* và nhiều thần khác được đổi mới đặc biệt.[90]

Đạo *Hindu* cũng vậy, đã mượn việc thờ nhiều thần và

90 Tārā Tantra (V.R.S.), Introduction by B. Akshay Kumar Moitra C.I.E., B.L., trang 11, 21

nữ thần từ mật giáo. Bồ-tát Văn-thù sư-lợi (*Mañjuśri*), Phổ-Hiền (*Samantabhadra*) và Bồ-tát Quan-thế-âm (*Avalokiteśvara*) là những vị Bồ-tát của đại thừa Phật giáo và được thờ phượng suốt trong thời kỳ của vua *Kushāṅa*s và *Gupta*. Những thế hệ theo sau, đạo *Hindu* thờ ngài Văn thù (*Mañjuśri*) như Ngũ-tự-văn- thù-sư-lợi bồ-tát / Diệu-âm bồ-tát (*Mañjughosha*), A-súc-bệ Phật (*Akshyobhya*) như là thần *Śiva* hoặc *Rishi* như là thần *Bartāli*.[91]

Sự ảnh hưởng của mật giáo đã lan truyền đến nhiều nơi trên đất Ấn. Ở *Sārnātha* cũng vậy, chúng ta có thể thấy nhiều hình tượng của Sakti nghĩa là những vị thần Kim cang *(Tārā*) [No. B (f) 2, B (f) 7], *Vajratārā* [No. B (f) 6] và *Mārīchi* [No. B (f) 23]. Những tượng này được đúc trong thế kỷ thứ IX-X dưới sự ủng hộ của các vua dòng *Pāla*. Hầu hết có thể nói các vua Pāla là những người theo kim cang thừa (*mật giáo*). Điều này được nhà sử học Tārānāth[92] chứng minh cũng như có sự kiện rằng vua đã xây những ngôi đền ở Vikramaśilā, trung tâm của mật giáo. Vì vậy, chúng ta chắc chắn rằng những nhà mật giáo cũng như kim cang thừa đã hiện hữu ở những ngôi tu viện ở *Sārnātha* (*Dharmachakravihāra*) vào thế kỷ thứ IX- X. Những vị vua Pāla cũng đã xây những ngôi đền cho thần *Śiva*. Họ cũng đã thờ *Śiva-Śakti* theo giống như Phật giáo.

91 Xem Introduction to Modern Buddhism by M.M. Hara Prasad Śātstri C.I.E., trang 12, vā N.N. Vasu, Archaeological Survey of Mayurvañja, tập I, Introduction, trang XV; Taratantra, Introduction, trang 14.

92 "Tārānāth đã thêm rằng suốt trong thời trị vì của triều đại Pāla có nhiều vị pháp sư của Mật giáo. Mantra-Vajrachārya, những người thông thạo nhiều loại Siddhis để thực hiện những phù thuật kỳ lạ'. Kem, Manual of Buddhism, p. 135, Tārānāth 201.

3.5. SĀRNĀTHA TRONG THẾ KỶ XI

Cuối thế kỷ thứ X, kinh đô Kānyakubja đã chia cắt và chỉ có danh tánh tồn tại. Lại nữa, nhiều cuộc xâm lăng của Subaktagin và Sultan Mahmud đã khiến kinh đô Kānyakubja gần như tàn rụi. Năm 1018, khi Sultan Mahmud xâm chiếm Kanauj, vua Rājyapāl đã trốn khỏi kinh đô của mình, nhưng vua vẫn không giữ nổi mạng sống. Tình hình các ngôi tháp *Sārnātha* cũng trong tình trạng suy giảm. Sau khi xâm chiếm Kanauj, Mahmud đã giữ lấy Katehar *(Rohilkhand).* Theo như một số nhà lịch sử, Mahmud cũng đã đánh phá các ngôi tháp ở Ba-la-nại và *Sārnātha.*[93] Ông Ramāprasā nói rằng Ba-la-nại nằm trong kinh đô Gauda và được quân đội Gauda bảo vệ và như vậy sẽ được an ổn bảo vệ tránh khỏi sự tàn sát khủng khiếp của Mahmud.[94]

Cuộc hành quân đến thánh tích *Sārnātha này phải xảy ra trước khi sự trùng tu ở Sārnātha* (trước năm 1026). Việc khôi phục không thể ngay lúc quân Mahmud xâm lăng hay ngay sau đó. Những nhà lịch sử Mahomedan (Hồi giáo) cũng trình bày rằng Ba- la-nại đã không có quan hệ gì với Mahomedans trước cuộc xâm lăng của Nialatigin (trước năm 1033).[95]

Sārnātha được hưng thịnh trong suốt triều đại của những vị vua Pāla. Vào năm 1017, khi xứ Ba-la- nại bị dày xéo bởi sự xâm lăng càn quét của Mahmūd Ghaznī,

93 Tuy nhiên, điều này là chắc chắn. Năm 1026, một cuộc trùng tu các thánh tích ở Sārātha được thực hiện và chúng ta có thể nối kết sự kiện khôi phục này với việc Mahmud của Ghazni chiếm đoạt Banāras năm 1017. Sārnātha Catalogue, Vogel's Introduction, trang 7.

94 B.C. Bhattacharya, The History of Sārnātha or the Cradle of Buddhism, Delhi: Pilgrims Revised Edition - 1999, trang 54.

95 Tankhus Subaktigin, Elliot's History of India, tập II, trang 123.

thì những công trình của *Sarnātha* cũng trải qua một cuộc tàn phá. Điều này được minh họa qua một bia khắc của triều đại Mahīpāla năm 1026, khi hai anh em Sthirapāla và Vasantapāla đã trùng tu lại hai tháp Dharmarājikā và Dharmacakra (Pháp luân) cũng như đã thành lập thêm một ngôi tháp mới bằng đá có bức phù điêu khắc tám sự kiện cuộc đời Đức Phật (*ashtamahāsthānaśaila-gandhakuti*). Chúng ta biết rằng trong thế kỷ XI, cuộc xung đột chiến tranh giữa Mahīpālā, vua xứ Gauda và vua Gāngeyadeva Kalachuri đã xảy ra vô cùng khốc liệt suốt một thời gian dài và Sarnātha cũng bị ảnh hưởng dưới làn sóng bão táp đó. Sáu mẫu bị vỡ của một bia khắc đã được tìm thấy trong một tu viện ở phía đông của tháp Dhamekha đã ghi rằng một vị tăng đại thừa đã có một bản copy của luận Bát Thiên Tụng (*Ashtasāhasrikā*) vào năm 1058 và đã cúng dường kinh điển cùng những pháp khí khác cho chư tăng tại ở tịnh xá Diệu pháp nhãn (*SadDharmachakra- pravartana-mahāvihāra*) tức *Sārnātha*.

3.6. CUỘC ĐẠI TRÙNG TU SĀRNĀTHA DƯỚI TRIỀU VUA MAHIPALA

Như ta đã thấy do chiến tranh và nhiều nguyên nhân khác, thánh địa *Sārnātha đ*ã trong tình trạng đổ nát rất lâu. Trong thời gian Phật giáo lụi tàn cuối thế kỷ XI nhưng thỉnh thoảng cũng có sức sống một lúc nào đó khi Mahipāla của triều đại Pāla hưng thịnh.

Suốt trong thời vua trị vì, nhiều kinh sách Phật được viết và nhiều tượng Phật giáo được đúc trong nước.

Cũng vào lúc này, Phật giáo Tây tạng được hồi sinh. Chính vua Mahipāla đã mời Hòa thượng Dipankara Śrijñāna hoặc Atisha đến trường đại học Vikramaśīlā và mời ngài làm giảng sư (*Āchārya*). Như vậy, rõ ràng vua của nước này đã đảm nhiệm công cuộc trùng tu ở *Sārnātha* - chiếc nôi Phật giáo cùng với vườn Lâm-tỳ-ni, Nalanda và những nơi khác liên quan đến Phật giáo. Bahu Akshaya Kumar Maitreya gọi thời điểm này '*Thời đại của công cuộc tổng trùng tu.*'

3.7. TRIỀU ĐẠI CHELI

Ngay sau khi hoàn thành xong những công tác khôi phục di tích ở *Sārnātha*, (thông qua luật lệ của triều đại Pāla và kinh đô Chedi).[96] Vào một lúc nào đó, Ba-la-nại và Sārnātha dưới triều đại vua Chedi ở Gāngeyadeva, dường như rằng vị vua này đã không phòng bị cẩn thận kinh đô mới chiếm lấy này, nên đã bị Nialatigin, thống đốc của Lahore dưới sự điều khiển của Ma'su ở Gazni tiến lên cướp lấy.[97] Sự xâm chiếm xảy ra rất nhanh và ba khu đất (*Bazars*) của Ba-la-nại đã bị cướp đi. Rõ ràng lúc xâm lăng, quân đội của Musulman đã không tiến đến *Sārnātha*. Năm 1040, Gāngeyadeva băng hà và con

96 'R.D. Banerjee, The Pālas of Bengal, (M. A. S. B.), trang 74.

97 Cả hai Babu Ramaprasād Chanda và Babu Nagendra Nath Basu đã cho rằng lúc cuộc xâm lăng của Nialatiagin Banāras xảy ra là dưới triều Pāla. Không có bia ký ở Sārnātha thuộc thời Karadeva chứng minh Chedis cai trị Sarnātha lúc bấy giờ. Theo Babu Nagendra Nath Basu cho rằng Banāras cũng bao gồm trong khu vực biên giới của kinh đô Gāngeyadeva. Lời trích dưới đây đã cho thấy về lịch sử Mahomedan như sau: 'Nialatigin bất ngờ đến thành phố được gọi là Banāras và thuộc về vùng của sông Hằng. Chưa bao giờ quân đội Mahomedan đến nơi đây. Elliot, tập I, trang 123.

trai của vua là Karnadeva trở thành người kế vị lãnh thổ rộng lớn này. Có một bản bia ký ghi năm 1042, Ba-la-nại cũng nằm trong vùng đất cai trị của vua.[98] Một bia ký [D (1) 4] ở *Sārnātha* nói rằng vua đã thống trị cả vùng đất này. Bia ký ghi niên đại 810 Kalchuri Samvat tương ứng với năm 1058 tây lịch. Từ bia ký này, rõ ràng rằng nơi này vẫn còn gọi là Tịnh xá Diệu Pháp Nhãn *(SadDharmachakra*). Phật giáo đại thừa đã có ảnh hưởng lớn nơi đây và luận Bát Thiên tụng (*Astasāhasrikā*) là cuốn luận chính cho hệ phái này, được copy tại nơi này vào lúc đó. Bia ký cũng ghi rằng nhân cơ hội lễ Śrāddha giỗ cha hàng năm (793 Chedi Samvat), vua đã trợ cấp cho xây một tỉnh lỵ tên Karnāvati và một ngôi tháp lớn tên Karnameru ở Kāshī (tức Ba-la-nại).[99] Vua Karnadeva cai trị khoảng sáu năm, vì vậy người ta nói ngôi tháp của *Sārnātha* thuộc quyền cai quản của vua khoảng gần nửa cuối thế kỷ thứ XI.

3.8. SĀRNĀTHA TRONG THẾ KỶ XII

Vào thế kỷ XII, Govindachadra (1114-1154) thuộc triều đại Gāhadavāla lên làm vua cả ba vùng Kanauji, Ayodhyā và Ba-la-nại. Hoàng hậu Kumāradevi là một nữ Phật tử thuần thành đã xây một tu viện lớn *Dharmachakra*-jina ở *Sārnātha*. *Sārnātha* được hưng thịnh như một trung tâm Phật giáo lớn nhưng rồi sau đó lại tiếp tục đi vào hoang tàn đổ nát.

Cuối thế kỷ XI, Kīrtivarmā, vua Chandella ở Mahoba đã đánh bại Karnadeva và cướp lấy kinh thành

98 Vogel, Epigraphia India, tập II, trang 300.
99 Như trên, trang 188 và 305.

rộng lớn cũng như những tác phẩm nghệ thuật của vua Karnadeva.[100] Hầu hết *Sārnātha* lúc đó cũng thuộc quyền cai trị của ông. Sau đó, Chandella mới thiết lập một triều đại mới Gaharwāla ở Kanauj để đánh chiếm Ba-la-nại, Ayodhyā và những kinh đô khác ở phía bắc Ấn.[101] Thành Ba-la-nại (*Banāras*) và *Sārnātha* tiếp tục dưới quyền cai trị của vua cho tới cuối thế kỷ XII. Chúng ta cũng có bằng chứng cho thấy có nhiều cải đổi tốt ở Ba-la-nại và *Sārnātha* dưới triều đại của vua. Cháu nội của vua Chandradeva là Govinda Chandra, vị vua nổi nhất của dòng họ này. Vô số bia ký của vua Govinda Chandra được tìm thấy ở Ba-la-nại và những nơi khác khiến chúng ta biết rằng vua đã nỗ lực rất nhiều để khôi phục lại sự rực rỡ mà Kanauj đã mất. Có thể niên đại cai trị của vua từ năm 1114 đến năm 1154. Vua đã lãnh đạo một đội quân viễn chinh chiếm lấy nước Ma-kiệt-đà (*Magadha*) nơi mà vua đã đụng độ với Lakshmana Sena. Người anh hùng Lakshmana Sena này đã đánh bại vua và đuổi vua chạy đến Prayāg. Lakshmana Sena đã xây nhiều đài kỷ niệm chiến công cũng như những nơi tế lễ ở Viśveśvara và chỗ ngã ba sông Hằng (*Gangā*), Jamunā và Tỳ-xá-li (*Srasvati*).[102] Lakshamana Sena chiếm lấy Ba-la-nại trong một thời gian ngắn. Đầu thế kỷ XII, Kumāradevi, một trong những vị hoàng hậu của vua Govinda Chandra đã trùng tu tháp Dharmachakrājina.

Sankaradevi, con gái của Mahana thuộc dòng Rāstrakūta đã kết hôn với Devarakshita, vua của Pithi.

100 V.A. Smith, Early History of India, (2nd ed.), trang 362.
101 Như trên., trang 355: Chandra Deva, người thiết lập quyền cai trị của mình ở Banāras và Ajodhyā và có lẽ bao trùm cả Delhi.
102 R.D. Banerjee, The Palas of Bengal, trang 106-7.

Kumāradevi là con gái của Sankaradevi. Govindachandra, vua của Kānyakubja đã kết hôn với Kumāradevi.[103] Qua Rāma Pāla Charita, chúng ta biết rằng Mahana là cậu của Rāma Pāla. ông là cánh tay phải của vua Gauda suốt trong cuộc khởi nghĩa Kaivarta. Từ khi Mahana đánh bại Devarakshita, dường như rằng suốt cuộc nổi dậy được nói ở trên, vua Pith đã đứng lên chống lại vua Gauda. Vua Govinda Chandra theo đạo Hindu, nhưng hoàng hậu Kumāradevi lại là một Phật tử thuần thành và đã xây một ngôi tháp ở *Sārnātha*, trùng tu lại một tượng Phật cùng những pháp khí khác. Có một công lệnh ghi rằng Mahādeva đã chỉ định Govindachadra cứu Ba-la-nại thoát khỏi cuộc tấn công khủng khiếp của quân đội Thổ nhĩ kỳ. Từ điều này, dường như rằng ngay sau thời vua Nialatigin, Mahomedan đã tiếp tục xâm lăng Ba-la-nại. Những cuộc nổi dậy này chỉ trong phạm vi nhỏ.[104] Như thế, dường như rằng Govindachadra đã cứu Ba-la-nại thoát khỏi tay Mahomeda cho tới giữa thế kỷ XII.

103 Vua Ballava (ở Pithi), Rastrakūta, Chandra Gadwal

↑ ↑ ↑

Devaraksita + Sankaradevi Madanchadra

↑ ↑

Kumāradevi + Govindachandra

(1114-1154)

104 Những người xâm lăng đã hô hào tham gia cuộc thánh chiến. Cũng được ghi nhận rằng nếu như vậy, thì tự nhiên khi đánh phá Banāras cũng là đánh phá đạo Hindu. Xem Elliot, History of India, tập II, trang 223-224.

3.9. CUỘC XÂM LĂNG CỦA ĐỘI QUÂN HỒI GIÁO

Những ai đọc lịch sử Ấn Độ sẽ như thân thuộc với tên Jayachānd, cháu nội của Govindachandra. Prithvirāj, con rể của ông thì cũng quá nổi tiếng vì vị này nhiều lần đã đánh bại Mahammad Ghotri nhưng rủi thay cuối cùng ông đã bị Mahammad Gotri đánh lại.[105] Do cuộc thất bại này, sự cai trị của đạo Hindu đi đến chấm dứt. Dần dần về sau, các kinh đô phía bắc Ấn lại rơi vào quyền thống trị của Mahomadan. Kutbuddin là thừa tướng của Mahammad Ghotri đã đánh bại Jayachandra vào năm 1193 và đập phá những ngôi đền ở Ba-la-nại. Tajul-ma-Asir, một tác phẩm lịch sử của Mahommeda ghi rằng Mahommada đã san bằng 1000 ngôi tháp và xây những đền thờ Hồi giáo tại chỗ đó. Sau đó, Ghori đã sắp xếp lại bộ phận hành chánh ở Ba-la-nại, những nơi lân cận rồi hướng đến Gazni.[106] Kamilut- tawārikh, một tác phẩm khác của Mahomeda, vua của Ba-la-nại đã được mô tả như một vị vua vĩ đại nhất của Ấn Độ. Lực lượng vũ trang Ghori đã đánh thắng, giết vua Ba-la-nại và cướp lấy vô số tài sản ở Ba-la-nại. Nền đất ngập lụt trong biển máu của những người theo đạo *Hindu* và đã chiếm lấy vô số chiến lợi phẩm. Ghori đã đích thân đến Ba-la-nại và đặt chiến lợi phẩm trên lưng 14,000 con lạc đà đi về hướng Gazni.[107]

Trong tình hình đó, những kiến trúc Phật giáo ở *Sārnātha* cùng với các đền *Hindu* ở Ba-la-nại đã bị

105 Trong khi mô tả sự dũng cảm của Rajputs, không ai có thể vượt quá giới hạn của sự thật. Xem Lane Poole, Mediaeval India, trang 61.

106 Elliot, History of India, Tập II, trang 223-4.

107 Như trên, trang 250-1.

Mahomada đốt cháy phá hủy.[108] Như hậu quả khủng khiếp của tai hoạ này, những ngôi tháp ở *Sārnātha* không bao giờ sống trở lại nữa. Lịch sử đương thời của Ấn Độ đã không ghi về nơi này. Dường như rằng vua Hồi giáo Mahomeda đã không biết rằng đạo *Hindu* là khác với đạo Phật. Đó là tại sao từ '*Phật*' không thấy được nói đến trong bất cứ cuốn lịch sử nào của ông.

3.10. SĀRNATHA SỤP ĐỔ

Để hiểu bí mật của sự sụp đổ tháp Dharma- chakra (Pháp Luân), chúng ta cần thiết phải nghiên cứu những nguyên nhân dẫn đến sự suy tàn của cộng đồng Phật giáo ở Ấn Độ. Sau khi vua *Harşa* băng hà, phía bắc Ấn đã bị chia cắt thành nhiều kinh đô nhỏ và sự thay đổi chính trị đã ảnh hưởng trong giới Phật giáo. Lại nữa, đây chính là thời mà Kumārila và Sankara đang phát triển và đã giáng một cú cuối cùng để tiêu diệt Phật giáo. Họ không chỉ đánh bại những người Phật tử trong những bài giảng đạo *Hindu* mà còn xây nhiều ngôi đền thờ thần Siva ở nhiều nơi khác nhau để làm sống lại tôn giáo thờ thần Siva (*Saivism*) ở Ấn Độ.

Từ thời gian đó trở đi. Saivism và Śaktism đã bắt đầu nổi lên mạnh mẽ. Mặc dù thỉnh thoảng những vua *Hindu* bấy giờ đã trợ cấp cho giới Phật giáo nhưng phần đông dành cho *Hindu* nên *Hindu* đã có một sự tiến triển khá nhanh. Kết quả của những điều này là Phật giáo suy tàn rất nhanh. Sự xuất hiện của người Ả Rập trong

108 Rõ ràng sự phá đổ khủng khiếp đạo Hindu trong Hindusthan đã dẫn đến sự tiêu diệt cuối cùng và loại bỏ nơi thiêng liêng 'Chuyển bánh xe pháp' này, Sārnatha Catalogue, Vagel's Introduction, trang 8.

thế kỷ thứ VIII cũng góp phần trong vấn đề suy giảm của Phật giáo. Tuy nhiên, sự giảm sút đạo đức của tăng chúng mới là nguyên nhân chính cho sự sụp đổ này. Đạo *Hindu* từ từ không kính trọng Phật giáo nữa. Một tai biến nữa là cú bộc phát cuối cùng giáng lên làm sụp đổ Phật giáo là thế kỷ XII, khi quân Thổ nhĩ kỳ Mahomada đã đổ vào Ấn Độ giống như bầy châu chấu nuốt lấy con nhện nhỏ. Những kinh đô của *Hindu* ở phía bắc Ấn Độ cũng đã rơi vào tay chúng, những tu viện, đền tháp bị san bằng như đất liền, đất nước chìm vào biển máu và cộng đồng Phật giáo cùng chung số phận cuối cùng cũng bị tiêu hủy. Sự sụp đổ các kinh đô *Hindu* không dẫn đến sự sụp đổ nền văn minh Hindu. Ba-la-nại đã bị tàn phá, nhưng rồi nó cũng sống lại được. Tuy nhiên, những ngôi tháp ở *Sārnātha* thật khó sống trở lại nữa.

3.11.TÓM TẮT CHƯƠNG 3

Chương 3 giới thiệu Sārnātha vào thời trung cổ (thế kỷ VII đến thế kỷ XII) và mô tả cuộc nội chiến (xung đột giữa Mahipāla, Gauda và Gāngeyadeva Kalachuri) và các cuộc chiến tranh nước ngoài (Mahmūd Ghaznī và những kẻ xâm lược Thổ Nhĩ Kỳ theo đạo Hồi).

Chương 3 cũng mô tả chi tiết các cuộc đấu tranh tôn giáo của Ấn Độ giáo (Hindu Kumārila và Sankara) và Hồi giáo (các dân tộc Ả Rập) chống phá Phật giáo. Sārnātha và nhiều đền thờ Hindu ở Banāres bị hư hại nặng nề, thậm chí bị sụp đổ sau hỏa hoạn và sự tàn phá của kẻ thù. Sự suy thoái đạo đức trong tăng đoàn và sự ảnh hưởng xấu từ bạo lực bên ngoài là những nguyên nhân chính dẫn đến sự suy tàn của Phật giáo ở Sārnātha.

3.12. CÂU HỎI THẢO LUẬN

1. Hãy miêu tả tình hình chính trị của các vị vua Hindu thời trung cổ.

2. Nhà chiêm bái Trung Quốc O-Kung đã nói gì về Sārnātha trong chuyến viếng thăm của ngài tại đây vào thế kỷ VII?

3. Sārnātha như thế nào dưới thời vua Pāla vào thế kỷ thứ XI?

4. Kể lại việc Kumāradevi, một trong những hoàng hậu của Govinda Chandra, đã trùng tu đại tháp Dharmachakrājina như thế nào.

5. Xin nêu những lý do *đưa* đến sự suy thoái trong việc thực hành Phật giáo ở Sārnātha vào thế kỷ thứ XII thế nào.

Phái đoàn Chùa Hương Sen do Ni sư TN Giới Hương hướng dẫn đang tưởng niệm Đức Thế Tôn tại Sārnātha vào tháng 9 năm 2019.

Chương 4

CÔNG CUỘC KHAI QUẬT Ở SĀRNĀTHA

Khu khảo cổ di tích Sārnātha.

Khoa khảo cổ học đã thực hiện rất nhiều công cuộc khai quật tại khu thánh tích này và rất nhiều những cổ vật nghệ thuật đáng giá được tìm thấy tại đây.

Cho đến nay những cổ vật đã được phát hiện gồm

có những bức tượng lớn nhỏ, con dấu, bia khắc, đồ gốm, bình, chậu, vại lọ và nhiều di vật khác. Các cổ vật này bị vùi lấp dưới lòng đất khoảng 15 thế kỷ từ thế kỷ thứ III trước tây lịch đến thế kỷ XII. Hiện nay những cổ vật này được lưu giữ tại viện bảo tàng Khảo cổ *Sārnātha* cạnh bên.

Một phần trụ đá sư tử của vua A-dục bị bể cũng được đào lên và đã cho thấy trình độ điêu khắc tinh vi của thời đó, đá bóng loáng khiến cho trụ giống như tấm gương và không bị ảnh hưởng bởi khí hậu thời tiết. Các kiến trúc điêu khắc của thế giới không có thể so sánh với kiệt tác cổ đại này. Phương cách để tạc trụ đá này cho đến nay vẫn còn là một điều bí ẩn.

Khách chiêm bái trong lúc thăm viếng nơi này có thể nhìn thấy công trình kiến trúc của thời xưa mà nó đã bị chôn vùi dưới lòng đất trong nhiều thế kỷ, bây giờ mới phát hiện và đã gợi lên một quá khứ huy hoàng của Phật giáo.

Những tàn tích còn lại bao gồm nền của các di tích đền đài, tu viện, chánh điện, hương phòng, trang thờ, nền tháp, sân chùa, mái hiên, đá chấn hoa, giếng nước, đường hầm vv...

Chúng ta cũng đã thấy thế nào các tác phẩm nghệ thuật của Phật giáo ở *Sārnātha* bị hủy diệt. Các ngôi tháp và những kiến trúc khác đã hóa thành một đống gạch vụn mà trong vòng vài năm tới sẽ chìm tan vào lòng đất và sẽ không còn sự chứng nhận về một quá khứ hào hùng nào của nơi đây nữa. Công trình kiến trúc duy nhất có thể bất chấp những ảnh hưởng của sự tàn phá để đứng vững là ngôi đại tháp Dhāmeka đồ sộ. Với sự hiện diện của ngôi tháp này có lẽ gợi cho chúng ta thấy được có thể còn có những cổ vật khác đang nằm ẩn trong lòng quả đất gần xung quanh nơi đây.

4.1. NHÂN DUYÊN SĀRNĀTHA ĐƯỢC BIẾT ĐẾN

Như ở trên đã trình bày vào năm 1794, tháp Dharmarājikā của vua A-dục đã bị một thương gia tên Jagat Singh, xứ Ba-la- nại phá sụp để cướp lấy những vật liệu xây dựng cho dinh thự (Bazaar) đặt tên ông. Dinh thự này đến nay vẫn biết như Jagatganj Mahallā. Jagat Singh biết rằng tại *Sārnātha* đào lên có thể có vô số gạch và đá. Do đó, ông đã thuê nhiều nhân công đến đào xới đất ở nơi này.[109] Sự việc bi thảm tình cờ này đã mang *Sārnātha* đến ánh mắt thế giới hiện nay và sự thật về một thời quá khứ huy hoàng của *Sārnātha* được phơi bày. Họ bắt đầu đào một quãng xa 520 feet đến phía tây của tháp Dhāmeka và lấy ra một đống gạch lớn cũng như một cái vại đá. Bên trong cái vại này có một cái bình bằng cẩm thạch trong đó có nhiều xương, hạt ngọc, bình vàng và san hô. Những gì chứa trong bình này bị đem đổ xuống sông Hằng. Có hai cái bình nữa nhưng không được đựng trong bình lớn cũng được tìm thấy ở đây. Chúng ta không biết liệu những mẫu xương trong bình cẩm thạch có phải là xá lợi của Đức Phật hay của một trong bất cứ đệ tử nào của ngài không? Bên trong hai cái bình này, có một tượng Phật cũng được tìm thấy ở đây. Dưới chân bức tượng Phật là một bia ký của vị vua Mahipāla thuộc triều đại Pāla. Bức tượng này hiện

109 Asiatic Researches (Khảo cứu về Châu á), tập V, trang 131.

nay được trưng bày ở viện bảo tàng tại Lucknow. Một phần của nó được tìm thấy ở Jagatganj. Khu vực nơi Jagat Singh đào tại *Sārnātha* nay được gọi là tháp Jagat Singh. Khoảng đào này rất lớn và hình tròn. Jonathan Duncan là vị cố vấn Ba-la-nại đã viết rất đầy đủ về sự khám phá ngôi tháp này. Tác phẩm tường thuật về cuộc khai quật năm 1798 đã thu hút sự chú ý của quần chúng đối với tàn tích *Sārnātha*.

Ngoài ra, Duncan cũng đã gởi chi tiết những cuộc khai quật này cho báo Asiatic Society of Bengal cùng với hai cái bình cổ kèm theo. Ông cũng chú ý đến ý kiến chung về những mẫu xương được tìm thấy bên trong bình đá hoa. Theo ý kiến của một nhóm người nghiên cứu cho rằng có lẽ một hoàng hậu nào đó chết vào ngày lễ hỏa táng chồng mình và những thành viên sống sót của gia đình hoàng gia đã cẩn thận gìn giữ xương của bà. Một số quan điểm khác cho rằng sau khi hỏa táng một thi thể của một người nào đó, xương của người ấy được giữ ở đây để quăng xuống sông Hằng.[110] Tuy nhiên, ông Duncan cố gắng chứng minh rằng cả hai quan điểm này là sai và cho đó là xương của một trong những đệ tử của Đức Phật. Để ủng hộ cho quan điểm của mình, ông đã đề cập đến tượng Phật được đào lên cũng ở trong một bình đá[111] và do thế có lẽ ngôi tháp này có liên quan đến Phật giáo rất nhiều. Điều này đã tạo nên sự dễ dàng cho những công cuộc khảo cứu sau đó. Ngay khi biết những di vật cổ đại có giá trị lịch sử lớn đang nằm ẩn trong lòng đất ở *Sārnātha*, nhiều cuộc khảo cứu có hệ

110 Dường như đồng ý với quan điểm là xương được quăng xuống sông Hằng.

111 Asiatic Researches, tập IX, trang 203.

thống với nhiều nhà khảo cổ, lịch sử, kiến trúc có thẩm quyền... tham gia liên tiếp như sau:

4.2. MACKENZIE VÀ CUNNINGHAM THỰC HIỆN CUỘC KHAI QUẬT ĐẦU TIÊN

Sau khi khám phá nơi ngôi tháp Jagat Singh, nhiều nhà nghiên cứu đã cảm thấy cần phải khai quật *Sārnātha*. Đại tá C. Mackenzie là người đầu tiên dấn thân vào công cuộc này năm 1815.[112] Cô Emma Roberts, một phụ nữ Anh đã đề cập rằng những người Anh nào đó của Sikrol đã hiếu kỳ đào đất ở *Sārnātha* và thấy nhiều tượng Phật ở đây.[113] Ông Col. C. Mackenzie đã thực hiện vài cuộc khai quật và những di vật cổ do ông tìm thấy được trưng bày trong viện bảo tàng ở Calcutta.

Người thứ hai khởi công đào xới ở *Sārnātha* là Alexander Cunningham, Tổng giám đốc đầu tiên của bộ khảo cổ học, Ấn Độ. Ông đã thực hiện công trình khảo cứu của ông trên hầu hết các nơi di tích cổ đại của Ấn Độ và từ sự nghiên cứu của ông, các học giả sau này dễ dàng nghiên cứu và so sánh.[114]

Năm 1835-36, ông bắt đầu khảo sát ba chánh điện tại *Sārnātha*. Trong khi đào xới tháp Dhāmeka, ông đã tìm thấy một bia ký. Tấm bản bia ký đó hiện đang lưu giữ ở viện bảo tàng tại Calcutta. Những phần quý giá nhất của bản tường trình của ông về tháp Dhāmeka được trích dẫn trong sách 'Ba-la-nại' của tác giả Sherring. Kế đến ông khảo sát tháp Jagat singh và kết luận rằng nơi đây thật

112 Archaeological Survey Report, 1903-4, trang 212.

113 R. Elliot, Views in India, tập II, trang 7 trở đi.

114 Archaeological Survey Report, tập 1, trang 129.

sự là di vật cổ đại của Phật giáo. Công cuộc khảo cứu của ông liên đến tháp Chaukhadi (từ bùng binh Ashapur đi thẳng về khu thánh tích *Sārnātha*, tháp Chaukhadi đứng phía bên phải và đi tới 200m nữa là chùa Thái lan) mang nhiều thành công. Ông đã tìm thấy 50 hoặc 60 mẫu tượng bằng đá trong đống tàn tích của một ngôi chùa gần làng Vārāhipur cạnh *Sārnātha*. Ông cho rằng những hình mẫu này được giữ ở ngôi chùa thuộc làng kế bên, như vậy khi cuộc khủng bố những người thuộc nhiều tôn giáo khác nhau bắt đầu, thì có thể chư tăng đã đến trốn ở đây và mang theo những tượng này theo.

Tiến sĩ Vogel cho rằng quan điểm này có lý. Xem xét một số mẫu đá có chữ khắc của thời đại Gupta, ông đã đi đến kết luận rằng họ đã núp ở đây trong cuộc xâm lăng càn quét của bọn Hung nô (Huṅa).[115] Những bức tượng này hiện nay đang được trưng bày ở viện bảo tàng tại Calcutta và được ông Cunningham giới thiệu chi tiết trong báo Asiatic Society of Bengal. Những cảnh miêu tả về cuộc đời Đức Phật, hình ngài ngồi trên hoa sen với tư thế địa-xúc ấn (chạm đất *Bhūmisparsha Mudrā*), những hình tượng của Bồ-tát Quan thế âm (*Avaḷokiteśvara*) và thần Kim Cang (Tārā) được khắc trên đá. Những bức tượng còn lại bị quăng vào sông Varunā. Cũng một dịp khác, nhiều khối đá được lấy từ *Sārnātha* để xây mống cầu Varunā, ông Sherring đã cho một tường thuật chi tiết về những điều này trong cuốn sách '*The Sacred City of the Hindus*' của ông Cunningham[116] cũng đã phát hiện ra Migadaya (Vườn Nai) có rất nhiều loại gỗ quý, mọc đầy cả một khu vực rộng khoảng nửa dặm từ ngôi tháp

115 Sārnātha Catalogue (Danh mục Liệt kê của Sarnath), trang 112.
116 Archaeological Survey Report, I, 107.

Dhammek đến đỉnh Chukundi về phía Nam.[117]

Sārnātha rõ ràng bị hư hại trầm trọng khi Mahmud Ghazni tấn công Vārānasi năm 1017, mặc dù được sữa chữa lại để tiếp tục chức năng của nó ít nhất trong thế kỷ tiếp, nhưng rồi kết cuộc, *Sārnātha* chỉ là tàn tích của ngọn lửa bốc cháy. Ông Cunningham đã nói:

"Sau mỗi cuộc khai quật được thực hiện tại Sārnātha đã phơi bày những dấu vết của lửa. Tôi đã thấy những khúc gỗ xây dựng bị đốt thành than và những thớ gỗ bị cháy một nửa. Ông Major Kittoe cũng phát hiện giống như vậy, ngoài ra còn có những dấu lửa cháy trên những trụ đá, tàn lộng và tượng... Qua những khám phá được tìm thấy trong suốt công trình khai quật, ấn tượng của một thảm họa khủng khiếp cuối cùng do lửa gây ra đã in đậm trong đầu ông Major Kittoe, đến nổi ông đã tóm gọn kết luận của ông trong vài lời là: 'Tất cả nơi đây đã từng bị sùng lục. Những vị tu sĩ, những ngôi tháp, tượng và tất cả đều bị đốt cháy. Ở nhiều nơi, xương, sắt, gỗ xây dựng, hình tượng nằm rải rác... Tất cả đã dồn lại thành những đống hỗn tạp khổng lồ và thảm hoạ này đã xảy ra tại đây hơn một lần."

Mái hiên chùa với những nét khắc sắc sảo hiện được trưng bày tại Viện Bảo Tàng Khảo Cổ *Sārnātha*.

117 Dictionary of Pali Proper Names (Tự điển Pali), G.P. Malalasekara, Tập I, trang 323 trở đi.

4.3. CÔNG CUỘC KHAI QUẬT CỦA KIẾN TRÚC SƯ KITTOE

Mười hai năm sau thời gian của Cunningham, ông Kittoe là một kỹ sư và cũng là một nhà khảo cổ học đã khám phá một số những tháp, những nền mống chùa và xung quanh tháp Dhāmek và Jagat Singh. Nhưng thật đáng tiếc ông đã chết quá sớm trước khi kết quả nghiên cứu của ông được xuất bản. Bức thư ông viết cho Cunningham là nguồn duy nhất để sự trình bày về những nghiên cứu của ông đã thực hiện. Trong bức thư này, ông đã viết rằng công việc khai quật của ông và khảo cứu ở *Sārnātha* được tin chắc rằng chùa tháp ở *Sārnātha (Migadāva Vihāra)* đã bị lửa đốt phá hủy. *T*rong khi thực hiện cuộc nghiên cứu ở *Sārnātha*, ông cũng là một kỹ sư đang cố vấn xây ngôi trường cao đẳng Queen ở Ba-la-nại. Khi xây công trình này, ông cũng đã dùng vô số khối đá ở *Sārnātha*. Hai nét chữ cổ của giai đoạn *Gupta* được tìm thấy khắc trên đá ở góc đông nam của trường cao đẳng Queen. Những mẫu hình khác do ông Kittoe khám phá đang được giữ ở viện bảo tàng Lucknow.

Năm 1851-52, Major Kittoe, vị Thanh tra của Khảo cổ học đã tìm ra được vô số công trình xung quanh ngôi tháp Dhamekh và một kiến trúc hình tứ giác ở phía Bắc của đền thờ đạo Lõa thể, giống như một nhà tế bần và bây giờ được đánh dấu như tu viện thứ VI trong danh sách các tu viện ở khu Khảo cổ *Sārnātha*.

4.4. CÁC NHÀ KHẢO CỔ THOMAS, HALL VÀ HORNE

Sau ông Kittoe, ông Thomas, giáo sư Fitz Edward Hall của trường cao đẳng Queen, đến ông Horn và Rivett Carnack cũng lãnh trách nhiệm khai quật khu di tích *Sārnātha* nhưng không có gì đặc biệt để nói. Những di vật cổ đại do những vị này khám phá được giữ rất lâu trong khu kín đáo của trường và hiện nay đã chuyển tới viện bảo tàng *Sārnātha*.

Sau đó, ông E. Thomas, rồi giáo sư Fitz Edward Hall và ông C. Horne năm 1865 đã tiếp tục công việc thẩm tra công tác đào xới tại *Sārnātha*.

4.5. CUỘC KHÁM PHÁ SĀRNATHA CỦA OERTEL

Rồi một thời gian lâu, mọi người dường như không còn chú ý đến *Sārnātha* nữa. Những di vật cổ đại như được nói ở trên lại chuyển về hoặc viện bảo tàng ở Calcutta, hoặc là Lucknow. Những cái còn lại từ từ bị mục nát trong lòng đất ở *Sārnātha*. Do đó, một đề nghị để khai quật *Sārnātha* nữa được thực hiện trong năm 1904. Lúc này có một sự kiện xảy ra đưa đến việc trùng tu khu khai quật *Sārnātha* là công nhân đang thi công xây một con đường nối với đường Ghazipur thì tìm thấy một bức tượng Phật nằm sâu dưới lòng đất.[118] Sự khám phá này là nguồn cảm hứng cho các nhà khảo cổ nuôi hy vọng rằng có lẽ còn nhiều cổ vật khác nữa của *Sārnātha* vẫn còn nằm bên dưới. Với sự phê chuẩn đồng ý của

118 Archaeological Survey Report, tập I, trang 125.

chính phủ, ông Oertel, nhà nghiên cứu cổ vật nhiệt tình đã bắt đầu công trình khai quật của mình trong mùa động 1904-5 với sự giúp đỡ của bộ khảo cổ học. Bộ khảo cổ học đã đề nghị chính phủ rằng những di vật cổ đại được tìm thấy ở đây phải được trưng bày ở viện bảo tàng địa phương. Đầu tiên, chính phủ cấp 500 Rs để trang trải những chi phí đào xới này. Nhưng khi kết quả quá tốt và như ý, chánh phủ liền cấp thêm 1000 Rs nữa.

Công trình khai quật của ông Oertel đánh dấu sự khởi đầu của một kỷ nguyên mới trong biên niên sử về công cuộc khảo cứu *Sārnātha*. Thế giới đã mang ơn ông ta cho sự khám phá tuyệt vời mà ông đã cống hiến cho nơi đây. Ông là nhà học giả đầu tiên đã thực hiện công trình đào xới có hệ thống và dựa trên tiêu chuẩn khoa học. Kết quả công trình là 476 mẫu di vật điêu khắc và kiến trúc, 41 bản bia ký được tìm thấy trong mùa đông này. Trong khi đào xới, nơi mà Đức Phật ngồi chuyển pháp luân lần đầu cũng được phát hiện. Danh sách những khám phá quan trọng mà ông Oertel đã thực hiện được như sau:

1. Ngôi chánh điện

2. Tượng Bồ-tát thuộc về thời đại *Kushāṅ* của vua *Kaniṣka*, một ô lộng bằng đá và một bia ký trên trụ sư tử.

3. Trụ đá sư tử có ghi sắc lịnh của vua A-dục, một đầu cột và một phần của đầu cột.

4.Nền của tu viện rộng lớn và một bia ký của vua Aśvaghoṣa.

5. Những tượng Bồ-tát và thần Hindu.

Một tượng thần rất đẹp đượng trưng bày
ở Viện Bảo Tàng Khảo Cổ *Sārnātha.*

Một vùng đất rộng 200 sq feet nằm phía bắc của tháp Jagat Singh đã được khai quật dưới sự giám sát của ông Oertel. Ông đã phát hiện nền móng của một ngôi tháp cách 200 feet phía bắc ngôi tháp Jagat Singh. Cũng cùng kích cở như ngôi tháp mà ông Cunningham tìm thấy, dài và rộng 95 feet. Cửa chính đối diện về hướng đông, có một cầu thang ba nấc để dẫn đến cửa chính. Nơi đây, có những bàn bằng đá hình tứ giác trên đó có khắc hình Phật, bánh xe pháp (*Dharmachakra*), tăng sĩ, ngôi tháp, vài con nai và những vật khác. Cửa chính dẫn đến khu vườn 39 x 23 feet. Một bên của khu vườn có một căn phòng. Phía tây của khu vườn, có một nền cầu thang trên đó có hai cột đá cao 7 feet và nền của căn phòng bên trong ngôi tháp. Giữa nền này có hai trụ đá là nơi các tượng thần tọa lạc bên trong. Nó trông giống như những khung trang thờ xây âm trong tường. Xung quanh là khoảng trống. Khoảng trống này rất hẹp, bề ngang một vài nơi chỉ bằng một nửa bàn chân. Phía tây của hai cột đá này là một căn phòng rộng 4 feet và một căn phòng nhỏ hơn không thể nào đến bằng cổng chính. Những cột bên trong ngôi tháp cao 17 feet. Căn phòng phía tây dài 28 feet. Phòng phía bắc dài 7 feet, trong khi phòng ở phía tây và nam thì khoảng 10,5 feet và 8,5 chiều dài. Khoảng trống rộng 50 feet ở phía đông của ngôi tháp thì rất thoáng. Nơi này, một khu vườn có những mẫu đá nhỏ vẫn còn thấy. Một phần của bức tường phía đông của ngôi tháp cũng như cái nền của nó làm bằng gạch. Trừ phần này và trụ cột nói ở trên, ngôi tháp này được xây bằng gạch dài. Một cuộc khảo sát những khối đá này đã kết luận rằng chúng vốn không phải thuộc ngôi tháp này.

Một số khối đá có khắc hình Phật. Vài nơi khắc những con thiên nga trên một hàng xen kẽ là những hoa sen. Bên cạnh đó là những tàn tích của ngôi tháp xây bằng những khối đá nhỏ. Phía *đ*ông của ngôi tháp, có tượng Phật ngồi trong tư thế địa xúc ấn (*Bhūmisparsa mudra*) cao khoảng 4 feet nhưng đã bị gãy đầu. Bên cạnh đó có khắc sáu ngôi tháp ở ba hàng, có hình người phụ nữ và đứa trẻ đang chấp tay quỳ lạy ở cửa sổ. Mặt khác của cửa sổ là hình một phụ nữ đang múa. Bia ký ghi tháp này do Sthavira Bandhugupta cúng dường. Không có gì đặc biệt ở phía đông tháp. Trong căn phòng ở phía nam của khu vườn sau có một bức tượng Phật bị gãy đầu cũng được tìm thấy. Bức tường phía nam cao 12 feet. Phía dưới bức tường phía tây của phòng này, có một ngôi tháp nhỏ rất cổ được phát hiện. Nền của ngôi tháp này có bốn cạnh và làm bằng gạch. Các phía của tháp đều có những rào chắn đá giống như các rào chắn ở Sānchi và Bharhut. Rào chắn này thì góc vuông và mỗi phía dài 8,5 feet hiện giờ đã bị bể. Cũng có hai hay ba nét chữ được khắc ở đây, nhưng rất mờ không đọc được. Phía bắc của ngôi tháp này hình tròn. Ở đó có một bức tường cao 10 feet và rộng 21 feet.

Được biết rằng khi khai quật bức tường được xây lại này, nhân công đã thấy ngôi tháp và rào chắn bị chìm trong đống gạch. Có thể dễ dàng đụng bể chúng, nhưng họ đã khéo léo dùng mọi cách có thể để bảo quản chúng. Một số những ụ gạch được xây chồng trên những ụ gạch khác cũng được bảo quản lúc khai quật. Có một nền dài 45 feet đến phía đông nam của ngôi tháp. Nó đã tạo thành một đường ranh biên giới phía đông của khu khai quật. Phía tây của nơi này có nền bốn ngôi tháp gạch xây chồng lên nhau và phía tây của bốn tháp này có nền móng của hai ngôi tháp nhỏ khác. Một trong chúng có một phiến đá và bia ký với nét chữ Kutila được tìm thấy. Những nét chữ này bị lu mờ, vì vậy không thể nào giải mã được.

Từ khoảng trống phía tây của chỗ này cho đến đường ranh biên giới phía tây của vùng khai quật, chúng ta sẽ thấy lô nhô đầy những ngôi tháp tạ ơn nhỏ và nền tháp. Phía nam cạnh đó là nền của bốn ngôi tháp, có tượng một vị Bồ-tát, một ô lọng bằng đá và một cột trụ đá, tất cả đều thuộc về triều đại vua *Kanişka*. Ô lọng bị bể từng miếng trong khi tượng đá và cột trụ bị bể thành ba phần.

Hai dòng chữ khắc ở dưới chân tượng Bồ-tát và bốn dòng khác ở phần thứ năm thì giống như bốn dòng đầu khắc trên cột đá. Từ sự hiện hữu của bia ký này ở phía sau của bức tượng, Tiến sĩ Vogel đã phỏng đoán rằng những bức tượng này vào những ngày đó không đặt gần với những bức tường của ngôi tháp như chúng được đặt bây giờ.[119] Trong lúc khai quật chung quanh tháp Jagat Singh, một con đường xây bằng gạch xung quanh ngôi tháp cũng phát hiện.

Trong bản đồ của mình, Cunningham đã chỉ rõ vị trí bốn ụ đất chung quanh tháp Jagat Singh. Và chỉ có ụ phía nam là còn đứng đến ngày nay, những ụ khác bị quăng đi trong quá trình khai quật. Phía tây của ụ đất này, ông Oertel xây một ngôi tháp giống mẫu như những ngôi tháp cổ đại và nó được xây trên nền ngôi tháp cũ. Một phía của nó, có khối gạch khắc 'năm 1904'. Từ vị trí này đã tạo thành một ranh giới phía nam của khu đào xới. Một số những di vật cổ đại được đào lên từ lòng đất phía tây của ngôi tháp. Phía trước cửa phía tây và khoảng 10 cubit[120] phía tây của nó là một trụ cột đá có khắc sắc lịnh của vua A-dục.

Bên cạnh trụ cột vua A-dục có hai bia ký khác. Một trong chúng ghi ngày thứ 10 của 15 ngày đầu tiên trong mùa xuân của năm thứ 34 vua Aśvaghoşa trị vì. Một bia ký khác đề cập đến sự cúng dường. Chữ viết của hai

119 Annual Progress Report of the Superintendent of the Archaeological Survey of the United Provinces & the Punjab, (Tổng kết Báo cáo thường niên về Khảo cổ học của toàn Quận và Punjab), 1905, trang 57.
120 Đơn vị đo chiều dài ngày xưa bằng 45 cm 72.

bia ký này thuộc niên đại trễ sau này. Trụ đá được tìm thấy ở một cái rãnh sâu 10 cubit. Ba dòng đầu tiên của vua A-dục đã bị mờ. Trụ đá bây giờ đã bị bể. Giống như những trụ đá sư tử A-dục khác, nó có hình đầu bốn con sư tử trên đỉnh. Dưới đầu sư tử là hình chuyển bánh xe pháp (*Dharmachakra*). Vài yard[121] xung quanh cột này cũng được khai quật lên. Một phần cột trụ phía dưới cùng không còn độ bóng nữa, nhưng phần trên thì bóng đẹp và nhẵn sáng như gương. Có một rào chắn bằng đá thuộc niên đại vua A-dục xây xung quanh cách cột trụ sư tử 1 mét. 5 feet ở phía trên rào chắn có một hàng lót đá đỏ giống như ở Mathura. 3 feet ở trên có một mét làm bằng đá lát với kích cở không đều nhau và trên cùng là được làm bằng những mẫu đá nhỏ.[122]

Năm 1904-05, kỹ sư F. O. Oertel đã thực hiện cuộc khai quật theo lời đề nghị của ban khảo cổ học và đã cho ra một tác phẩm "Annual Report' (Báo cáo Hàng năm). Ông Oertel đã khám phá một ngôi tháp chính, cột trụ A-dục và đầu sư tử, khảo sát lại tháp Chaukhandī và tìm thấy nhiều bia khắc và tấm điêu khắc. Đặc biệt, ông đã khám phá ra một tượng Phật nổi tiếng ngồi trong tư thế chuyển pháp luân ấn (thuyết bài pháp đầu tiên cho năm anh em Kiều- trần-như) rất đẹp biểu hiện cho nền nghệ thuật cao nhất của nghệ thuật Phật giáo Ấn Độ trong thời đại Gupta.

Công trình khai quật ở *Sārnātha* bị ngưng lại vài ngày vì việc ông Oertel chuyển tới Agra.

121 1 yard = 1 thước Anh = 0,914 mét.
122 Dịch từ một đoạn trích của bài báo Bauddha Vārānasi, Rakhaldas Banerjee, Published: Sahitya Parishad Patrika, 1313, B.S., trang 163.

Nét hoa văn của các hành lang thời cổ xưa
tại viện bảo tàng *Sārnātha* (Archaeological Museum).

4.6. CÔNG TRÌNH KHAI QUẬT LẦN ĐẦU CỦA J. MARSHALL

Năm 1907, Tiến sĩ John Marshall, Tổng giám đốc của bộ khảo cổ học đích thân điều hành công cuộc khai quật với sự giúp đỡ của Tiến sĩ Sten Konow, Nicholas, Rai Bahadur Dayaram Sahni và Bipin Chakravarti. Lần này đào xới khu vực rộng hơn những lần trước, sẽ kéo dài đến phía bắc. Riêng phần phía nam được đào xới đã lâu. Những hình tượng tìm thấy ở phía bắc thì ít hơn ở phía nam, và những di vật khám phá trước đó vẫn có giá trị hơn vì nhiều lý do. Kết quả của công trình khai quật năm 1907 có 244 bức tượng, 25 bia ký trên phiến đá được phát hiện. Trong những di vật này có 1 tượng Đức Phật [B (6) 173] do Kumāra *Gupta* cúng dường, được phát hiện ở phía nam tháp Jagat Singh. Một tượng khác của Đức Phật được tạc theo kiểu điêu khắc Gandhār [B (6)179] do Dhanadeva cúng dường, được phát hiện ở phía đông bắc của chánh điện và một bia ký của thế kỷ thứ II cũng được phát hiện. Tất cả những di vật cổ khai quật ở *Sārnātha* sau thời gian ông Oertel là những kết quả của công cuộc khảo cứu do ông Marshall thực hiện một mình.

Năm 1907, ông John Marshall đã bắt đầu khai quật và suốt trong hai đợt điều tra ngoài trời, ông ta đã khám phá ra một vùng rộng lớn ở phía nam và bắc của di tích này. Trong đó có ba tu viện thuộc thời đại Kushan sau này và phía dưới là tu viện do hoàng hậu Kumāradevì xây cúng vào thế kỷ XII và nhiều bản điêu khắc khác với bia ký của hoàng hậu.

4.7. CÔNG TRÌNH KHAI QUẬT LẦN THỨ HAI CỦA J. MARSHALL

Với sự giúp đỡ khuyến khích của ông Sten Konow, năm 1908 Marshall lại thực hiện công cuộc đào xới lần thứ hai. Thời gian này mảnh đất nằm ở phía bắc cũng được khai quật. Marshall bắt đầu phát hiện những căn phòng nào đó ở phía bắc của tháp Dhāmek. Theo ông ta, những căn phòng này có niên đại thế kỷ V-VIII tây lịch. Ông cũng đào tất cả phía của ngôi tháp Jagat Singh và đã có bằng chứng biết rằng tháp này được trùng tu bảy lần. Vào thời gian này một số tượng thần Phật giáo và *Hindu* cũng như có 23 bản bia ký cũng được phát hiện. Ngoài ra còn có nhiều đống gạch, con dấu bằng đất nung, vòng hoa bằng đất và những phần bể của cửa cũng được tìm thấy. Những cổ vật phát hiện được gồm có một tượng của Phạm thiên (Mahādeva) cao 12 feet có 10 tay [B. N. (1)], một cái đầu bằng đất nung của thế kỷ I trước tây lịch[123] và một bàn đá trên đó có mô tả truyện Bổn sanh của Bồ tát Nhẫn nhục *(Kshāntivādi).*

Kết quả của công việc này đã thành công ngoài sức tưởng tượng.

4.8. CUỘC KHAI QUẬT CỦA HARGREAVE VÀSAHBI

Năm 1915, ông Hargreave của bộ khảo cổ học đã thực hiện cuộc đào xới trong một thời gian ngắn. Ông phát hiện ra ba bức tượng có giá trị. Dưới chân những bức tượng này có bia ký liên quan đến những sự cúng dường ghi niên đại của Kumāra*Gupta* Isipatana và một số những di vật khác cũng mang tính lịch sử. Năm 1922 và một năm trước đó, Rai Dayārām Sahni đã bận bụi với công cuộc đào xới phía đông của chánh điện và may mắn ông đã mang ra ánh sáng ba ngôi tháp tuyệt đẹp gần tháp Dhāmekh và một ngôi tháp màu nâu đỏ với các mặt có trang hoàng và một số tượng của Phật giáo và *Hindu* cũng được tìm thấy.

Năm 1914-15, ông H. Hargreave đã thực hiện cuộc đào xới tới phía đông và tây của tháp chính và đã khám phá ra một bản bia ký của Kumāra*Gupta* II và

123 Annual Report (Báo cáo Thường niên), 1907-8, ảnh 8.b

Buddhagupta. Sự đào xới của ông đã mang về vô số những bản điêu khắc từ thời Khổng tước (*Maurya*) đến thời trung cổ.

Cuối cùng, ông Daya Ram Sahni đã tiếp tục cuộc đào xới năm đợt liên tục, đã hoàn thành cuộc đào xới di tích từ tháp Dhamekh, chánh điện chính và tu viện II.

4.9. TÓM TẮT CHƯƠNG 4

Chương 4 kể lại rằng những cổ vật bị chôn vùi hơn 15 thế kỷ (từ khoảng thế kỷ II trước Công nguyên đến thế kỷ thứ XII sau Công nguyên) đã được phát hiện tại Sārnātha qua nhiều cuộc khai quật khảo cổ khác nhau.

Trước hết, tình cờ có một thương gia nào đó tên là Jagat Singh đến địa điểm Sārnātha đào đất lấy gạch về xây dựng và phát hiện các nền móng như đền đài. Năm 1815, Đại tá C. Mackenzie là người đầu tiên phụ trách tiến hành khai quật. Sau đó là các chuyên gia Alexander Cunningham (1835-1836), Kittoe (1851-1852), Thomas (1860), Hall (1863), Horne (1865 trở đi), Oertel (1904-

1905), J. Marshall (1907), Hargreave (1915), Sahni (1920), và nhiều nhà khảo cổ khác. Những nhà khảo cổ học lịch sử này đã đóng vai trò quan trọng trong việc đưa các tác phẩm điêu khắc nghệ thuật cổ xưa của Sārnātha ra ánh sáng, nhằm tôn vinh Đức Phật và Phật giáo. Ngày nay, những di tích cổ này được trưng bày tại viện Bảo tàng Sārnātha đối diện với địa điểm khảo cổ.

4.10. CÂU HỎI THẢO LUẬN

1. Xin mô tả câu chuyện nền móng di tích dưới lòng đất ở Sārnātha được thương gia Jagat Singh phát hiện như thế nào?

2. Xin cho biết cuộc khai quật khảo cổ học của Đại tá C. Mackenzie.

3. Những cổ vật nào được Alexander Cunningham tìm thấy trong quá trình khai quật khảo cổ của mình?

4. Mô tả ngắn gọn quy trình mà các nhà khảo cổ-sử học này đã sử dụng trong công việc của họ.

5. Theo quan điểm của bạn, những kiệt tác được phát hiện ở Sārnātha là những hiện vật nào?

Toàn cảnh khu thánh địa *Sārnātha.*

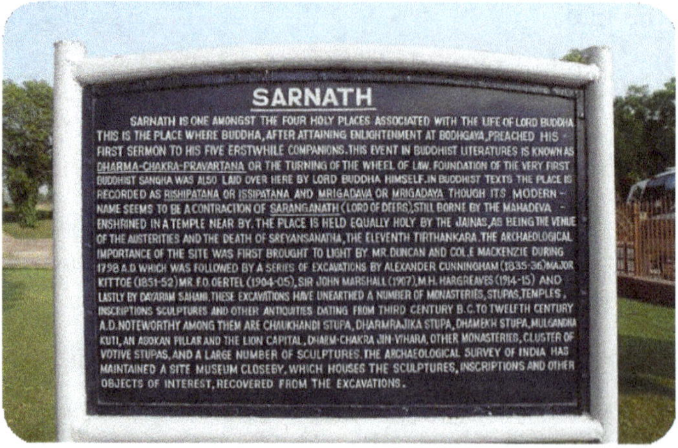

Chương 5

BIA KÝ

Sắc lịnh bằng chữ cổ đại của hoàng đế A Dục (Aśoka) cho Tăng đoàn Phật giáo.

Công cuộc khai quật ở *Sārnātha* phát hiện không chỉ những cổ vật điêu khắc chạm trổ khéo léo mà còn có nhiều bia ký khắc trên đá đã làm sáng tỏ lịch sử của nơi này. Những bia ký đó được dựng ở nhiều nơi khác nhau trong nhiều nhân duyên khác nhau. Nói rộng ra, chúng có thể được sắp xếp theo bốn tiêu đề:

1) Các sắc chỉ.

2) Người làm lễ nhậm chức cho ai.

3) Có tính cách đề tặng.

4) Các tăng sĩ.

Một số chúng được khắc trên đá, trên rào chấn, trên ô dù và một số trên bệ tượng. Bên cạnh những điều này, có một số chữ được khắc trên gạch, con dấu và những bình đất nung. Đứng về quan điểm lịch sử, tất cả những cổ vật này đều mang giá trị cao. Từ hình dáng của những chữ khắc, các nhà lịch sử có thể đoán được niên đại của chúng. Các bia ký ở *Sārnātha* đã được mô tả và bình luận trên nhiều báo Ấn Độ và nước ngoài.

Bây giờ chúng ta tiếp đến bàn bạc các bia ký theo thứ tự thời gian.

5.1. BIA KÝ CỦA VUA A-DỤC

Trong những di vật cổ tìm *được ở Sārnātha*, trụ *đá* A-dục là cổ đại nhất và có giá trị lịch sử nhất. Sự tinh xảo của nó đã thu hút sự ngưỡng mộ đông đảo quần chúng. Ông F. O. Oertel, người khám phá ra nó rất xứng đáng để tất cả các sinh viên nghiên cứu về đồ cổ mang ơn. Nhờ ông, mà đầu trụ sư tử được nâng lên cẩn thận và giữ gìn nguyên vẹn. Hiện giờ đang giữ ở Viện bảo tàng Khảo cổ *Sārnātha*. Phần dưới của trụ bây giờ nằm chôn dưới một tảng đá phía trước cửa phía tây của tháp chính. Bia ký được khắc trên cột trụ này là của vua A-dục. Bên cạnh bia ký của vua A-dục, có hai bia ký nhỏ hơn cũng được tìm thấy ở đây. Một trong chúng ghi ngày thứ 10 của nửa tháng đầu trong mùa xuân của năm thứ 14 vua Aśvaghosa trị vì. Bản bia ký này được bàn bạc trong tạp chí *Royal Asiatic Society* ở London. Bia ký khác nói về sự cúng dường. Cả hai đều được viết bằng chữ Kushāṅa. Ba hàng đầu tiên của bia ký A- dục đã bị bể. Nhưng phần chính của nó vẫn còn nguyên vẹn. Ông Messrs. Boyer, Senart, Thomas, Vogel, Tiến sĩ Venis và những nhà khảo cổ khác đã nghiên cứu tỉ mỉ bia ký này. Mặc dù có khác nhau một số những chi tiết nhỏ, tuy nhiên nhìn chung thống nhất hoàn toàn và có bản dịch chung của nó.

Có một bia ký ghi sắc lịnh của vua ban cho các quan tướng trong kinh thành, tỉnh ly cũng như làng mạc. Ba dòng đầu tiên đã bị mờ đến nỗi không biết ý nghĩa của câu trước. Điều đầu tiên trong bia ký của vua A-dục nói về sự ly giáo trong tăng đoàn do sự tranh chấp bất hòa bên trong nội bộ. Điều thứ hai là sự trừng phạt của triều đình đối với những vị có ý định gây chia rẽ tăng đoàn. Người vi phạm phải bị đuổi khỏi tăng đoàn và rời khỏi tu viện. Ngài Phật Âm (*Buddhaghosha*) cũng chú ý đến điều trừng phạt như vậy bằng cách ban ra những luật lệ cho những vị gây xáo trộn tăng đoàn như sắc lịnh của vua A-dục. Những bia ký tương tự trên cũng có thấy ở những trụ đá ở Sānchi và Allahabad.

Một phần khác của bia ký đề cập đến những thủ tục ban hành công lịnh của hoàng đế như lịnh này phải được công bố giữa tăng chúng tỳ kheo và tỳ kheo ni cũng như ở những nơi công cộng; các quan triều đình phải sao chép đúng sắc lịnh được ghi chép trong triều chính, rồi gởi những bản sao đến tất cả quận huyện nơi thi hành. Bia ký này đối với các học giả nghiên cứu Phật giáo có giá trị cao. Bia ký cũng chứng minh rằng sự nghiêm khắc của vua A-dục đối với các phần tử gây xáo trộn trong Phật giáo. Bia ký đã không ghi niên đại, nhưng theo một số tác giả, nó được khắc trong chuyến hành hương của vua A-dục đến đây. Nếu quan điểm đó được chấp nhận là đúng thì bia ký này cùng ngày với bia ký trụ đá ở Tarai. Nhưng chúng ta chú ý rằng bia ký Prayāg của vua A- dục hình như có niên đại trễ hơn bia ký Tarā, nghĩa là ngày của nó theo sau năm thứ 27 vua A-dục trị vì hoặc 243 trước tây lịch. Vì vậy, chúng ta có thể cho rằng bản chữ khắc *Sārnātha* có cùng niên đại với bia ký ở Allahabad. Hoàng đế đã làm công lịnh tương ứng với giới luật của Phật giáo đã kiết tập lần thứ ba ở Pataliputra (Ba-sấc-ly-tử / Hoa Thị thành). Văn học *Pāli* cũng cung cấp bằng chứng trực tiếp về điểm này.

Bia ký khác của vua A-dục được viết trong thời Khổng-tước (*Maurya*) cổ đại hoặc chữ *Brāhmi*. Đặc biệt ngôn ngữ của bia ký này thì giống như những ngôn ngữ diễn tả trong các bia ký ở Khalsī, Dhaul, Jaugada, Radhiā, Rūpnāth, Bairāt, Sāsārām và Barabar...

Dòng thứ nhất: trong những bia ký, vua A-dục lúc nào cũng dùng tính ngữ '*Piyadassana*' nghĩa là '*người kính tin Thượng đế*' để chỉ cho mình, nhưng trong Purānas, vua A-dục được gọi là *Aśoka*vardhana (A-dục vương).

Bản dịch như sau:

'Đức vua (người ngưỡng mộ Thượng đế) đã ban sắc chỉ... Tăng chúng không được chia rẽ, bất cứ vị nào dù tỳ-kheo hay tỳ-kheo ni phân chia bè phái sẽ bị mặc y trắng hoàn tục và đuổi ra khỏi tu viện. Sắc chỉ này phải được thông báo khắp cộng đồng tăng và ni. Đấng hoàng đế đã dạy: Hãy sao chép lại sắc chỉ này và hãy dán ở những giảng đường của tu viện và một bản sao khác cho các Phật tử tại gia. Những Phật tử tại gia đến bố tát (Uposatha) cần phải biết và thực thi nó. Vào mỗi ngày bố tát, tể tướng (Mahamatra) đều phải đi đến tu viện để thẩm tra.

Trong khả năng có thể, quan hãy gởi sắc lịnh này

đến những nơi thực hành, tất cả những tu viện và huyện làng, tỉnh lỵ.[124]

Bia ký giải quyết ba vấn đề, vì vậy được chia thành ba phần. Phần một nói về sắc lịnh của triều đình. Nếu bất cứ tỳ kheo hay tỳ kheo ni nào cố gây chia rẽ trong tăng đoàn, vị ấy bắt phải hoàn tục và đuổi khỏi tăng đoàn. Có những bia ký tương tự như vậy ở Sānchi và Allahabad.[125] Phần một của những bia ký này đã bị quá mờ. Bia ký đã chứng minh chắc chắn rằng vua A-dục rất là nghiêm khắc trong việc giải quyết việc tăng đoàn và vua như một vị lãnh đạo Phật giáo của triều đình.

Phần thứ hai của bia ký ghi nhận sắc chỉ của vua đưa các quan cao cấp của triều đình. Họ được yêu cầu sao nhiều bản ra để công bố. Bản bia ký chính này được giữ ở *Sārnātha*, bởi vì các giới quan chức cũng như quần chúng Phật tử thường tập trung tại đây vào những ngày bố tát (*Uposatha*).

Bia ký cũng minh chứng rằng trong suốt thời vua A-dục, vấn đề tu tập là một cái gì đó trở nên chễnh mãng và đưa đến tình trạng chia rẽ bất hoà trong tăng chúng. Vua đã nỗ lực bắt buộc tăng đoàn phải tuân theo giới luật Phật giáo và đã đuổi vài thành viên vi phạm quy luật. Lịch sử Phật giáo Tích lan cũng có nói về sự

124 Hòa thượng Minh Châu trong cuốn Đường về xứ Phật, Đại Nam, 1994, trang 62 đã dịch đoạn này như sau: "Đấng Thiên nhơn sư đã dạy rằng, Giáo hội tăng ni không được chia rẽ. Nếu có vị tỳ kheo nào phá hoại giáo hội, vị ấy phải mặc đại y và phải ở một chỗ thanh tịnh chí thành sám hối. Chỉ thị này phải được tuyên bố khắp nơi cho giáo hội tăng và ni chúng được biết. Hoàng đế ban rằng một chỉ thị như vậy được chạm khắc vào chỗ hội họp, chỉ thị ấy phải được triệt để thị hành."

125 Buhler's Paper, Indian Archaeology (Khảo cổ học Ấn độ), tập XIX và Vogel, Epigraphia India, trang 366-67.

kiện này. Saddharma Samgraha của ngài Pháp Xứng (*Dharmakīrti*)[126] đã có nói về vấn đề này rằng sau năm 228 của kỷ nguyên *Parinirvāna*, tăng chúng tỳ kheo ở Ấn Độ đã không trì giữ bố tát trong một thời gian khoảng 6 năm. Vì vậy, hoàng đế A-dục đã tập trung các tỳ kheo ở Aśokārāma. Và Sthavira Tishya, con trai của Maudgali, chủ trì hội chúng này. Cuộc thẩm tra đã diễn ra cho thấy rằng phần đông chúng không phải là tỳ kheo thật sự. Vì vậy, bắt họ phải hoàn tục và đuổi khỏi tăng đoàn. Sau đó, tăng chúng được chọn lọc (thực tu) còn lại tuân trì bố tát lại.

Dòng thứ 8 của bia ký, người giám thị tăng đoàn Phật giáo thực thi dưới sự chỉ định của vua A-dục vào năm thứ 13 trị vì. Thế nên rõ ràng rằng trụ đá vua A-dục không có xây trước sự chỉ định những người giám sát này, nghĩa là năm 255 trước tây lịch.

Bốn rào chắn ở *Sārnātha* đã có chữ khắc trên đó. Chúng được viết bằng chữ *Brāhmi* và ngôn ngữ thuộc Prākrita. Niên đại của chúng có khoảng trước thế kỷ thứ II trước tây lịch.

D (a) No. 13: mỗi một rào chắn này là quà cúng dường của nam nữ Phật tử. Toàn bộ rào chắn được làm từ sự quyên góp của những Phật tử hảo tâm.

D (a) No. 14: dường như đây là do một nữ Phật tử người Ba tư cúng dường. Nhưng Pt. Dayārām Sahni đã cho rằng '*Trụ đá này là món quà do Sīhā và Ganteyikā dâng cúng.*'[127] Chúng ta không biết bản dịch nào đúng.

126 Dharmakirti, Saddharma Samgraha, Edited in the J.P.T.S., 1890, trang 21-89.

127 B.C. Bhattacharya, The History of Sārnātha or Cradle of Buddhism, Delhi: Pilgrims Revised Edition - second print: 1999, trang 128.

D (a) No. 16: đây là một bản bia ký nhỏ bằng nét chữ *Kushāṅa* phía dưới bản bia ký của vua A-dục ghi rằng: '*Năm thứ 40 của vua Asvaghosa, mùa xuân, ngày thứ 10.*'[128]

Tiến sĩ Vogel là người đầu tiên đã mang sắc chỉ này từ lòng đất lên và dịch nó ra.[129] Rồi Tiến sĩ Venis đã giải mã vài nét chữ mà trước đó vẫn chưa giải mã được và bàn bạc nó trong tính học thuật khoa học.[130] Bia ký này được viết trong mẫu chữ Kushāña thuộc loại của Prākrita và theo Tiến sĩ Vogel, thuộc thời đại của *Kaniṣka*. Nhưng chúng ta cho rằng Aśvaghoṣa sống trước thời đại của vua *Kaniṣka* vì nét chữ của bia ký này giống nét chữ của bia ký Mathura thời Śaka Satraps. Một bia ký khác của Aśvaghoṣa được tìm thấy ở *Sārnātha*. Nó được viết giống cùng một nét chữ và trong đó ông được mô tả như một ông vua.

5.2. BIA KÝ DƯỚI TRIỀU VUA KANISKA

Những bia ký trong thời đại *Kushāṅa* có thể thấy ở bệ, phía sau và trên ô lọng của bức tượng Bồ-tát làm bằng đá đỏ và hiện nay được giữ ở viện bảo tàng *Sārnātha*. Niên đại của những bia ký này thuộc năm thứ ba thời vua *Kaniṣka* trị vì. Tiến sĩ Vogel đã mô tả tất cả và đã giải thích chúng khá chi tiết.[131] Trong năm 1862, Cunningham đã khám phá ra một bức tượng tương tự

---

128 Như trên.

129 Vogel, Epigraphia India, VIII, 1905-6, trang 171.

130 Journal of Royal Asiatic Society, Royal Asiatic Society, 1912, trang 701-707.

131 Vogel, Epigraphia India, VII, trang 173-181.

giống như tượng được tìm thấy ở Tỳ-xá-li (*Srāvasti*).[132] Dưới bệ tượng có một bia khắc ba dòng chữ và đã được Rajendralal Mitra, giáo sư Dowson và Tiến sĩ Bloch bàn bạc rất nhiều trên các tạp chí.[133]

Văn hoa trên cột tường rất sắc nét *và xinh đẹp.*

Bia ký ở Tỳ-xá-li (*Srāvasti*) đề cập đến Puṣpa Buddhi và tỳ kheo Bala. Tỳ kheo Bala cúng dường tượng Bồ-tát cùng với một ô lọng và một thanh kéo. Hai bia ký khác ở *Sārnātha* cũng ghi giống như vậy.

Bia ký này là di tích cổ đại nhất có liên kết với tên của vua *Kaniṣka*. Vài sự kiện lịch sử về Kharapallāna và Vanaspara cũng được ghi trong bia ký này. Theo nội dung của bia ký trên ô long, Vanaspara còn gọi là quan

132 A.S.R.I., trang 339, V, VII, trang 86; Tiến sĩ Anderson, Catalogue of Calcutta Museum, I, Calcutta, tr. 194.

133 Tiến sĩ R. L. Mitra, Journal of the Asiatic Society of Bengal, tập XXXIX, part I, 13; Giáo sư Dowson, Journal of the Asiatic Society of Bengal, New series, tập V, trang 192; Tiến sĩ T. Bloch, Journal of the Asiatic Society of Bengal, The Asiatic Society of Bengal, 189, trang 274; R. D. Banerjee, Sahitya Parisad Patrika, 1812, B.S., trang 170-172.

Kshatrapa và Kharapallāna được được mô tả như đại quan Mahakshatrapa. Tiến sĩ Vogel đã cho rằng cả hai người đề cập về giá cả và món quà thực sự là do một tỳ kheo cúng. Vì vậy, ở đây không có gì không đúng để nói nó là do tỳ kheo Bala cúng dường. Mặc dù khác nhau về ý kiến nhưng thật ra liệu hai tượng ở Tỳ-xá-li (*Srāvasti*) và Lộc uyển (*Sārnātha*) có thể được làm cùng một nhà điêu khắc, tuy nhiên rõ ràng rằng tỳ kheo Ba la là người cúng dường cả hai tượng. Có thể hầu hết cả hai Kshatrapa đề cập ở trên là Phật tử và là thống đốc dưới triều vua *Kanişka*. Sự liên quan của họ với hoàng đế Saka được thiết lập trong thế kỷ I trước tây lịch có thể là sự thiết lập về mặt lịch sử. Có lẽ cũng không sai khi cho rằng đại quan Mahākshatrapa và quan Kshatrapa được đặt trách nắm quyền phía đông dưới triều vua *Kanişka*.

Một bia ký khác của triều đại *Kushāṅ*a được khắc trên ô lọng bằng đá. Bia ký này ghi đại ý của một bài kinh do Đức Phật đã giảng tại Ba-la-nại.[134] Và cũng có một bia ký tương tự như vậy cũng được tìm thấy ở *Sārnātha*. Có một vấn đề khác cũng cần chú ý là nó được viết bằng tiếng Pali. Ngôn ngữ này đã có thời là phương tiện truyền đạt chánh pháp của các nhà tiểu thừa truyền đạo. Lại nữa, chúng ta thấy rằng không có bia ký của bất cứ niên đại sau này trong ngôn ngữ Pāli *được khám phá ở phía bắc Ấn. Vì vậy, dường như rằng* Pāli tiếp tục là phương tiện truyền đạt Phật giáo ở Ba-la-nại. Bia ký này là một trong 25 bia ký đã tìm thấy trong công trình đào xới năm 1906-1907.[135]

---

134 Nội dung của bài kinh này giống chương I của Mahāvagga (Đại Phẩm).

135 Annual Report of Archaeological Survey for 1906-7 (Báo cáo Khảo

5.3. BIA KÝ TRONG TRIỀU ĐẠI GUPTA

Người ta nói rằng mặc dù những vị vua *Gupta* bản thân là *Hindu* nhưng họ lúc nào cũng ủng hộ Phật giáo. Vì vậy, suốt trong thời gian họ trị vì, nhiều bộ phái Phật giáo khác nhau đã có ảnh hưởng lớn ở *Sārnātha*. Tường thuật về những bộ phái này có thể tập trung trên những bia ký đá và nhiều nguồn tư liệu khác. Có hai bia ký của hai bộ phái riêng biệt đã được tìm thấy ở *Sārnātha*. Một trong chúng có thể thấy trên trụ đá A-dục và một cái khác ở trên rào chắn của căn phòng phía nam của chánh điện.[136]

Từ việc khảo sát những nét chữ của hai bia ký này dường như chúng thuộc về thời đại Gupta. Tiến sĩ Vogel đã nói rằng niên đại của bia ký thứ nhất thuộc thế kỷ thứ IV tây lịch.[137] Chúng thuộc về bộ phái Phật giáo Độc tử bộ (Vātsiputrīka). Điều này có thể biết từ những tài liệu của Tây tạng. Bia ký thứ hai đã chỉ ra sự ảnh hưởng của phái Nhất thiết hữu bộ (*Sarvāstivāda*). Bia ký đầu dường như có niên đại trễ hơn. Bia ký sớm hơn đã bị mờ và có nhiều chữ Sanskrit cũng được khắc ở đây. Nhất thiết hữu bộ (*Sarvāstivāda*) cũng giống như Chánh lượng bộ (*Sammitiya*) *đã* hình thành một chi nhánh Thượng toạ bộ (Sthaviravāda) của tiểu thừa. Từ nhiều nguồn khác nhau cho thấy rằng Thượng tọa bộ rất phát triển ở *Sārnātha* từ thế kỷ thứ I.[138] Lại nữa, từ nguồn tài liệu của ngài Nghĩa

cổ học năm 1906 -7), Đĩa (plate) XXX.

136 Annual Report 1904-5 (Báo cáo Khảo cổ học năm 1904-5), trang 68; năm 1907-8, trang 73.

137 Vogel, Epigraphia India, VIII, Soá 17, trang 192.

138 Vogel, Epigraphia India, tập VI, số thứ tự P. 172. Một trong những bia ký khám phá gần tháp Jagat Singh trong công cuộc đào xới năm 1907-8 đã đề cập đến những người theo phái Nhất-thiết-hữu-bộ (Sarvas-

tịnh chúng ta biết rằng giữa thế kỷ thứ VII phái Nhất thiết hữu bộ vẫn còn phát triển mạnh mẽ.

Một bia ký đáng chú ý khác của thời đại này được khám phá trong công cuộc khai quật năm 1904-6 là được khắc trên một cột đèn. Từ nét chữ có thể đoán được rằng chúng thuộc thế kỷ thứ IV hoặc V tây lịch.

Nhiều cột đèn *được* khám phá ở *Sārnātha*. Hầu như những nét chữ trên bia ký bị mờ. Những bia ký trên con dấu bằng đất nung *được* tìm thấy ở *Sārnātha* đã giúp Tiến sĩ Vogel hiểu những nét chữ mờ trên. Những con dấu như vậy thường có biểu tượng của bánh xe, con nai...

Những biểu tượng bảng chữ cái được dùng trong bia ký này thuộc thế kỷ thứ VI-VII tây lịch. Rõ ràng rằng đã có thời *Sārnātha* được gọi là tinh xá Diệu pháp nhãn (*Saddharama Chakra Vihāra*). Tên này được tiếp tục biết đến cho đến thời Govinda Chandra như đã ghi trong bia ký. Rõ ràng tên này là để tưởng niệm nơi chuyển bánh xe pháp.

Những nhà nghiên cứu cổ vật không đồng ý tại đây có tu viện Mūlagandhakuti (Hương phòng). Họ cho rằng đây là tên một căn phòng có tượng Phật và ngài Huyền-trang quên không miêu tả.[139] Thật ra, Gandhakuti nghĩa là hương phòng (căn phòng đầy hương), từ Mula (nguồn gốc) thêm vào; tức nơi nghỉ của Đức Phật với đầy hương trầm nhang và những bông hoa tươi thơm ngát. Đó là lý do vì sao có tên Mūlagandhakuṭi.

---

tivadins). Niên đại của bia ký là thế kỷ thứ II tây lịch. Archaeological Survey Report, 1907-8, XXI.

139 Tháp chính được xây trên cái nền của Mula Gandhakuti trong thời đại Pāla.

Bên cạnh đó, nhiều bia ký của thời đại *Gupta* được khắc trên bệ cũng có thể thấy được ở *đây*, như bia ký của Kumāragupta, bia ký bị bể của vua Prakatāditya thời Gupta.

5.4. BIA KÝ THUỘC TRIỀU VUA PALA VÀ KARNADEVA

Sau thời Gupta, vài vị vua Pāla đến thống trị ở *Sārnātha*. Có hai bia ký tìm thấy ở *Sārnātha* đã chứng minh sự kiện này.

Theo mã số trong Viện bảo tàng Khảo cổ *Sārnātha*, bia ký đầu tiên số D (F) 59 đã ghi rằng: Jayapāla dường như là phụ vương của vị vua nổi tiếng Vigrahapāla I. Và Vākapala, phụ vương của Jayapāla là người em út của vua Dharmapāla. Niên đại của vua là 86 tây lịch. Những nét chữ của bia ký này dường như thuộc thế kỷ thứ IX dưới triều vua này.

Bia ký thứ hai số B (c): theo thứ tự thời gian sau Mahipāla là bia ký của vua Karnadeva thời Chedi, có thể thấy bia ký này ở viện bảo tàng Sārntha mang số No. D (1) 8. Bây giờ nó đã bị bể ra từng mảnh. *Ông* Hulzsch đã dán nguyên văn của bia ký ở nơi bia bể này. Bản sao này thì ít có giá trị hơn. Chữ trong bia ký này thuộc chữ Nāgari cổ đại và ngôn ngữ Sanskrit nhưng không theo quy luật văn phạm. Bia ký này do Karnadeva, con cháu của Tripuri thuộc triều đại Chedi năm 810 Kalachuri Samvat nghĩa là 1058 tây lịch ghi có sự hiện hữu của Thượng tọa bộ (Sthaviras)[140]

140 Sthavira = Thượng tọa, cổ nhân (xem A Dictionary of Chinese Buddhist Terms [Trung Anh Phật học Tự điển] with Sanskrit and English

tại Tịnh Xá Diệu Pháp Nhãn (Sad*Dharmachakra Vihāra*) tức *Sārnātha*. Từ bia ký này, chúng ta biết rằng Māmakā, vợ của Dhaneśvara, một Phật tử theo trường phái *đại* thừa, *đã* chuẩn bị một bản luận Bát Thiên tụng (Astāsāhasrikā) và cúng dường cho các tỳ kheo.

Văn hoa trang hoàng trên bề mặt phía tây của đại tháp Dhāmekh, *Sārnātha*.

5.5. BIA KÝ CỦA HOÀNG HẬU KUMARADEVI

Bia ký lớn có 26 dòng này do tiến sĩ Marshall tìm thấy gần tháp Dhamekha năm 1908. Bia ký này mang nét chữ Nāgari cổ đại. Bia ký mô tả hoàng hậu Kumāradevi của vua Govinda Chandra thuộc xứ Kanauj đã xây dựng một tu viện ở *Sārnātha*. So sánh nó với một bia ký khác của Govinda Chandra, niên đại này dường như thuộc đầu thế kỷ XII tây lịch. Bia ký ghi một bảng gia phả của dòng họ vua Kumāradevi và Govinda Chandra. Govinda Chandra đã được mô tả như là một hóa thân của thần

Equivalents, Compiled by William Edward Soothill và Lewis Hodous, Taiwan, 1994, trang 166.

Vishnu để bảo vệ Ba-la-nại khỏi sự xâm nhập của đội quân Mahomeda. Kumāradevi và Sankaradevi là con gái của Devarakshita. Mahana hoặc Mathana là cha của Sankaradevi, cũng là chú của vua Rāmapāla thuộc triều đại Gouda. Ở đây, chúng ta thấy rằng Kumāradevi là con gái của con gái Mathanadeva. Trong dòng 21 của bia ký đã ghi rằng hoàng hậu Kumāradevi xây một tu viện ở Dharma Chakra, *Sārnātha*. Trong dòng 22 và 23, hoàng hậu Kumāradevi đã cúng một đĩa đồng có khắc những lời dạy của Sridharmachakrājina đến Jambuki, một người lỗi lạc ở Pattalikas. Hoàng hậu cũng đã trùng tu bức tượng Sridharmachakrājina trong thời đại vua Pháp A-dục (*Dharmāśoka* – hiệu của vua A-dục). Tóm lại, bia ký này tập trung những vấn *đề* như:

a) Gia phả của dòng Kumāradevi và Govinda Chandra.

b) Một tượng cổ của Đức Phật trong tư thế Chuyển pháp luân (Dharmachakrājina) đang hiện hữu ở viện bảo tàng Khảo cổ *Sārnātha*.

c) Dharmachakrājina Vihāra là tên của ngôi tháp mà có bức tượng đó. Nó có thể là Gandhakuti (Hương phòng của Đức Phật).

d) Đĩa đồng có khắc bài thuyết pháp do Đức Phật giảng tại Ba-la-nại. Tuy nhiên, đĩa đồng này vẫn chưa tìm thấy được.

Vua Moghul Badshah Humayun đã đến chiêm bái *Sārnātha*. Con trai vua là Akbar đã khắc vào một bia ký bằng đá ở nơi đây vào năm 1858 để tưởng nhớ như sau:

Cố hoàng đế Humāyun, vua của bảy kinh đô, vào một

ngày đã viếng thăm đây và làm tăng thêm ánh sáng rực rỡ của mặt trời. Hoàng tử của cố hoàng đế là vua Akbar đã xây một ngôi tháp ở đây để kỷ niệm. Thế nên, ngôi tháp đẹp này đã được xây trong thời đại Hijiri, 996.

Kiến trúc do vua Akbar xây tức là ngôi tháp Chaukhadi (đứng riêng rẽ một mình. Từ bùng binh Ashapur đi thẳng về khu thánh tích *Sārnātha*, tháp đứng phía bên trái, cách chùa Thái Lan khoảng 200m). Bia ký nói trên là được tìm thấy trong ngôi tháp này.

5.6. TÓM TẮT CHƯƠNG 5

Nhiều bia khắc tinh xảo đã được khai quật tại Sārnātha trong nhiều năm. Từ chữ khắc này cho chúng ta biết về lịch sử quá khứ của địa điểm này, đặc biệt là những văn bản liên quan đến các triều đại của Vua A Dục (Aśoka), Vua Kaniska, Hoàng đế Gupta, Hậu Gupta, Pāla, Karnadeva, Nữ hoàng Kumāradevi và những nhân vật quan trọng khác.

5.7. CÂU HỎI THẢO LUẬN

1. Tại sao những dòng chữ khắc trên cột sư tử của Vua A Dục (Aśoka) được xem là kiệt tác của di tích Sārnātha này?

2. Nội dung tấm bia của vua Aśoka nhằm củng cố Tăng đoàn như thế nào?

3. Có phải ngôn ngữ Pali có được sử dụng làm phương tiện ngôn ngữ để thuyết giảng ở Banāres cổ đại?

4. Những tấm bia ký nào đề cập đến các giáo phái

Phật giáo (chẳng hạn như Sarvāstivāda, Sammitīya, Sthaviravada... của Hīnayāna) phát triển ở Sārnātha có niên đại từ thế kỷ I CN?

5. Hoàng hậu Kumāradevi được mô tả qua bia ký như thế nào?

Các chữ khắc cổ đại.

Chương 6

DI TÍCH HIỆN CÒN Ở SĀRNĀTHA

Toàn cảnh thánh địa Vườn Nai, *Sārnātha,* trong nắng sớm.

6.1. DI TÍCH LIÊN QUAN ĐẾN ĐỜI SỐNG ĐỨC PHẬT

Hiện nay có năm công trình ở *Sārnātha* được xem là có liên quan đến đời sống của Đức Phật là *tháp Dhamekh, tháp Dharmarājikā, chánh điện, cột trụ sư tử của vua A-dục* và một điểm gọi là *chankama*, đánh dấu nơi Đức Phật đi kinh hành. Đa phần thường ủng hộ quan điểm cho rằng trụ đá vua A-dục đánh dấu nơi Đức Phật thuyết pháp đầu tiên tại *Sārnātha*, nhưng ở *đ*ây dường như không có đủ bằng chứng để biện minh cho lý luận này, ngoại trừ sự tường thuật của ngài Huyền Trang.

6.1.1. THÁP DHAMEKH: Tên tháp Dhamekh có vài liên quan với pháp của Phật. Cunningham coi từ 'Dhamekh' như là một hình thức sai lệch của từ '*Dharmopadeśaka*'. Hầu như khó có thể chấp nhận điều này, nhưng sự tin tưởng của Cunningham rằng đây là điểm gốc nơi Đức Phật thuyết pháp. Ý kiến này cũng đáng để nghiên cứu. Ông Daya Ram Sahni nói Dhamekh thì giống như '*Dharmeksha*' trong tiếng Phạn, nghĩa là tháp đánh dấu sự suy nghĩ chín chắn của Đức Phật về pháp của ngài. Vấn đề là liệu có đúng với tên gốc của tháp không? Có một vài bằng chứng về chữ khắc đã làm sáng tỏ vấn đề này. Một dấu ấn bằng đất sét thuộc thế kỷ XII được tìm thấy ở *Sārnātha*, ghi '*nơi chiến thắng Dhamāka*' (*Dhamāka Jayatu*). Người ta nói rằng như vậy tháp này có khi gọi là *Dhamāka*, có thể dấu vết tên gốc của nó là *Dharmachakra* (Pháp luân). Có giả thuyết cho rằng bản khắc của vua Mahīpāla năm 1026 đã mượn tên này trong thời kỳ trùng tu tháp *Dharmarājikā và*

Dharmachakra. Những tên này rõ ràng là tên của hai ngôi tháp ở *Sārnātha* này.

Đây cũng có một vấn đề khác liên quan đến di tích cổ của tháp Dhamekh là hòn đá với những hoa văn khắc trang trí thuộc khoảng triều đại Gupta, trong khi tháp gốc thì lại bằng bùn và gạch. Giữa trung tâm của tháp Dhamekh có khoan một cái trục để tìm những di vật dưới nền móng, Cunningham đã khám phá ra nền của một ngôi tháp trước đó bằng gạch của triều đại Khổng tước *(Maurya)*. Điều này có thể là ngôi tháp do vua A-dục xây đánh dấu nơi Đức Phật chuyển pháp luân đầu tiên cho năm anh em Kiều-trần-như. Không có một xá lợi nào được tìm thấy bên trong tháp, nhưng có một phiến đá có những lời dạy của Phật '*ye dhamma hetu-prabhava*' vv... với nét chữ thuộc thế kỷ VI-VII được tìm thấy dưới đỉnh khoảng 91 cm. Đây cũng chỉ ra sự liên kết của nó với *Dharmachakra* (Pháp luân).

Một điểm khác làm sáng tỏ thêm sự xác định này là vị trí của tháp trong mối liên quan với bốn tháp kỷ niệm khác tụ họp với nhau cách tháp Dhamekh 105 mét về phía tây. Bốn di tích này dường như có liên quan đến cuộc đời của Đức Phật ở *Sārnātha*. Từ phía Ba-la-nại đi dọc một đường nhỏ nối thành phố cổ này với vườn Nai (*Mrigadāva* hoặc *Ṛishipatana* | *Rşipatana*), Đức Phật đầu tiên đã gặp năm bạn đồng tu khổ hạnh, những vị này dù thấy Đức Phật đến nhưng vẫn nghiễm nhiên ngồi và không đứng dậy chào. Nhưng khi thấy dung nghi đỉnh đạc và trầm tĩnh của Đức Phật, tất cả họ đã tự động đứng lên tiếp đón Đức Phật. Bài pháp Đức Phật giảng đầu tiên gọi là Chuyển bánh xe pháp (*Dharmachakra-*

pravartana). Nếu công nhận rằng nơi cư ngụ của năm vị ẩn sĩ chính là nơi này, thì nơi Đức Phật chọn cho mình xa hơn đó một chút về hướng tây. Khu vực xung quanh Dharmarājkā và chánh điện dường như là nơi Đức Phật đã trú trong thời gian cư ngụ ở *Sārnātha*. Nơi đây, ắt hẳn có một nơi để ngồi thiền định và đi thiền hành. Điều đó, được xác nhận bởi một sự kiện là trong lịch sử *Sārnātha*, chánh điện được biết đến cùng với một cột móc của Mūlagandhakuti (hương phòng) hoặc nơi đầu tiên Đức Phật dùng để ngồi thiền định. Gần sát chánh điện chắc chắn là nơi Đức Phật dùng để thiền hành. May thay! Bức tượng cao lớn của Bồ-tát do tỳ kheo Bala tạc cúng dường gần phía tây của chánh điện điện giữa giữa Mūlagandhakuti với tháp Dhamarājikā hơi còn nguyên vẹn. Có một bản khắc trên tượng nói rằng nguồn gốc của tượng này được tạc vào thế kỷ thứ III thuộc triều đại Kanishka ở chỗ nơi Đức Phật đi thiền hành (charkama). Như vậy, nơi tọa thiền và đi thiền hành của Đức Phật tọa lạc trong cùng một khu vực.

Những tháp tạ ân rất đẹp
do những thí chủ thời sau này xây cúng dường.

6.1.2. THÁP DHARMARAJIKA: Tháp Dharmarājikā (bị Shri Jagat Singh giật sụp vào năm 1794) do vua A-dục xây để tôn thờ xá lợi của Phật lúc vua phân phối lại xá lợi của bảy tháp đầu tiên và đem thờ ở một số tháp nữa tại nhiều nơi khác nhau. Vì thực tế, một hộp bằng đá được tìm thấy ở bên trong tháp này có chứa một tráp nhỏ đựng xá lợi và tro, nhưng Xá lợi đó đã bị ném xuống sông Hằng theo ý đồ của ông Jagat Singh. Tráp này bị mất, nhưng hộp đá vẫn còn được bảo tồn trong viện bảo tàng Ấn Độ. Việc chọn *Sārnātha* là một trong những thánh địa thiêng liêng nhất của Phật giáo, vua A-dục ắt hẳn đã chọn nơi đây như là một nơi xứng đáng cho việc dựng tháp tôn thờ xá lợi Phật.

6.1.3. CHÁNH ĐIỆN: thẳng phía tây của trụ đá A-dục là nền của một chánh điện có niên đại từ thời Vua A-dục (*Maurya*).

Chính điện là nơi nổi tiếng nơi Đức Phật hành thiền. Phần đế là một loạt nhiều lớp bê tông. Dòng dưới cùng cũng có một phiến đá tri ân (āyāgapatta) có niên đại vào thế kỷ thứ nhất trước Công nguyên. Có hai dòng chữ khác nhau trên mái hiên; cái đầu tiên thuộc về thế kỷ thứ hai trước Công nguyên, trong khi cái sau thuộc về thế kỷ thứ năm CN. Mái hiên được dùng làm cột sáng cho Mūlagandhakutī (Túp lều thơm) ở không gian tiếp theo.

Ở phía đông của chính điện là một con đường xuyên qua một sân rộng hình chữ nhật trưng bày những ngôi đền đổ nát với nhiều kích cỡ khác nhau. Sảnh chính bên trong rộng 64 feet vuông. Xung quanh nó là dấu vết của nền móng các căn phòng. Phía nam có hàng rào của vua Aśoka.

Những người quan sát cẩn thận sẽ kết luận rằng lần cải tạo gần đây nhất được thực hiện gần đây hơn lần đầu tiên.

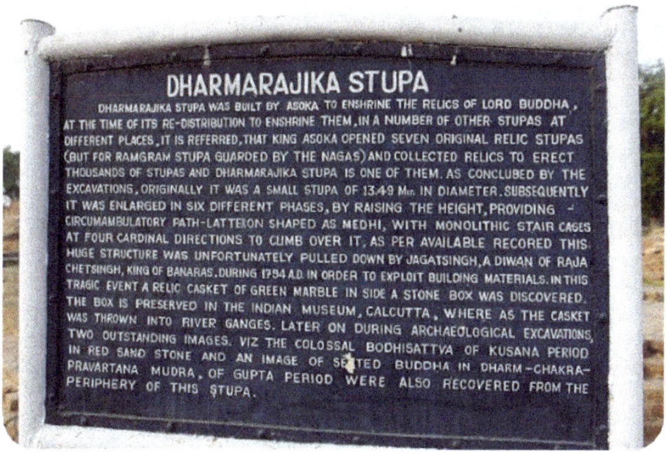

6.1.4. TRỤ ĐÁ SƯ TỬ: Trụ đá với đỉnh sư tử được dựng ở phía tây của chánh điện. Vua A-dục đã dựng một trụ đá này ở *Sārnātha* cũng giống như những nơi khác mà vua đã từng đặt chân đến chiêm bái. Trụ có thể để kỷ niệm nơi Đức Phật đã thành lập tăng đoàn đầu tiên tiên gồm năm anh em Kiều-trần-như (*pañchavargiya*), Da-xá (*Yasa*) với năm mươi bốn người bạn ở xứ Ba-la-nại. Trong lịch sử Phật giáo, sự kiện quan trọng này xảy ra ngay sau sự kiện chuyển bánh xe pháp. Trong trường hợp đó, việc dùng trụ đá để khắc sắc lịnh chống lại sự chia rẽ trong tăng chúng cũng có thể có một giá trị liên quan nào đó.

Bốn trụ đá Vua A-dục bị gãy nhưng các chữ khắc còn đọc được.

6.2. SƠ ĐỒ TOÀN KHU THÁNH TÍCH SĀRNĀTHA

Hiện nay khách hành hương hiện đại sẽ thấy *Sārnātha* với những khu vườn sạch cùng với một vườn Nai xanh mát là một trong những nơi thanh bình và an lạc nhất cho tất cả Phật tử đi chiêm bái nơi này.

Đối với du khách bình thường thoạt nhìn vào vô số đền đài kỷ niệm ở nơi thánh tích *Sārnātha* cổ xưa này sẽ thấy giống như một mớ hỗn độn của những nền gạch và tháp bể không theo trình tự. Tuy nhiên, có thể hiểu được chúng rõ ràng theo trình tự dưới đây:

Các đền đài kỷ niệm này có thể được phân chia thành ba nhóm 1, 2 và 3. Phía nhóm 1 là tháp Chaukhandī đứng riêng rẽ một mình phía bên trái con đường từ Ashapur dẫn tới khu thánh tích *Sārnātha*, cách chùa Thái lan khoảng 200m. Nhóm 2 gồm tất cả các đền đài toạ lạc ngay vị trí khảo cổ *Sārnātha* và có thể phân chia thành bốn hàng đài song song với nhau khi du khách đi từ phía bắc đến tức từ ngoài vào trong và nhóm 3 là vườn Nai. Sơ đồ như sau:

6.2.1. NHÓM 1: Tháp Chaukhandi

6.2.2. NHÓM 2: Có 4 hàng

Hàng 1:

a) Tu viện VII (xây vào thời trung cổ trên một cái nền nguyên thuỷ trước đó)

b) Tu viện V (thuộc triều đại Gupta)

c) Nhà Kho Bà-la-môn (trước dùng để chứa các tác phẩm điêu khắc của đạo Loã thể và Bà-la-môn). d) Đền Shreyanahnath của đạo Lõa thể (Jain)

(Mục c và d thực sự không phải là kiến trúc cổ, nhưng ở đây cũng liệt kê ra để chúng ta dễ nhận dạng).

Hàng 2:

a) Tháp Dharmarājikā bị ông Jagat Singh giật sụp, hiện nay chỉ còn cái nền tròn cao lớn.

b) Tu viện VI (trước đây là nhà tế bần); xây dựng trên một cái nền có trước đó vào giai đoạn *Gupta* tức khoảng thế kỷ VIII –IX.

c) Tháp Dhamekh (nguồn gốc có từ thời Khổng-tước (*Maurya*) và được trùng tu lại trong thời Gupta) hiện vẫn còn nguyên vẹn với những đường nét chạm khắc hoa mỹ trên mặt đá (achchhadaka-paṭṭā).

Hàng 3:

a) Chánh điện

b) Trụ đá vua A-dục

c) Hương phòng (*Mūlagandhakuti*) của Đức Phật

d) Sân của chùa Mūlagandhakuti với nhiều phòng và tháp tạ ơn nhỏ phía bên phải cho tới tháp Dhamekh. Mūlagandhakuti là một kiến trúc phức tạp nhất ở *Sārnātha*.

Hàng 4:

a) Tu viện II (Kushan và Gupta)

b) Tu viện I (tháp *Dharmachakra*-Jina của hoàng hậu Kumāradevī xây cúng thuộc thế kỷ XII)

c) Tu viện III (Gupta)

d) Tu viện IV (Gupta)

6.2.3. NHÓM 3: Vườn Nai

Bây giờ chúng ta sẽ mô tả những công trình này theo thứ tự, khách chiêm bái có thể *được* hướng dẫn *để* biết di tích cổ ở *Sārnātha* này.

6.3. CÁC THÁNH TÍCH HIỆN CÒN

6.3.1. NHÓM 1: Tháp Chaukhadi

Tháp Chaukhandī *đứng* riêng rẽ một mình phía bên trái trên con *đường* từ bùng binh Ashapur dẫn tới *Sārnātha*, cách chùa Thái lan 200m.

Tháp *Chaukhadi* là một mô *đất* lớn trên *đó* có một tháp hình bát giác do vua Akbar xây vào năm 1588 để tưởng nhớ phụ thân của vua là Humāyun đã viếng thăm nơi này. Có một bia ký chữ Ba tư ở đây. Phần thấp của ngôi tháp này dường như không gì hơn chỉ là khối cát đỏ đồ sộ. Có một kiến trúc bát giác làm bằng gạch đỏ đứng trên đỉnh cát này. Chúng ta cũng không thể hiểu vì sao nó có tên Chaukhadi. Năm 1835, Cunningham đã thụt một cái trục dưới kiến trúc hình bát giác này để khám phá, nhưng không có gì quan trọng được tìm thấy ở đây. Vì vậy, ông đã đi đến kết luận rằng nó chỉ là một cái tháp như ngài Huyền trang mô tả. Ngài John Marshall cũng có ý kiến rằng nó gần nơi Đức Phật gặp năm anh em Kiều-trần-như. Năm 1905, ông Oertel đã thực hiện công cuộc đào xới phía bắc của ngôi tháp và khám phá ra rất nhiều cổ vật. Bên ngoài tường của ngôi tháp có một số trang khung để thờ tượng. Ông Oertel cho rằng tháp này cao 200 feet. Nhưng chiều cao hiện tại bao gồm cả gác chuông gạch chỉ có 82 feet. Trên đỉnh của tháp chuông này bao quát một cảnh rộng lớn bát ngát của quang cảnh xung quanh và chúng ta có thể thấy rõ ràng tháp Dhamekha ở phía bắc và đền Dhawjā của Benimādhava (*Aurangzeb minar*) ở phía nam *Sārnātha* này.

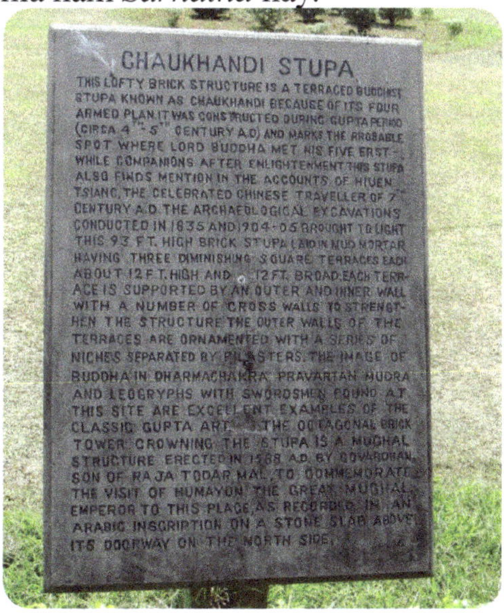

Khi khai quật tại đây thấy có chân tường của một tháp cổ vuông góc với ba mái hiên hình vuông ở trên tháp. Bức tường bên ngoài có nhiều trang thờ âm trong tường. Một tượng Phật Thích-ca với ấn chuyển pháp luân (*Dharmachakra-mudrā*) (B (b) 182) và hai bức phù *điêu được* chạm khắc tinh vi, C (b) 1 và 2, miêu tả một con sư tử và các chàng võ sĩ thuộc phong cách nghệ thuật *Gupta* và cho thấy rằng tháp Chaukhandi này đã tồn tại trong thời Gupta với loại kiểu tháp có mái che. Ngài Huyền Trang đã mô tả như sau:

'Rời chỗ này đi khoảng 2 hoặc 3 dặm về phía nam có một tháp cao 300 feet. Nền rộng và tháp cao được trang hoàng nhiều kiểu nghệ thuật điêu khắc và vật liệu quý hiếm. Các tầng của tháp có nhiều hốc thờ xen kẻ. Mặc dù có một cái cột toạ lạc trên mái vòm nhưng không có những tháp chuông bao quanh. Trước đó một tỉ là ngôi tháp nhỏ. Nơi đây đánh dấu ngài A nhã Kiều-trần-như (Aññа Kondañña) và những vị tăng khác đã tự động đứng lên đảnh lễ Đức Phật khi ngài từ xa đi đến.'

Ni sư TN Giới Hương thăm tháp Chaukhadī năm 2019.

6.3.2. NHÓM 2

Từ tháp Chaukhadi đi bộ thẳng khoảng 10 phút, chúng ta sẽ đến khu khai quật Khảo cổ *Sārnātha* rộng lớn nằm trước mắt ngay khúc cua của đường Dharmapala, ta gọi là nhóm 2, gồm có 4 hàng.

Bước vào cổng thay vì đi thẳng, chúng ta sẽ đi theo con đường hướng dẫn của nghành khảo cổ. Trên lối đi chính phía trái có một bảng hiệu lớn xây trên nền đất bằng đá hoa màu đỏ bóng có khắc nét chữ '*Archaeological Survey of India*' (Khu Khai quật Khảo cổ Ấn Độ). Chúng ta sẽ lần lượt mô tả từng di tích của bốn hàng như sau:

Hàng 1:

- **TU VIỆN VII**: phía bên trái của lối đi chính là tu viện loại trung của thời trung cổ được xây trên một nền nguyên thuỷ của kiến trúc trước kia.

Tu viện này có kiểu dáng bình thường, bao gồm một sân rộng 9.15 mét vuông, bao xung quanh là một dãy phòng và hành lang ở các phía. Có một giếng nước khô có đậy lưới sắt ở miệng giếng. Đường kính giếng 1m x 1m, sâu khoảng 15m nhìn xuống tối thui. Thành giếng cao khỏi mặt đất khoảng 0.5m. Bức tường cạnh giếng có bốn trụ tròn đường kính 0.5m x 0.5m đã bị gãy phần đầu (chỉ còn cao khoảng 0.5m) nên không biết chiều cao thật sự bao nhiêu. Những căn phòng này đã sụp đổ. Nền móng của hành lang đã chỉ cho thấy tu viện V đã bị lửa đốt cháy.

- **TU VIỆN V**: từ tu viện VII băng qua lối đi là tu viện V do ông Major Kittoe khai quật. Như vậy, từ cổng đi vào thì tu viện VII nằm phía bên trái, chính giữa là lối đi và tu viện V nằm phía bên phải. Tu viện V có một sân rộng 15:25 mét vuông, một dãy phòng dài 2.60 mét và ngang 2.45 mét ở bốn phía, có một cái giếng giữa sân, kích thước như giếng của tu viện VII, Phía trước dãy phòng phía trong sân là một mái hiên có những trụ đá đỡ. Phòng chính giữa bên trong là phòng tiếp tân (*Pratyupa-sthānaśālā*), phía trước nó là một mái cổng gồm lối vào và hai gian phòng nhỏ canh gác. Góc phía bắc của tu viện là chánh điện. Cấu trúc này đã tiết lộ cho biết đây là kiểu tu viện thông thường của triều đại Gupta và những giai đoạn sau đó. Một con dấu bằng đất nung với lời Phật dạy và nét chữ thuộc thế kỷ thứ chín được tìm thấy ở một trong những căn phòng.

Ông Thomas đã ghi nhận lời của Major Kittoe rằng: *'Có những mẫu di vật của bánh bột mì làm sẵn trong một chỗ lõm tại căn phòng hướng về góc đông bắc của quãng trường'. Ông Thomas cũng tìm thấy những phần của hạt lúa mì và thóc lúa khác rải đầy ở một căn phòng. Những khám phá này dường như cho thấy rằng có một đám cháy lớn bất ngờ, đầy ngạc nhiên đã phủ ập nhanh khiến chư tăng quăng bỏ lại thực phẩm của họ mà chạy thoát thân. Ông Thomas đã mô tả rất sinh động như sau: 'Những căn phòng ở phía đông có đầy hỗn hợp của những thực phẩm chưa nấu. Sự bỏ đi hấp tấp..., những mẫu đồ gốm, những mẫu đồng thau teo dài ra trên nền bếp chứng tỏ đã bị nấu chảy trong khi đang nấu những bữa ăn hàng ngày. Phía trên những vật này còn có những tàn dư của mái vòm gỗ cháy lốm đốm, với những cây đinh sắt vẫn còn, phía trên lại xuất hiện những mẫu gạch bể hòa với đất và rác đã cao khoảng*

6 feet đến đỉnh những bức tường hiện có. Mỗi một vật đều mang vết tích của ngọn lửa thiêu dữ dội. Bức tường vẫn đứng nhưng đất sét đã thành vôi. Những tác phẩm bằng gạch được nung đến một độ chắc nịch giống như bản thân của cục gạch nung. Tóm lại, những dấu vết tồn tại đã đưa đến kết luận cuối cùng rằng sự phá hủy ngôi tháp do một người nào đó gây ra với thủ đoạn muốn phá hoại bằng cách dùng lửa để triệt tiêu hoàn toàn ngôi tháp hơn là bị những tai nạn hỏa hoạn bình thường.'

Nền móng của một khu khảo cổ Sārnātha.

- **NHÀ KHO BÀ-LA-MÔN**: Nhà kho Bà-la-môn nằm chính giữa tu viện V và đền Shreyanahnath của đạo Loã thể trên một nền đất cao thoai thoải đầy cỏ xanh mượt. Nhà kho không cửa này do ông Oertel xây khi thực hiện công trình khai quật ở *Sārnātha* để chứa phần lớn các tượng gãy hoặc mái chấn nằm rải rác các nơi phơi bày dưới nắng và mưa. Nhà kho khang trang hình chữ nhật có một hàng rào phủ dây leo xanh và bóng mát bao quanh. Nhà kho sơn màu hồng có 32 cột tròn đường kích 0.2m, cao 3m và có khắc hoa sen điểm trang. Nguyên trước kia là nơi để giữ một số các tác phẩm điêu khắc của đạo Lõa thể (*Jain*) và Bà-la-môn đem từ Ba-la-nại đến, nhưng hiện nay đã chuyển đến triển lãm ở viện bảo tàng Khảo cổ *Sārnātha*. Có một số tượng quan trọng như G.1 là tượng Phạm thiên, thần Vishnu và thần Siva được khắc trên cùng một tảng đá; G. 3 là tượng thần Śiva-Pārvati; G. 18 là thần Ganesa bốn tay; G. 29 là thần Vishnu bốn tay và G. 37 là thần Sūrya thuộc thời đại hậu trung cổ.

Thượng tọa Hạnh Nguyện, Ni sư Giới Hương và phái đoàn Hương Sen ngồi nghỉ trưa tại thánh địa Sārnātha ngày 19/9/2019.

- **ĐỀN SHREYANAHNATH CỦA ĐẠO LÕA THỂ** (*Jain*): nằm cách phía tây nam của ngôi tháp Dharmek một tí. Đây là một cấu trúc hiện đại được xây dựng vào năm 1824 để tưởng nhớ sự tu hành khổ hạnh của tổ thứ mười một của đạo Lõa thể là Tirthankara Śreyāmśanātha. Những bức bích họa màu trong ngôi đền mô tả về cuộc đời của ngài Mahavira, nhà sáng lập ra đạo Lõa thể, người cùng thời nhưng lớn tuổi hơn Đức Phật. Ngài sanh ở Singhpur trong làng Bharat, Krishana Akadashi, Visnu Yog. Cha là Vua Kashatriya Singhpur Visnu và mẹ là hoàng hậu Sunand.

Đường đi đến đại tháp Dhāmekh.

Hàng 2:

- **THÁP DHARMARAJIKA**: theo lối đi tiến đến phía bắc một tí, phía bên trái cạnh tu viện VII, ta sẽ thấy nền tròn to lớn cao hơn 1m là tháp Dharmarājikā do vua A-dục xây. Nơi đây vào năm 1794 là một ngôi tháp gạch rất lớn, Dewan Jagat Singh đã phá hủy tháp này để lấy gạch. Một cái bình bằng đá hoa rất đẹp được tìm thấy nơi đây. Nắp bình được triển lãm ở viện bảo tàng Calcutta. Năm 1918, ông John Marshall đã thực hiện công cuộc khai quật ở đây và đã đi đến kết luận rằng tháp gốc được xây trong triều đại vua A-dục và nó được trùng tu 7 lần và xây chồng lên nhau. Sự thật rõ ràng rằng Dharmarājikā do vua A-dục xây. Lần xây dựng sau cùng được thực hiện trong thế kỷ XI cùng với việc trùng tu tháp chính. Nhiều kiến trúc nhỏ nằm rải rác mọi phía của ngôi tháp Jagat Singh do khách chiêm bái đã xây trong nhiều giai đoạn khác nhau. Một bệ tượng B (c) có chữ khắc thuộc triều đại Mahīpāla, năm 1026 được tìm thấy trong nhà của Jagat Singh và hẳn phải có xuất xứ từ tháp này.

Cuộc đào xới cho thấy đã có 6 lần xây rộng hơn dựa trên nền móng cũ. Nền cũ của vua A-dục là 13.49 mét đường kính với gạch 49.5 x 36.8 x 6.4 cm, và những loại khác hình nêm (chữ V) mỏng nhẹ, cở 41.9 x 31.7 x 8.8 cm. Trong triều đại Kushan được xây thêm vào với gạch 38.1 x 26.2 x 7. Lần thứ hai xây vào khoảng thế kỷ V hoặc VI và có xây thêm một con đường thiền hành (*pradakshināpatha*) vòng quanh tháp, rộng 4.88 mét. Bao quanh bên ngoài có một bức tường cao vững chắc 1.35 mét, có bốn cổng đi vào ở bốn hướng. Việc mở rộng lần thứ ba vào thế kỷ VII đường thiền hành (*pradakshināpatha*) được mở rộng ra và gần tháp có đặt bốn lồng cầu thang làm bằng đá nguyên khối. Hai lần xây kế tiếp được thực hiện trong thế kỷ IX-XI. Lần thứ sáu và lần cuối cùng trùng tu là cùng thời với hoàng hậu Kumāradevì xây cúng dường một tu viện vào thế kỷ XII.

Hai tượng nổi bật là tượng Bồ-tát bằng sa thạch đỏ cao lớn được chạm khắc vào năm thứ ba của vua Kanishka và tượng Đức Phật ngồi trong tư thế đang thuyết pháp đều được tìm thấy xung quanh tháp Dharmarājikā.

Sự xây gần nhau giữa trụ đá A-dục và chánh điện chính rõ ràng rằng tháp Dharmarajika đánh dấu nơi Đức Phật chuyển pháp luân đầu tiên. Khi ngài Huyền trang đến đây thấy ngôi tháp này cao hơn 30 mét nhưng hiện nay trông thật là buồn bã chỉ còn nền tròn lớn của tháp cao hơn 1m với nhiều lớp gạch đỏ. Lớp trên cùng được tráng xi măng nên chư tăng và Phật tử chiêm bái thường ngồi trên đây mặt hướng về tháp Dhamekh để tụng kinh hay ngồi thiền.

Ngài John Marshall đã khảo sát kỹ và kết luận rằng tháp Dharmarajika này thuộc về thời đại vua A-dục.[141]

Trở lại những bia ký Mahipāla, chúng ta chú ý rằng sau vài thế kỷ ngài Huyền trang viếng thăm *Sārnātha*, một bia ký thuộc năm 1026 đã được lưu hành dưới triều Mahipāla nói về những công trình trùng tu đã được thực hiện ở khu tàn tích *Sārnātha*.[142]

141 Pt. D. R. Sahni, Guide to the Buddhist Ruins of Sārnātha (Khu Tàn tích Thánh địa Sarnath), tr. 9.

142 Indian Antiquary, tập XIV, từ trang 139 trở đi: Journal of Asiatic Society of Bengal (N.S.), tập II, 1906, trang 445-7; Vogel, Epigraphia India, tập IX, 1907-8, trang 291-3.

- **NHÀ TẾ BẦN VI**: về phía tây của tháp Dhamekh là một căn phòng đơn lẽ. Có thể đây là nhà tế bần bởi vì một số chày, cối giã được tìm thấy ở trong đó. Có thể nó được xây vào khoảng thế kỷ thứ VIII-IX, nhưng là xây chồng trên một nền cũ thuộc giai đoạn Gupta.

- **THÁP DHAMEKH**: Tháp cao 34 mét to lớn đồ sộ này đã nổi trội hẳn lên trong khu thánh tích *Sārnātha* này. Tháp được xây khoảng thế kỷ V để kỷ niệm nơi Đức Phật chuyển pháp luân. Thật ra, nó xây chồng trên nhiều nền móng cũ. Theo ý kiến của Tiến sĩ Venis, từ *'Dhamekha'* (tiếng Sanskrit: *Dharmachakra*) nghĩa là '*trầm tư về pháp*' (Pondering of the Law).

Toàn thể ngôi tháp là một khối đá do vua A-dục xây. Tháp cao 33.53 mét (104 feet) được xây bằng gạch, đường kính của tháp dài 28.50 mét ở nền móng, cao 33.53 mét hoặc 42.06 mét tính luôn nền. Kiến trúc này gồm một khối đá hình tròn như cái trống cao 11.20 mét. Mỗi lớp của khối đá được xây ghép với then sắt kết chặt lại và được chạm khắc rất tuyệt xảo. Phần thấp của ngôi tháp được làm bằng đá lớn có những rầm chia bằng sắt chấn bảo vệ, một số chúng có thể thấy ở trên nền phía bắc, trong khi phần trên của tháp thì làm bằng gạch. Đá nguyên thủy ở phía tây của ngôi tháp đã bị mất cũng như đã bị Jagat Singh tước lấy. Đây là tháp hình bát giác nhỏ lần lên tới đỉnh. Mỗi mặt có một khung thờ, hẳn là trước đó có thờ tượng Phật. Chiều cao của ngôi tháp tạm chia thành ba phần, phần chính giữa là một dãi những điêu khắc phức tạp chạy tròn bao quanh tháp. Hàng trên và dưới của dãi điêu khắc này là hình người, súc vật như ếch, ngỗng, chim và hoa sen với những cuống sen cong mềm mại, trong khi trung tâm của dãi điêu khắc gồm có mẫu điêu khắc hoa văn rất sắc xảo. Vào thời cổ đại, trong những dịp lễ hội, những y phục thêu tuyệt đẹp thường được đặt xung quanh tháp và có lẽ điêu khắc hoa văn trên đá này có thể là tượng trưng cho y phục thêu thùa đó. Những nét hoa văn trên những mẫu đá này biểu hiện nền nghệ thuật điêu khắc của giai đoạn thời Gupta, nhưng qua công cuộc khoan trục của Cunningham đã cho thấy tác phẩm kiến trúc gạch đỏ này thuộc thời đại Khổng tước (*Maurya*) tức khoảng thế kỷ II trước Tây lịch.

Những mẫu hoa văn, đường gạch chéo với những hình ảnh của người, chim muông rất tinh xảo và vô cùng đẹp mắt. Hình ở phía tây của ngôi tháp có thể thật sự khó bì với bất cứ sản phẩm điêu khắc nào của Ấn Độ hiện đại. Hình mẫu trang trí này dường như giống với mẫu vải gốc devadūshya và thảm khắc hoa trang trí mềm mại phong phú này được bao phủ thân của tháp đan kết nhau vô cùng tuyệt đẹp và hoa lệ đã cho thấy sự thành đạt cao của những nghệ nhân thời *Gupta* trong việc phát hoạ hình trang trí dạng cuộn phức tạp nhất. Các học giả Châu âu cũng như Ấn Độ đánh giá cao công trình mỹ thuật này. Kiểu kiến trúc này giống như kiểu điêu khắc bằng tay của những nhà điêu khắc Tích lan. Từ điều này, ông V. A. Smith đã kết luận rằng nghệ nhân Ấn Độ đã theo kiểu Tích lan. Nhưng sự giống nhau giữa hai công trình chưa bao giờ thật sự chỉ ra lớp nghệ nhân nào theo nghệ nhân nào. Đơn giản cho thấy rằng có vài sự nối kết giữa hai cộng đồng nghệ nhân. Đánh giá tác phẩm công trình này dường như chúng thuộc thế kỷ VII. Công trình điêu khắc với những đường nét hoa văn phong phú khác nhau cho thấy nghệ thuật điêu khắc khéo léo của thời xưa.

Cunningham đã trải qua 3 năm từ năm 1834 để khai quật bên trong tháp Dharmek. Năm 1835, ông đã bắt đầu khoan một cái trục từ trung tâm đỉnh xuống tận nền. Sau đó nối nó lên một đường hầm nhân tạo, ông đã đào bên trong từ trên đỉnh của tháp Dharmek này và khám phá một phiến đá mỏng 91.4 em khắc lời dạy của Phật với nét chữ thuộc thế kỷ thứ VI-VII, và có thể được gắn vào tháp ở những niên đại sau này. Thật khó khẳng định sự kiện hoặc nguyên nhân mà tháp hiện diện, có thể để đánh dấu nơi Đức Phật thuyết pháp. Từ những công trình điêu khắc hoa mỹ trên mặt tháp, tháp này được xem là một trong số những cấu trúc thiêng liêng và quan trọng nhất ở *Sārnātha*.

Xa một tí về phía đông bắc của tháp Dharmek là hàng loạt những ngôi tháp nho nhỏ tạ ơn tương đối còn nguyên vẹn.

Đại tháp Dhāmekh nổi bật sừng sững giữa khu khảo cổ.

- Hàng 3:

- CHÁNH ĐIỆN: Chánh điện là nơi Đức Phật thường dùng để ngồi thiền. Nền là một chuỗi nhiều lớp bê tông liên tiếp, lớp này chồng lên lớp kia xây vào nhiều giai đoạn khác nhau. Ở lớp dưới cùng có một phiến đá tạ ơn (*āyāgapatta*) thuộc thế kỷ thứ I trước Tây lịch. Có hai bia ký khắc trên trụ mái hiên chắp vá, một thuộc thế kỷ thứ II trước Tây lịch và cái thứ hai thuộc thế kỷ thứ V sau Tây lịch. Trụ hiên này được dùng làm trụ đèn cho chùa Mūla- gandhakuti (Hương phòng) cạnh bên.

Phía đông của chánh điện là lối vào, phía trước lối này là một cái sân hình chữ nhật rộng lớn và xa hơn nữa là một khoảng sân nhỏ dài có nhiều tháp với đền đài hoang phế đủ loại kích cở. Bên trong chánh điện này cao 64 feet vuông. Chung quanh là vết tích nền của những căn phòng nhỏ. Phía nam có một rào chắn của triều đại vua A-dục.

Nếu khảo sát chánh điện hiện tiền cẩn thận, chúng ta sẽ đi đến kết luận rằng sự trùng tu chánh điện mới nhất có niên đại mới đây hơn là nền nguyên thủy. Nhưng chánh điện nguyên thủy lớn hơn hiện tại vì đường đi mở rộng về hướng đông tức hướng về cổng chính.[143]

- TRỤ ĐÁ A-DỤC: phía tây của chánh điện là phần chân của bốn trụ đá vua A-dục được dựng trong hàng rào sắt cao 2.03 mét. Trụ đá này nguyên thủy cao 15.25 mét được chạm hình bốn con sư tử nổi tiếng trên đỉnh với bốn bánh xe pháp cân xứng khéo léo chèn vào ở

143 Ngài Huyền trang nói rằng Sanghārāma nói rằng 'có nhiều cửa mở hướng về phía đông'. Beal's Buddhist Record of the Western World (popular Edition), trang 74.

giữa khung rãnh dưới mỗi đầu sư tử. Phần chân trụ gồ ghề và tựa trên nền đá lớn, kích thước 20.3 x 15.2 x 45.7 cm. Phần thân trụ được vuốt thon, đường kính ở chân là 71.1 cm và ở đỉnh là 55.9 cm.

Mảnh trụ đá Vua A-dục.

Trên trụ đá có khắc ba bia ký. Bia ký đầu tiên là sắc dụ của vua A-dục bằng chữ Phạn, trong đó nhà vua phản đối việc tạo sự chia rẽ trong tăng đoàn (như đã nói ở chương V Bia ký).

Chiếu chỉ do vua A-dục ban chỉ vừa sau cuộc kiết tập kinh điển lần thứ ba ở Pataliputra (Ba-sấc- ly-tử / Hoa Thị thành). Một sắc lịnh khác giống như vậy chỉ khác những điểm nhỏ cũng được phát hiện ở những trụ đá tại Sanchi và Allahabad. Khi khám phá trụ vào năm 1904, thân bể của cột trụ ở Sārn tha vẫn đứng ở vị trí nguyên thủy của nó, điều này đã chỉ ra rằng nó đã không bị vỡ khi ngả xuống, hay đúng hơn là bị đụng bởi một lực mạnh khủng khiếp, có lẽ chóp nhọn của chánh điện

Mūlagandhakutī (Hương phòng) đã đổ sập trên nó.

Bia thứ hai thuộc giai đoạn Kushan có nhắc đến năm thứ 40 của vua Aśvaghosha. Vị vua này cai trị xứ Kauśāmbi từng có thời cai trị cả xứ Ba-la-nại và *Sārnātha*.

Bia thứ ba được khắc vào thời đầu *Gupta* đề cập đến các tổ sư phái Chánh-lượng-bộ *(Sammitīya)* và Độc-tử-bộ *(Vātsiputraka)*.

Trụ đá Sư tử của Hoàng đế A-dục còn nguyên vẹn và sáng bóng.

- CHÙA MŪLAGANDHAKUTĪ (Hương phòng): Hương phòng này được xây trên nền của túp lều nguyên thủy mà Đức Phật đã từng cư ngụ trong thời gian ngài ở Sānātha, vì vậy có tên 'Hương phòng nguyên thủy" (Original Fragrant Hut). Trong những thế kỷ sau này, nó được trùng tu và mở rộng thành một ngôi chùa lớn. Ngài Huyền trang đã thấy và mô tả như sau:

"Hàng rào lớn của chùa cao 200 feet, trên mái hình trái xoài (Amra) mạ vàng. Nền của chùa bằng đá và cầu thang cũng vậy, nhưng đỉnh chùa và khung thờ thì bằng gạch. Chính giữa chánh điện là tượng Đức Phật bằng đồng địa phương trong tư thế chuyển pháp luân ấn, kích cở bằng như Đức Phật thật. Phía tây nam là một ngôi tháp đá do vua A-dục xây. Mặc dù nền đã bị lún xuống nhưng vẫn còn bức tường cao 100 feet hoặc hơn. Phía trước ngôi tháp là một trụ đá cao khoảng 700 feet. Trụ đá này sáng như màu ngọc bích, nhấp nhánh và chiếu như ánh đèn".[144]

Độ dày của những bức tường đã chỉ ra rằng Mūlagandhakutī rõ ràng cao như ngài Huyền trang đã ước lượng và những mẫu cũ của đá khắc gắn trên tường cho biết chùa được xây lại ít nhất một lần và đã sử dụng những phần của kiến trúc trước. Ngôi chùa trong hình thức hiện nay là có niên đại từ thời Gupta.

Giữa những tháp tạ ơn gần phía tây của chùa Mūlagandhakutī đã tìm thấy mẫu của một ô lọng bằng đá với một phần của kinh Chuyển pháp luân *(Dhammacakkappavattana)* khắc trên đó như:

"Này các tỳ kheo! Đó là bốn chân lý. Thế nào là bốn? Chân lý về khổ, chân lý về nguyên nhân của khổ. Chân lý về sự diệt khổ và chân lý về con đường diệt khổ."

---

144 Beal, Buddhist Record of the Western World (Ký sự Tây du), VII. trang 45-6; Watter's On Yuan Chwang's Travels, Tập I, trang 50. Beal's Life of Hiuen Tsang, trang 99. Độ cao của ngôi Chùa (vihāra) ở đây nói là 100 feet thay vì chỗ khác nói 200 feet.

Bia ký này có niên đại khoảng thế kỷ III tây lịch, được viết bằng chữ Pali và đã chỉ ra rằng Tam tạng Pali đã được phổ biến ở *Sārnātha*. Bia ký này hiện đang trưng bày ở viện bảo tàng Khảo cổ *Sārnātha*.

Hiện nay chúng ta sẽ thấy chùa Mūlagandhakutī có nền cao hơn 1m, cuối sát bức tường trước mặt có bốn trụ vuông vức 0.5mx0.5m. Hai trụ trước cao khoảng 1.2m trong khi hai trụ sau cao khoảng 2m.

Có lẽ đây là trụ để đỡ bàn thờ Phật nên có thấp cao. Chùa hình chữ nhật có tường gạch ở 3 phía, cửa hướng về tháp Dhamekh và có lối đi lót gạch tráng xi măng thẳng tới tháp Dhamekh. Lối đi rộng 2m, dài gần 50m và hai bên là vô số tháp nhỏ tạ ơn.

Bây giờ, chúng ta khảo sát những công trình kiến trúc mà pháp sư Huyền trang tường thuật với những di vật hiện tiền như sau:

a) Tu viện cao 200 feet = chánh điện Mūlagandhakutī (Hương phòng).

b) Tháp đá = tháp Dhamarājikā bị Jagat Singh giật sụp

c) Trụ *đá* = trụ *đá* vua A-dục

Ni sư TN Giới Hương trầm tư tưởng niệm Đức Thế Tôn giữa thánh địa Sārnātha in 2019.

- **RÀO CHẮN A-DỤC**: phía nam của chùa Mūlagandhakutī là rào chắn mà xuất xứ trước kia được đặt ở tháp Dharmarajika. Rào chắn nổi bật này được khắc trên một khối đá nguyên Chunar có độ bóng cao nhất.

Lại nữa, chúng ta nghiên cứu tiếp biểu tượng 'Bánh xe pháp (*Dhammacakra*) *được* khắc trên các hình tượng *ở Sārnātha*, đặc biệt trên trụ *đá* của vua A-dục.

'Dharmacakras' như đã được đề cập trong bia ký Mahīpālalipi như "Sāngam Dharmacakram'. Tiến sĩ Vogel đã dịch từ 'Sāngam' nghĩa là "hoàn toàn và tiến sĩ Venis dường như đã chấp nhận sự dịch này. Sānga Veda nghĩa là Sadanga Veda. Giống như vậy, từ sāngam Dharmacakram nghĩa là Dharmacakra, từ sự kiện rằng *Đức* Phật tại *Sārnātha* đã '*chuyển bánh xe pháp*' và biểu tượng Dharmacakra đã nói lên ý nghĩa đó.

Dharmacakramudrā và ngay cả tên Dharmacakra *Vihāra* là chỉ cho chùa là chỉ cho chùa tháp ở *Sārnātha*,[145] trong một con dấu được tìm thấy trong công trình khai quật ở *Sārnātha đã* khắc như vậy.[146]

Từ đó, chúng ta có thể kết luận rằng toàn bộ kiến trúc gọi là Saddharmacakra (Tịnh xá Diệu Pháp Nhãn) và cả ngôi tháp nhỏ trong khuôn viên đó là chùa Mūlagandha Kut (Hương phòng của Đức Phật). Từ điều này, chúng ta có thể suy ra rằng nhìn chung ngôi tháp hiện tại cùng với những vật phụ thuộc là Sāngam Dharmacakram. Lại nữa, ông A.K. Maitra, nhà sáng lập Vārendra Research Society (Hội khảo cứu Vārendra) đã có ý kiến rằng những biểu tượng Dharmacakram trên trụ đá vua A-dục và những mẫu bể của nó hiện đang trưng bày ở viện bảo tàng *Sārnātha*[147] là đối tượng chính xác mà những từ ngữ trong bia ký Mahipāla đã chỉ ra. Việc trang điểm đầu trụ A-dục với biểu tượng bánh xe pháp (Dharmacakra) là một đặc điểm không thể không phổ biến trong thời cổ đại và chúng ta cũng tìm thấy điều giống như vậy trên trụ *đá* vua A-dục ở Sāñchi.

- **THÁP APSIDAL**: cách trụ đá A-dục khoảng vài thước (gần với chùa Miến-điện) là tháp Apsidal (chaitya) thuộc một cấu trúc cổ đại. Tháp này cao 25 mét, rộng 11.58 mét có khung thờ hình bán nguyệt ở trong cùng. Nhiều cổ vật sắp xếp theo niên đại từ thời Khổng tước (*Maurya*) đến thời Gupta được tìm thấy ở đây. Trong

145 Trong bia ký của hoàng hậu Kumāradevi, chúng ta sẽ thấy Sāmātha được gọi là Tịnh-diệu-pháp-nhãn (Saddharma-cakravihāra).

146 Annual Progress Report for 1915 (Báo cáo Thường niên 1915), Hargreve, trang 4.

147 Sir John Marshall, Annual Report, Archaeological Survey, 1904-5, trang 36.

thời hậu Gupta, tháp này đã bị tàn rụi trong một cơn hỏa hoạn. Trên nền này có nhiều dấu vết của một tháp khác có niên đại sau này xây chồng lên.

Đại tháp Dhāmekh nổi bật giữa khu tàn tích thánh địa Sārnātha.

Hàng 4 (sát hàng rào của Vườn Nai)

Ở hàng thứ tư chúng ta sẽ thấy một dãy phòng là những nơi cư ngụ cho tăng chúng. Việc khai quật tại đây đã khám phá được hai mẫu tu viện thuộc giai đoạn Kushan. Kiểu dáng chung bao gồm một tiền đường dẫn vào một chánh điện rộng có nhiều phòng ở bốn phía, một hành lang đi xung quanh với nhiều trụ đỡ.

Bây giờ du khách có thể hướng về phía đông-bắc dọc theo khúc quanh và con đường bằng phẳng để tới phía bắc của chánh điện. Hai bên đường là nền phòng, nhà và tháp. Nhiều bức tượng và cột được đào lên từ nơi đây.

Trên nền phía bắc là tàn tích của bốn ngôi chùa nổi tiếng. Phần lớn các tỳ kheo và tỳ kheo ni sống ở những chùa này. Chùa đầu tiên có nhiều căn phòng, giếng nước và thật ngạc nhiên khi thấy có cả ống dẫn nước. Dấu vết của những sự sắp xếp như vậy cũng giống như những tàn tích ở Bhita. Ống dẫn nước này chảy vào bể nước nằm ở phía tây. Chùa thứ hai ở phía tây trong khi chùa thứ ba toạ lạc ở phía đông của chùa thứ nhất. Chùa thứ ba toạ lạc trên nền tương đối thấp. Cũng có dấu vết những cánh cửa gỗ. Tiến xa một tí về phía đông dọc theo cái nền cao hơn, chúng ta sẽ thấy ngôi chùa thứ tư. Chùa này cũng toạ lạc trên một nền thấp. Đi xa một tí hướng về phía nam là tháp Dhamekha.

- **TU VIỆN II**: từ kích thước của gạch, các nhà khảo cổ có thể tiên đoán tu viện này thuộc triều đại Gupta. Tu viện II có một khoảng sân rộng 27.69 mét vuông, bao bọc xung quanh là những bức tường thấp 99.1 cm nhưng dày để chống đỡ những cột trụ của mái hiên phía trước những dãy phòng. Chùa có khoảng chín căn phòng.

- **TU VIỆN I**: Tu viện I còn gọi là tu viện *Dharmachakra*-Jina do phật tử Kumāradevi, hoàng hậu của vua Govindachandra xây cúng dường. Mặc dù vua Govindachadra của nước Kanauj (1114-1154) là một người theo đạo *Hindu* nhưng hoàng hậu Kumaradevi lại là một Phật tử thuần thành. Vua được mô tả như một hóa thân của thần Vishnu với sứ mệnh '*bảo vệ Vārānasi thoát khỏi những người lính Thổ Nhĩ Kỳ (Turushka) ác độc*' và vua đã không cản trở hoàng hậu trong việc ủng hộ Phật giáo.

Khu vực này đã được khai quật cho đến nay đo được 232 mét từ đông sang tây và có một dãy phòng nằm ở trung tâm. Tu viện có một chánh điện rộng nằm phía tây, ba phía còn lại là các dãy phòng. Nền tu viện cao 2.44 mét, được xây bằng gạch chạm trổ hoa văn, trang hoàng với nhiều đường nét tao nhã cả hai mặt trong và ngoài. Tất cả các tăng phòng ngày nay không còn nữa. Tu viện này có hai cổng ra vào đều hướng về phía đông, hai cổng cách nhau 88.45 mét. Chiều cao của toàn thể tu viện này là được xây trên nhiều tầng nền của những tu viện nguyên thủy trước đó. Tại đây có một con đường hầm, rộng 1.83m, dài hơn 58.78m.

Nền móng của ngôi chùa cổ đại.

Bia ký cũng mô tả những phẩm chất thanh cao và tinh thần mạnh mẽ của hoàng hậu Kumaradevi như sau:

'Tâm của hoàng hậu luôn hướng về điều lành, đức hạnh và công đức. Hoàng hậu đã tìm thấy sự hoan hỉ trong việc cúng dường bố thí, dáng đi của bà giống như dáng con voi uy vũ, nét hiền đẹp của bà làm dịu mát mắt mọi người. Hoàng hậu đã quỳ lạy trước tượng Phật oai nghi và mọi người đã ca hát khen ngợi lòng bi mẫn lẫn công hạnh của bà. Hương thơm đức hạnh của hoàng

hậu đã vang xa'.

Dường như rằng hoàng hậu Kumaradevi đã xây dựng tu viện này để thờ một tượng Phật cổ gọi là Sri *Dharmachakra*-Jina *được* biết có từ thời vua A-dục. Bởi vì tu viện *Dharmachakra*-Jina được xây dựng trên nền của hai tu viện có trước đó, nên khó nhận ra sơ đồ cấu trúc to lớn này. Tu viện gồm nhiều dãy phòng có tường rào, mặt phía nam dài hơn 230 mét. Cổng chính nằm phía đông và góc phía tây bắc là một đường hầm dài không biết để làm gì. Đi chung quanh tu viện, khách hành hương sẽ chú ý đến hai trụ đá được chạm trổ công phu và một công trình xây bằng gạch chạm khắc đẹp dọc theo bệ của một vài bức tường.

Khuôn viên của tu viện *Dharmachakra*-Jina- *Vihāra* trong thời gian trước đó là của một vài tu viện khác. Một trong số này, bây giờ gọi là tu viện II tọa lạc ở đường ranh giới phía tây; và tu viện III nằm dưới sân phía trước cổng đông của tu viện II. Cực tây của chỗ này, một cảnh đặc biệt thú vị là hàng hiện có mái che dẫn đến một khung thờ nhỏ cổ xưa. Toàn bộ hành lang này dài 54.78 mét với các vách tường cao 1.83 mét xây bởi một phần đá và một phần gạch. Có một giếng nước sát hàng rào vườn nai. Đường kính giếng 1.50 mét (lớn hơn giếng của tu viện VII và V). Phần lớn công trình điêu khắc được tìm thấy trong khu vực này thuộc về thời trung cổ.

- **TU VIỆN III**: lập lăng của tu viện III này cũng giống như tu viện II sâu xuống lòng đất hơn 4m. Sân lót gạch, có ống dẫn nước ngầm. Những phòng nằm ở phía nam. Phong cách khắc chữ trên trụ đá của mái hiên có thể đoán là chúng thuộc thời kỳ hậu Kushan. Độ cao trung bình của bức tường là 3.05 mét và độ dày của bức tường đã cho thấy rằng tu viện này cao không hơn hai tầng, có cầu thang đi lên. Trên nền đất có vài trụ tròn khắc hoa cao 2m đã bị gãy đỉnh, nên độ cao chính xác không biết là bao nhiêu.

- **TU VIỆN IV**: cũng như 3 tu viện kia, tu viện này nằm ở độ sâu 4m và khoảng sân sâu 4.42 cm từ nền chùa. Có vài căn phòng ở phía bắc và mái hiên ở phía đông. Có 8 cột trụ. Mỗi trụ cách nhau 1m và cao 1m. Trụ mang nhiều hình: 2 tấc dưới cùng hình vuông, 2 tấc kế hình bát giác, 1 tấc hình tròn phẳng, 2 tấc hình tròn dợn như sóng nước lên xuống và trên cùng là hình vuông. Có một tượng thần Siva to lớn B (b) 1, (cao 3.70 mét) đang chém một con quỷ với cây đinh ba (cây xiên có ba mũi nhọn), thuộc thế kỷ XII, được tìm thấy trên đỉnh những bức tường phía đông.

NHÓM 3 là Vườn Nai

- **VƯỜN NAI**: Xưa kia, *Sārnātha* là nơi hoàn toàn yên tĩnh để tu thiền và cũng là nơi loài nai sống trong bình yên và an lạc. Toàn khu vực này được dành làm chỗ trú cho nai, không ai có quyền được giết, săn bắn hay tổn thương chúng. Vì thế, loài nai ở đây đi lại rất tự do, không sợ hãi và ngày càng sinh sôi nảy nở. Cũng giữ tinh thần đó, hiện nay Bộ Quản lý và Phát Triển Sārātha cũng đã dành một khu đặc biệt riêng cho nai ở, gọi là vườn Nai. Hiện nay khách chiêm bái sẽ thấy có hàng trăm con nai cao đẹp, da đốm trắng vàng đủ mọi lứa tuổi và kích thước chạy nhảy tung tăng khắp nơi.

Khách chiêm bái sẽ hài lòng và thích thú nhìn chúng

chạy nhảy một cách tự nhiên ở đây và khi chúng ta đưa cà rốt, củ cải trắng (có bán sẵn tại đây giá 5 Rs, 10 Rs một đĩa) cho các con nai, chúng sẽ dạn dĩ tới ăn, liếm tay khách và ngước mặt hỷ lạc lên cho khách chụp hình lưu niệm. Khung cảnh đàn nai thong thả đó đây trong vườn cây xanh mát khiến chúng ta gợi nhớ lại hình ảnh Vườn nai thuở xưa.

6.4. TÓM TẮT CHƯƠNG 6

Chương 6 mô tả những tàn tích còn sót lại khắp *Sārnātha*. Có sáu công trình kiến trúc có niên đại từ thời cổ đại liên quan đến cuộc đời của Đức Phật: tượng đài Dhāmekh, bảo tháp Dharmarājikā, điện thờ chính, Mūlagandhakutī Vihara (phòng thơm), con đường Chamkama và những cây cột của Vua Aśoka. Ngoài những địa điểm này, còn có những kỳ quan kiến trúc khác được tìm thấy: bảo tháp Chaukhadī, tượng đài Dhāmekh, mái hiên của Vua Aśoka, bảo tháp Dharmarājikā, tàn tích của bảy tu viện, Nhà kho Brāhmaṇa, đền thờ shreyāmśanātha của đạo Jain, đền thờ nhà từ thiện, Deer Park, và những nơi khác.

6.5. CÂU HỎI THẢO LUẬN

1. Sáu công trình kiến trúc cổ ở đây là gì? Sārnātha liên quan đến cuộc đời của Đức Phật?

2. Tóm tắt sơ đồ mặt bằng của địa điểm Sārnātha.

3. Hãy mô tả bảo tháp Chaukhadī.

4. Kể lại câu chuyện của Dewan Jagat Singh về bảo

tháp Dharmarājikā.

5. *Định* nghĩa thuật ngữ "Sārnātha" vì nó liên quan đến Vườn Nai.

Bầy Nai đốm trắng sống vui tươi như thời Đức Phật cổ xưa tại *Sārnātha*, Vārānasi.

Chương 7

VIỆN BẢO TÀNG KHẢO CỔ SĀRNĀTHA

Viện Bảo Tàng Khảo Cổ Sārnātha tại Sarnath, Ấn Độ

7.1. VIỆN BẢO TÀNG ẤN ĐỘ

Viện bảo tàng là nơi chứa đựng gia tài văn hóa của chúng ta. Đây là nguồn kiến thức vô tận đã duy trì kho tàng quá khứ cho hiện tại và tương lai. Viện bảo tàng thường được xây ở những nơi quan trọng để bảo tồn những cổ vật đã được khám phá hoặc bảo tồn ở nơi xem như là nơi đã phát sanh ra chúng. Ông Curzen phát biểu trong cuộc hội nghị về Dự thảo Luật Bảo tồn Di tích cổ năm 1904 rằng: "*Các đối tượng đáng chú ý của khảo cổ có thể được nghiên cứu tốt nhất trong mối tương quan gần gũi với nhóm và loại của công trình kiến trúc mà chúng được khám phá.*"

Có 32 viện bảo tàng do Bộ Nghiên Cứu Khảo Cổ Ấn Độ quản lý và xây dựng ở nhiều nơi khác nhau trên khắp đất nước Ấn Độ hoặc ở gần nơi đã khai quật hoặc các công trình kỷ niệm.

7.2. NGUYÊN NHÂN THÀNH LẬP VIỆN BẢO TÀNG SĀRNĀTHA

Trước kia có một nhà kho do ông Oertal xây dựng năm 1905 gần nơi khai quật *Sārnātha* để cất giữ các tác phẩm nghệ thuật, bia ký và các cổ vật khác đã được khai quật ở đây. Vì số lượng các cổ vật ngày càng gia tăng, nên nơi này không đủ chỗ để cất chứa nữa. Ông Marshall, Tổng giám đốc Bộ khảo cổ đã đề nghị thành lập một viện bảo tàng ở *Sārnātha*. Viện bảo tàng này được chánh phủ chấp thuận và trợ cấp ngân sách cần thiết. Lập lăng của viện bảo tàng khảo cổ học *Sārnātha* do kiến trúc sư James Ramson thiết kế. Viện bảo tàng này được hoàn tất năm 1910 để cất chứa, trưng bày và nghiên cứu những cổ vật giống như bối cảnh xưa của chúng. Viện bảo tàng Khảo cổ *Sārnātha là một trong những viện bảo tàng lâu đời nhất Ấn Độ và đặc biệt Viện bảo tàng có trưng bày nhiều sưu tập về điêu khắc Phật giáo.*

7.3. KIẾN TRÚC CỦA VIỆN BẢO TÀNG KHẢO CỔ SĀRNATHA

Từ ngôi tháp Chaukhadī đi thẳng tới phía nam khoảng 10 phút, đối diện xéo khu khai quật *Sārnātha* là viện bảo tàng Khảo cổ *Sārnātha* nằm phía bên phải của con đường. Đây là một trong những viện bảo tàng hoàn hảo nhất của thế giới với kho tàng nghệ thuật tuyệt vời của Ấn Độ cổ xưa.

Có một gian phòng chính, bốn gian phòng phụ và hai dãy hành lang bên ngoài. Trước hành lang là khu vườn nhiều hoa tươi với vòi nước phun mát làm tăng vẽ mỹ quan của viện bảo tàng. Tại gian phòng chính trưng bày các cổ vật tuyệt đẹp hoàn hảo nhất, trong số đó có trụ đá sư tử của vua A-dục được làm bằng đá chunar, độ bóng loáng sáng ngời đến nỗi hiện nay trông vẫn còn mới tinh không bị thời tiết tác động làm thay đổi. Đó là mẫu vật đẹp nhất của nghệ thuật điêu khắc tinh vi cổ đại.

Từ trái: Phật tử Tịnh Bình, Sư cô Viên Hoa, Ni sư TN Giới Hương, Sư cô Diệu Nga, và Quảng Trí thăm Viện Bảo Tàng Khảo Cổ *Sārnātha* vào ngày 24 tháng 9 năm 2019.

Ở những gian phòng khác trưng bày những vật nhỏ hơn nhưng cũng không kém phần quan trọng và có giá trị nghệ thuật văn hóa cao. Các gian phòng này được đặt tên như sau: gian phòng chính tên là *Shakyasimha* (Tiếng Rống Sư tử), gian phòng phía bắc cạnh bên là *Triratna* (Tam bảo), gian phòng cuối ở phía bắc là phòng *Tathagata* (Như Lai), gian phòng cạnh gian phòng chính nhưng nằm ở phía nam là phòng Trimurti (Tam Mật), gian phòng cuối ở phía nam là phòng *Ashutosh* (tên của thần Si-va), hành lang bên ngoài phía bắc là *Vastumandana* và hành lang phía nam tên là *Shilpratna*. Việc đặt tên này dựa vào ý nghĩa của những tác phẩm được triển lãm trong căn phòng. Hai hành lang bên ngoài cũng có trưng bày các cổ vật chủ yếu là các tượng to lớn, thô sơ và cũng được rào bằng lưới sắt có văn hoa đẹp để bảo vệ và du khách cũng có thể đứng ngoài xem hoặc cũng có cửa mở ở hai góc để vào tận nơi xem.

Một bia khắc tại Cổng Viện Bảo Tàng.

Gian phòng Tiếng Rống Sư Tử Shakyasimha (the Roar of a Lion) trong Viện Bảo Tàng Khảo Cổ *Sārnātha.*

7.4. CÁC TÁC PHẨM ĐƯỢC TRIỂN LÃM

7.4.a. Gian Phòng Tiếng Rống Sư Tử

Tại gian phòng Tiếng Rống Sư Tử (*Shakyasimha*) *đang* trưng bày vật nổi bật nhất của viện bảo tàng là '*đầu trụ Sư Tử*' hoặc là '*Quốc huy*' của Ấn *Độ*. Trụ đá đầu sư tử là tác phẩm điêu khắc hùng vĩ nhất thuộc nghệ thuật điêu khắc thời Khổng tước (*Mauraya*) thế kỷ thứ III trước tây lịch mà đã từng đặt ở trên đỉnh trụ đá A-dục. Trụ cao khoảng 2.31 mét và gồm bốn phần tính từ chân lên:

1. Cái bình hình chuông *được* bao phủ bởi những cánh sen vòm võng xuống.

2. Một *đỉnh* cột tròn.

3. Bốn con sư tử ngồi xoay lưng vào nhau, *đầu* hướng ra bốn phía.

4. Một *bánh* xe pháp ba mươi hai nan (căm).

Bốn con sư tử hùng mạnh được chạm trổ khéo léo với đường nét rất tự nhiên. Mí mắt có nhiều lỗ để gắn châu ngọc trang điểm. Có bốn loài thú trong tư thế đang chạy trên thân trụ đá, đó là: voi, bò đực, ngựa và sư tử. Mỗi con thú này được cách khoảng bởi một bánh xe pháp nhỏ hơn. Trụ đầu sư tử là một trong những kiệt tác nghệ thuật của mọi thời đại.

Biểu tượng đầu trụ này được giải thích trong nhiều cách. Cách giải thích đơn giản nhất là bánh xe pháp biểu trưng cho pháp hoặc giới luật; bốn sư tử tượng trưng cho âm thanh hùng hồn mạnh mẽ của Đức Phật khi ban pháp thoại (Sakya-simha, tiếng rống sư tử của Đức

Phật) đối diện bốn hướng, bốn con thú đang chạy gọi là bốn phương hướng, bốn bánh xe pháp (Dharmachakra) là bốn miền trung gian và hoa sen với cánh vòm võng xuống là biểu tượng của những hoạt động sáng tạo. Voi tượng trưng cho bánh xe của thần Indra, bò là hiện thân thần Śiva, ngựa là biểu tượng của thần mặt trời và sư tử là nữ thần Durgā.

Ở đây, cũng nên chú ý rằng mỗi những hình tượng này hiện ra như thật đang chuyển động rất sống động. Toàn thể tượng này là biểu trưng cho Phật giáo sẽ tồn tại mãi như những con thú này sẽ sống mãi trên hành tinh này.[148] Phía dưới là một phần của trụ có hình dáng giống như quả chuông hay như hoa sen để ngược cánh xuống. Phần trên là đầu trụ sư tử. Cột trụ sư tử này được giữ trong đại sảnh chính của viện bảo tàng. Trụ đá đang để ở nơi mà nó được đào lên. Trụ đá cũng như đầu sư tử đều làm sa thạch.[149] Độ bóng nhánh của nó được gọi là Vajralepa. Độ bóng, nhẵn và màu sắc của Vajralepa thật đáng được chiêm ngưỡng. Chúng ta cảm thấy hãnh diện khi nghĩ rằng sự phát triển của Ấn Độ trong khoa học vật chất ở những thời cổ đại đã đạt đến độ cao như vậy.

Sẽ sai lầm nếu mô tả phần hoa sen với cánh vòm võng như là *'một hoa sen để ngược'*, như có thể thấy nó không giống như một hoa sen. Như Irwin nói: *'có thể nào chúng ta thật sự tưởng tượng những nghệ nhân của Ấn Độ cổ đại đã mô tả những hoa sen thiêng liêng nhất*

148 B.C. Bhattacharya, The History of Sārnātha ot Cradle of Buddhism, Delhi: Pilgrims Revised Edition - 1999, trang 81.

149 Akshaya Kumar Maitreya, C.I.E., nói rằng Tantras chứa những quy luật cho việc xây dựng Lepa này. Vấn đề này đã được bàn bạc rất dài ở tạp chí Bengali.

của họ mà rất ít quan tâm về đặc điểm thật của hoa như thế nào?

Cột Sư Tử nổi tiếng thế giới của vua Aśoka ở gian phòng trưng bày Shakyasimha (Tiếng Gầm của Sư Tử).

Bốn con thú (bò đực, ngựa, sư tử và voi) được khắc rất sống động theo hướng kim đồng hồ xung quanh cái trống và được kính trọng vì tầng lớp quý phái của chúng trong Ấn Độ cổ đại, chúng được tượng trưng như Đức Phật, bậc giác ngộ hoặc thần.[150] Cạnh mỗi con thú là một bánh xe pháp. Mỗi bánh xe pháp có một đỉnh bằng đồng. Trên cái bình hình chuông là bốn con sư tử khỏe mạnh đứng xoay lưng vào nhau với những chân của

150 M, I, 226; A, V, 323; A, V, 33; A, III, 345.

chúng đặt trực tiếp trên mỗi bánh xe pháp. Những con thú này cũng tượng trưng cho 'tiếng rống sư tử' của Đức Phật,[151] lời tuyên bố chắc chắn và mạnh mẽ về pháp của Đức Phật ở bốn phương. Trên con sư tử là bánh xe pháp. Nét khắc những con sư tử này rất là sống động, bề mặt rất nhẵn và bóng, sự khéo léo đạt đến kỹ thuật cao. Khó mà tưởng tượng một biểu tượng nào xứng đáng hơn ở nơi đây, nơi mà pháp được tuyên bố lần đầu tiên đến thế giới loài người.

Nước cộng hòa Ấn Độ đã chấp nhận đầu sư tử như là một quốc huy của đất nước và trên các tờ tiền Rupee của Ấn Độ đều có in hình đầu trụ sư tử của vua A-dục này.

Tác phẩm điêu khắc kế tiếp nằm phía bên trái là tượng Bồ-tát to lớn bằng người và bằng sa thạch đỏ do tỳ kheo Ba la cúng dường vào năm thứ ba của vua Kanishaka. Tượng này tạc rất vững chắc và biểu lộ truyền thống cao nhất của trường phái nghệ thuật Mathurā trong giai đoạn đầu của nền nghệ thuật Kushan. Có một cột trụ dựng đằng sau tượng để nâng ô lọng chạm trổ rất tinh vi đang trưng bày ở phía bắc của gian phòng. Trên cột trụ có một bản khắc bằng tiếng Phạn thời Kushan ghi chi tiết về xuất xứ của việc tạc tượng này.

Phía bên trái của tượng sư tử là tượng thái tử Sĩ đạt-đa bằng sa thạch đỏ vào niên đại Kusana và có thể được khắc ở Madhura. Y phục bên ngoài của thái tử trông rất sống động, gợi một ý tưởng tuyệt vời về sắc phục đang thịnh hành thời đó. Giữa hai chân Bồ-tát là một con sư tử, bên cạnh chân trái có nhiều hoa trái và lá cây. Phía sau tượng là ô long với một bia ký trên đó cho biết rằng

151 D, III, 58; A, III, 417...

tượng được đúc vào năm 123 tây lịch như sau:

"Vào ngày 22, tháng ba, năm thứ ba của triều đại Kanishka, tỳ kheo Bala, (bậc lão thông tam tạng kinh điển), một người bạn Pushyavuddhi; cùng với cha mẹ mình, những bậc đạo sư, quý thầy, học trò, sư cô Buddhamitra (rất giỏi về Tam tạng), thống đốc Vanaspara và Kharapallana vì lợi ích và hạnh phúc cho tất cả đã hợp nhau xây một tượng Bồ-tát với một lọng che tại Ba-la-nại để kỷ niệm nơi Đức Phật thường đi kinh hành."

Thật là thú vị khi biết rằng những bức tượng do vị tỳ kheo Ba la cúng dường cũng được tìm thấy ở Madhura và Savatthi và sư cô Buddhamitra cũng được nhắc đến trên một bia ký ở Kosambi.

Có hai bia ký khác ở trên tượng, một là ở trên bệ giữa hai chân tượng và một là ở sau lưng. Cả hai lời văn này thì ngắn hơn lời văn ở trên thân trục.

Góc xa bên trái của gian phòng Tiếng Rống Sư Tử (*Sakyasimha*), khách hành hương sẽ thấy một ô lọng mà khi xưa dùng che cho tượng. Ô lọng đường kính 3 mét và được trang hoàng với những vòng tròn đồng tâm, mỗi vòng cũng được khắc rất tinh xảo. Vòng bên trong tận cùng hoa sen với vỏ quả còn trong búp, có hoa nở một nửa, có hoa nở tròn cánh. Kế đó là một dãy những con thú lạ trong những ô vuông xen kẽ nhau với những hoa sen hồng vây quanh trong những góc vuông. Tất cả những con thú này đều có cánh, có đầu như sư tử, voi, dê, lạc đà, ngỗng và cá sấu. Dãy kế tiếp có mười hai biểu tượng điềm tốt lành. Trên đỉnh của cái đồng hồ quay, có một con ốc xà cừ, kiểu trang trí hình lá cọ, một đài hoa lá, một tô trái cây và một dấu chữ thập. Vòng tròn ngoài trước kia có cánh hoa sen trên đó. Khách chiêm bái sẽ chú ý bên ngoài vành của ô lọng có những lỗ nhỏ cách lẫn nhau khoảng nửa mét. Những ô long trước kia có những móc khoen để khách hành hương có thể treo hoa và những biểu ngữ.

Dựa vào bức tường đối diện cửa ra vào của phòng Tiếng Rống Sư Tử (*Shakyasimha*) là tượng Đức Phật với ấn chuyển pháp luân nổi tiếng to bằng hình người. Với tư thế kiết già, mắt từ bị hơi cúi xuống, hai tay đưa ngang ngực, một tay úp và một tay ngửa trong tư thế thuyết pháp trông ngài thật uy nghiêm và dịu dàng vô cùng. Đây là một tượng nổi tiếng thế giới như là biểu tượng của mẫu nghệ thuật tượng phật *Sārnātha*. Bức tượng đẹp này được tìm thấy trong những công trình khai quật năm 1904-5 cạnh phía nam của ngôi tháp Dharmarajika và có thể một hay vài lần đã từng tọa lạc trong những khung thờ âm tường xung quanh tháp. Bức tượng này có thể được đúc nửa cuối thế kỷ thứ năm tây lịch với hai tay trong tư thế chuyển pháp luân. Kế bên bánh xe chuyển pháp luận là có hai con nai và năm vị tỳ kheo trên bệ. Hai hình người khác là một phụ nữ và một đứa trẻ có thể là thí chủ cúng tượng. Bánh xe trong thời Ấn Độ cổ đại là biểu tượng của pháp, không thể nào đi ngược dòng một khi bánh xe pháp đã quay và là nét đặc biệt của *Sārnātha*. Con nai là tượng trưng cho vườn Nai nơi mà pháp được tuyên thuyết lần đầu tiên, nhưng cũng có thể tượng trưng cho những người Phật tử mà Đức Phật nói tâm họ như một con nai (*migabhūtena cetasā*) – nhu mì, tỉnh táo và nhanh nhẹn (chú ý nhanh đến sự nguy hiểm).[152]

Về phía tây bắc có dựng ba trụ hiên thuộc thế kỷ thứ I trước tây lịch. Chúng được trang hoàng với nhiều biểu tượng thiêng liêng như cây bồ đề, bánh xe pháp, tam bảo, tháp vv... D (g) 4 là một đầu trụ rất thu hút thuộc thế kỷ thứ I trước tây lịch được khắc trên các mặt với hình trang trí dạng xoắn ốc và hình lá cọ. Một trong những mặt này được trang hoàng với một đấu sĩ cưỡi ngựa đầy khí thế và mặt kia là một quản tượng đang cưỡi voi.

Một mái hiên bằng đá khắc chuyện Bồ-tát Nhẫn nhục (*Kshantivadi*) trong kinh Bổn sanh.

7.4.b. Phòng Tam Bảo

Phòng Tam Bảo (*Triratna*) trưng bày các biểu tượng Phật, pháp và tăng (Tam bảo). Một trụ rào chắn thuộc giai đoạn Shunga (thế kỷ I trước Tây lịch). Các vị Bồ-tát trong Phật giáo cùng với các pháp khí cũng được trưng bày trong phòng này như một hóa thân của Văn Thù Sư Lợi Bồ-tát (*Siddhaikavira*), tượng Thần Kim Cang (*Tara*) đứng cầm quả châu ở bàn tay trái, tượng Liên-hoa-thủ Bồ- tát (*Padmapni*) ngồi trên một bông hoa sen nở rộ. Các bia ký mô tả phép thần thông của Đức Phật ở Tỳ-xá-li (*Sravasti*), tôn kính hộ trì của tháp Ramagrama, bản khắc của Kumardevi, hoàng hậu của vua Govindachadra xứ Kanauj và một bia đá mô tả tám sự kiện chính của cuộc đời Đức Phật là một trong những bản điêu khắc quan trọng được trưng bày trong phòng Tam bảo.

Cũng có những tượng Phật với nhiều tư thế đứng và

152 M, I, 450.

ngồi. Những tượng này đánh dấu nền nghệ thuật Gupta, điển hình là vòng hào quang ở phía sau với mẫu hoa sen, trên đầu có tóc ngắn xoắn, nét mặt trầm tĩnh thanh thản, y xếp nếp ngay ngắn phủ trên hai vai và một dáng vóc thanh lịch, tao nhã.

Tượng Phật (22 E) thuộc triều đại Kumāra *Gupta* II có niên đại 154 của thời đại *Gupta* (năm 473), do một tăng sĩ Phật giáo tên Abhayamitra cúng dường.

Tượng số B (b) 181 là tượng Đức Phật ngồi kiết già trong tư thế chuyển pháp luân ấn là một trong những sáng tạo tuyệt vời nhất của nghệ thuật Gupta. Vầng hào quang được khắc với những hình ảnh thánh thiện và đường nét vân hoa mỹ thuật.

Bức phù điêu miêu tả bốn sự kiện quan trọng trong cuộc đời của Đức Phật.

Các cổ vật khác được triển lãm ở đây là những bức phù điêu và những tác phẩm điêu khắc khác thuộc giai đoạn Gupta. C (b) và C (b) là hai bức phù điêu diễn tả các hiệp sĩ cưỡi sư tử tay cầm gươm.

C (a) 1 là một tấm bia đá miêu tả bốn mẫu đời của Đức Phật đó là đản sanh (*jāti*), thành đạo (*sambodhi*), chuyển pháp luân đầu tiên (*Dharmachakra*-pravartana) và nhập niết bàn (*nirvāna*). 3 C (a) 3 là bia minh họa tám sự kiện của trong cuộc đời Đức Phật. Bốn sự kiện đầu là giống như tấm bia trước đó và được khắc trong bốn góc của một phiến đá; bốn sự kiện còn lại được khắc giữa chúng và minh họa hình con khỉ cúng mật cho Đức Phật, Đức Phật chế ngự voi say Nalagiri, cảnh Đức Phật giáng xuống từ cung trời thứ 33 và cảnh Đức Phật dùng thần thông hiện ra ngàn tướng ở Tỳ- xá-li (*Śravasti*).

Gian phòng Như Lai (*Tathāgata*) ở Viện Bảo Tàng.

Trong số những tác phẩm điêu khắc cũng đáng chú ý là tượng Phật Di Lặc thuộc thời kỳ đầu Gupta và một số tượng khác như là tượng Siddhaikavira cầm hoa sen, B (d) 6 là một trong những hình thức của Bồ-tát Văn thù sư lợi (*Manjustri*) đứng giữa hai tượng thần kim cang (*Tara*), tượng Lokanātha B (d) 1, tượng Nilkantha, tượng Bồ-tát Quan-thế-âm (*Avalokitesvara*) và Bồ-tát Kim Cang (*Vajrasattva*).

Có một tráp đẹp chứa các tấm đất nung, gạch đá có chạm khắc thuộc triều đại Gupta.

7.4.c. **Phòng Như Lai**

Như lai (*Tathagata*), một trong các danh hiệu của Đức Phật, được đặt tên cho gian phòng cuối phía bắc, nơi đó trưng bày 22 tượng Phật và Bồ-tát như Kim Cang (*Vajrasattva*), Liên hoa Thủ (*Padmapani*), Thanh Cảnh Quan Âm (*Nilakantha*), Từ Tâm Bất sát Bồ-tát (*Lokeshvara*), Di Lặc (*Maitreya*)... trong nhiều tư thế ấn (*mudra*) khác nhau.

Tượng đáng chú ý nhất trong gian phòng này là Đức Phật đang chuyển pháp luân ấn, là kiệt tác của *Sārnātha* thuộc trường phái nghệ thuật Gupta.[153]

153 Lịch sử có liên quan đến nghệ thuật Ấn Độ bắt đầu từ giai đoạn Khổng-tước (Maurya) dưới sự bảo trợ của vua A-dục. Thời đại Sunga-Satavahana tiếp theo cũng chứng tỏ sự nở rộ nghệ thuật Phật giáo trên quy mô toàn quốc và tiêu biểu nhất là các tháp to lớn của Phật giáo với kiến trúc trang nghiêm thanh nhã ở các nơi như: Bharhut, Savehi, Pau-ni, Amaravati và Cognate trong vùng Vengi. Nghệ thuật Kushava của Mathura và nghệ thuật Ikshvaku cùng thời của Ngọn đồi ngài Long-thọ (Nagarjuna Konda) cũng như trong nghệ thuật Gandhara pha trộn của phương bắc, các hình tượng của Đức Phật và các vị Bồ Tát được diễn đạt theo các trường phái Nhứt thiết hữu bộ (Savastivandana), Đại chúng bộ (Mahasangika) và nhất là Đại thừa Phật giáo phát triển.

Giai đoạn Gupta chứng tỏ đỉnh cao hoàn hảo của những khuynh hướng trước đây trong nghệ thuật Ấn Độ. Dưới sự sáng suốt của các nhà lãnh đạo Gupta, nền nghệ thuật đã đạt đến mức tối cao và tự chủ, hoàn toàn tự nhiên và mạch lạc trong biểu hiện mỹ thuật. Tính cách mềm mại có được của tượng là xuất phát từ Mathura và đường nét thanh lịch có được là từ Amarvati, nhưng hai ảnh hưởng này biến đổi để đồng nhất với nét thẩm mỹ cao nhất hiếm có. Xu hướng tổng hợp hiện nay được thiết lập giữa nghệ thuật và tư tưởng, giữa hình thức khách quan (sabda) và nội dung bên trong (artha) và thành công nổi bật của nghệ thuật như là phương tiện biểu cảm thúc đẩy tâm tư khối óc biến thành hiện thực.

Sự mô tả thiên thần hoặc đạo sư theo hình dáng con người giờ đây được thiết lập và phổ biến. Dáng người của những hình tượng như vậy kết hợp nét nổi bật với sắc tướng cân đối để phát họa những sự giác ngộ siêu nhiên được mô tả như đại mãn tướng (Maha-purushlaakshanas) chẳng hạn như nhục kế, tóc xoắn như vỏ ốc, dái tai trải dài xuống, ngón tay thon, bàn tai dài đụng tới gối... Đối với các bậc như Chuyển luận vương (Cakravarti), bậc đại đạo sư và ẩn sĩ (Mahasramana), hình dáng Đức Phật của thời đại Gupta được đặt cách hóa bởi sắc thân rất là sống động và biểu lộ sự thanh thản, thâm trầm. Không giống như nghệ thuật trước đây là nền nghệ thuật hướng ngoại và liên quan đến sự việc tại trần gian, nền nghệ thuật Gupta thì hướng nội và các hình tượng Phật giáo nhằm mục đích mô tả bậc siêu nhân được phú cho trí tuệ tối thượng (Anuttara-jinana) mà điều này được coi như là mục tiêu tối thượng của cuộc đời.

Nghệ thuật Gupta đã lan rộng toàn phía Bắc Ấn Độ suốt từ thế kỷ thứ IV đến VI Tây lịch với những trung tâm nổi tiếng ở Mathura và Sārnātha. Trong khi hai trung tâm này có chung các đặc tính phổ biến của nghệ thuật Gupta, chúng cũng bộc lộ các tính cách cá nhân riêng biệt. Trong hai trường phái này, Sārnātha có nhiều sáng tác hơn và được phân biệt bởi những hình tượng mềm mại với những nghệ thuật xếp nếp tinh xảo, và được truyền cảm bởi sự từ tốn, thanh tao của hàng trăm tượng Phật do trường phái Sārnātha tạo ra. Tượng có ý nghĩa nhất là tượng Đức Phật chuyển pháp luân, là biểu tượng của Đức Phật thuyết bài pháp đầu tiên tại Vườn nai (Sārnātha).

Đức Phật Thích Ca với tay bắt ấn ban pháp nhũ.
(*Dhamma-chakra-pravartana Mudrā*).

Trước đó, tượng này được trưng bày trong gian phòng chính gần đầu trụ đá sư tử. Để làm tượng này nổi bật, nó đã được nâng cao và đặt ở trung tâm phòng. Hơn nữa, trước đó tượng đặt đối diện về hướng nam nhưng bây giờ thì tượng được xoay về phía đông như vị trí ban đầu của lúc xưa. Tượng được đặt gần chỗ mà nó được phát hiện. Hai con nai biểu thị tên của nơi này là Vườn Nai (*Mrigadava*) suốt thế kỷ thứ VI trước Tây Lịch. Đức Phật thuyết bài pháp đầu tiên cho năm vị tăng đã được khắc trên một cái cột, bánh xe tượng trưng cho sự kiện Đức Phật chuyển bánh xe pháp.

Với nét điêu khắc khéo léo của nghệ nhân, bức tượng nổi bật này đã tỏa ra một ý chí và sức mạnh kiên cường của bậc đạo sư; kết hợp với mười hạnh Ba-la-mật với sự tĩnh mặc, từ bi, đĩnh đạt hoàn toàn. Nhà điêu khắc của kiệt tác này đã nắm bắt giây phút mà bậc đạo sư vừa đạt được giác ngộ tối thượng sau sáu năm khổ hạnh rừng già, cảm giác tràn ngập lòng từ bi đối với khổ đau nhân loại và quyết định chuyển bánh xe pháp bằng việc thuyết giảng Tứ-diệu-đế (*Chatur – Aryasatyani*) do ngài khám phá lại cho năm anh em Kiều-trần-như. Những sự kiện trọng yếu: Bài thuyết pháp đầu tiên và sự thành lập tăng đoàn trở thành bất diệt trong nghệ thuật điêu khắc độc đáo của hình tượng Đức Phật ngồi thanh thản trên tòa kim cang (*Vajraparyankasana*) và thuyết giảng bài pháp đầu tiên cho năm vị đệ tử. Năm vị tỳ kheo này cũng được khắc trên cái bệ cùng với bánh xe pháp nằm ở giữa hai con nai. Hai con nai tượng trưng cho Vườn Nai ở *Sārnātha*. Sự kết hợp nét dõng mãnh với hảo tướng, sự thanh nhã tinh tế với nét siêu thoát xuất trần, bức tượng sáng chói này thật sự đã trở thành một kiệt tác của nghệ thuật điêu khắc Ấn Độ, đúng hơn là nghệ thuật điêu khắc thế giới.

7.4.d. Phòng Tam Mật

Phòng Tam Mật (*Trimurti*) trưng bày một số tượng thần Bà-la-môn bao gồm Phạm-thiên (*Brahma*), thần Vi-nu (*Vishnu*) và thần Si-va (*Shiva*) cùng với những bình hoa, đồ sành và vữa. Các tượng nữ thần Mārīchi mà người đánh ngựa của nữ thần được vẽ bởi bảy con lợn đực cùng với các tượng của Uchchhusma Jambhale với Prajna-Vasudhārā, tượng Agni, Kārttikeya, phạm thiên Chaturmukha, những vại, lọ, bình bằng *đất nung, bằng gạch có bia ký và những vật dụng cổ xưa sử dụng trong nhà cũng được trưng bày ở đây.*

7.4.e. Phòng Ashutosh

Phòng Ashutosh nằm ở cuối phía Nam của viện bảo tàng. Phòng này trưng bày các tượng thần Bà-la- môn như Siva, Vishnu, Genesh, Kartikeya và các bảng đá của Navagraha. Ở giữa phòng này có một tượng thần Siva rất lớn đang giết quỷ Andhaka (*Andhakasurvadha Murti*).

7.4.f & g. Phòng Vastumandana Và Shilparatna

Hai hành lang tên Vastumandana và Shilparatna phô bày các mẫu nghệ thuật phần lớn là *được* tìm thấy ở *Sārnātha*. Có một cái kèo *đỡ* dài khắc câu chuyện Bồ-tát Nhẫn nhục (*Kshantivadi*) trong kinh Bổn sanh cũng *được* trưng bày ở *đây*.

7.5. GIÁ TRỊ CỦA NHỮNG CỔ VẬT TẠI SĀRNĀTHA

Những di vật trưng bày tại Viện bảo tàng Khảo cổ *Sārnātha* đã nâng cao giá trị cho những quan điểm về sự mô tả bằng hình tượng. Từ những hình tượng và những di tích điêu khắc đa dạng ở nơi đây, chúng ta có thể biết những tượng thần được thờ ở nhiều bộ phái khác nhau ở Ấn Độ trong nhiều thời đại khác nhau. Những tượng thần kỳ lạ của Phật giáo, Hindu và đạo Lõa thể kết hợp lẫn nhau đã tạo nên một số những lý thuyết mới. Những điều này chờ đợi lời nhận định cuối cùng của những nhà chuyên nghiệp. Từ những di vật điêu khắc tìm thấy ở *Sārnātha*, nhiều điều mới về khoa thần thoại học Ấn Độ cũng được đưa ra ánh sáng. Những cảnh trong truyện kinh Bổn sanh đã được khắc trên nhiều phiến đá.[154] Những di vật tìm thấy này cũng có giá trị cao cho quan điểm thuộc về lịch sử và đồ cổ. Từ nét đặc biệt của một số tượng,

154 Như chuyện Bồ tát Nhẫn nhục (Kṣānti-vādi) trong kinh Bổn sanh (Jātaka).

niên đại của những bản bia ký của tượng cũng được xác định. Từ bản chất của sa thạch được sử dụng trong một số tượng cũng đã xác định rằng những nhà nghệ thuật sống nhiều nơi khác nhau ở Ấn Độ cổ đại phần lớn là vay mượn lẫn nhau. Một bia ký tìm được nơi đây đã loại đi những ý kiến sai lầm cho rằng trước đó và thời vua A-dục không có hình tượng được làm ở Ấn Độ. Từ kiểu loại của một vài ngôi tháp đã cho thấy rằng những kiến trúc sư làm việc ở đây đã kết hợp với các kiến trúc sư ở Tích lan *(Ceylon)*. Do đó, viện bảo tàng và những di vật *Sārnātha* là rất có giá trị và thật cần thiết đối với các nhà lịch sử cũng như những nhà nghiên cứu đồ cổ và như là một phòng thí nghiệm của nghiên cứu sinh học khoa học.

Từ những cổ vật được khám phá ở *Sārnātha* và được trưng bày ở viện bảo tàng Khảo cổ *Sārnātha* có thể sắp xếp chúng theo niên đại lịch sử như sau:

Một mái dù bằng đá hình tròn với nhiều hoa văn.

7.6. CÁC CỔ VẬT THUỘC THỜI KHỔNG TƯỚC (MAURYA)

Đầu sư tử của vua A-dục là giá trị nhất và cổ nhất trong các di vật khác đã được tìm thấy & *Sārnātha* và trưng bày cho đến ngày nay. Chín cột đá nguyên khối của vua A-dục được khám phá trước đó nhiều nơi trên Ấn Độ. Những nhà phê bình nghệ thuật trong và ngoài nước đã nhiệt liệt khen ngợi vẽ đẹp và sự khéo léo của trụ đá vua A-dục.[155] Ở trên đỉnh trụ có hình bốn con sư tử ngồi rất uy dũng. Nhãn cầu của mắt sư tử được làm bằng đá quý. Nhưng mặc dù chúng bị lấy mất đi, vẫn đủ bằng chứng để biết rằng đã có lần chúng hiện diện nơi đây. Những hình sư tử này trông giống như thật và nét tạc rất tự nhiên khiến cho ai đã từng xem chúng không thể nào mà không khen ngợi những nghệ nhân xa xưa ấy. Dưới chân những con sư tử có bốn bánh xe. Giữa mỗi cặp xe có hình một con voi, bò, ngựa và sư tử. Những bánh xe pháp tượng trưng cho Phật giáo.

Trên thân của trụ đá sư tử này có ba bản bia ký. Bên cạnh trụ đá này, có một di vật khác của thời đại Khổng tước (*Maurya*) cũng được khám phá ở *Sārnātha*. Nhưng từ bia ký của hoàng hậu Kumāradevi, chúng ta biết được hoàng hậu đã cho trùng tu lại tháp Dharmachakrājina hoặc tượng Phật được tạc trong thời đại vua A-dục.

Một di vật khác trong thời Khổng tước (*Maurya*) là rào chắn bằng đá như đã nói ở trước. Nó được phát hiện trong căn phòng xây bằng gạch. Đặc điểm nổi bật

155 'Những cột đá nguyên khối xây rời ra do vua A-dục dựng đã chứng nhận sự hoàn hảo của người cắt đá cổ xưa của Ấn Độ trong nghề thủ công.'V. A. Smith, Imperial Gazetteer of India, tập II, tr. 109.

của rào chắn là được làm bằng từng miếng sa thạch. Sự bóng loáng và hình dáng của nó tinh xảo như là ở Sānchi và Bharhut. Nó cũng có thanh ngang giống như những rào chắn ở những nơi nói trên.[156] Có những bản bia ký nhỏ khắc tên những người cúng. Từ một bia đá khắc chữ Brāhmī, chúng ta biết rằng do sự cô Sabahikā dâng cúng.

Bức rào chắn và những thanh ngang dường như không còn mới đối với những người đã từng chiêm ngưỡng những di vật cổ đại của Phật giáo ở Mathura và những nơi khác. Tuy nhiên rào chắn này là cổ nhất trong tất cả rào chắn ở Ấn Độ. Mái này được làm trong thời vua A-dục để bảo vệ trụ đá vua A- dục. Không có những rào chắn khác được chứng minh là làm trong thời vua A-dục.

7.7. CÁC CỔ VẬT THUỘC THỜI SUNGA

Một trụ đá hoa văn thuộc thời đại Sunga là thời đại theo sau thời Khổng Tước (*Maurya*) đã thu hút sự chú ý đặc biệt của người nước ngoài. Đầu trụ [số D. 9.4.] được tìm thấy ở góc tây bắc của ngôi chánh điện. Đầu trụ phẳng và được khắc ở hai bên. Một bên của nó là hình một người đang phi ngựa rất nhanh. Động tác của con ngựa, sự cúi rạp mình của người cưỡi và nét diễn tả gương mặt của vị ấy là tất cả những đường nét uyển chuyển mềm mại đặc biệt. Hình được khắc là một loại nghệ thuật thịnh hành ở Ấn Độ cổ đại và toàn cảnh đã mang nét rất tự nhiên. Mặt khác, hai người đàn ông đang cưỡi một con voi. Người cưỡi voi đang vịn nhẹ giây cương ở phía trước voi. Phía sau ông ta là một người đàn ông đang ngồi giữ một lá cờ

156 Anderson, Archaeological Catalogue, part I, Indian Museum, tr. 9.

trong tay. Thế nào dáng con voi đi chậm chậm ngẩng đầu và vòi vươn lên phía trước đụng giây cương, tư thế của người cưỡi voi lúc đó, lá cờ bay bay... Tất cả hiện qua nét khắc của đá cứng rất tinh xảo như hiện trên vải lụa mềm mại. Bên cạnh đầu trụ, một số những rào chắn của thời đại này cũng rất đáng chú ý. Rào chắn [số D. 1-12] do ông John Marshall tìm thấy ở phía đông bắc của tháp chính. Những biểu tượng Phật giáo và vô số những kiểu tượng nghệ thuật đa dạng cũng được khắc trên hầu hết rào chắn. Một số rào chắn có khắc hình cây bồ đề được trang hoàng với những vòng hoa và những biểu tượng Tam bảo, bánh xe Chuyển pháp luân cùng ô lộng. Sự trình bày trên trụ đá [số D. (a) 6] có nhiều điểm rất là thu hút. Những hình ảnh của nửa người nửa quỷ, lỗ tai voi, đuôi cá, bông hoa, đầu sư tử, tất cả những điều này là điểm đặc biệt của những trụ đá này. Nhìn chung, những sự khắc trên những trụ đá này đều rất là tinh tế, tự nhiên và thu hút người chiêm ngưỡng.

Một di vật khác của thời đại Sunga là đầu của một người đàn ông làm bằng đá [B.1.]. Tượng này bị bể làm hai phần. Lỗ tai bên phải của cái đầu này đã bị gãy và lỗ tai bên trái cũng bị sứt mẻ. Theo một địa phương thì có một búi tóc tết thành bím tóc trên đỉnh đầu. Phần còn lại của đầu không có tóc. Tượng này do ông Oertel tìm thấy gần ngôi chánh điện.

7.8. CÁC CỔ VẬT THUỘC THỜI KUSHANA

Sau Sunga là thời đại *Kushāṅa*. Nhiều di vật của thời đại này cũng được phát hiện ở *Sārnātha*. Tất cả chúng đều là tượng của Phật giáo, có tượng Bồ-tát được làm bằng gạch đỏ của Mathura và giống như ở Mathura cũng có hình tượng tương tự[157] của tỳ kheo Bala, người đã tạc một tượng như vậy cúng dường.

Có tượng Bồ-tát cao 9 feet 5 inches. Một trong những cánh tay của tượng *đã* bị gãy. Dường như rằng nó *đang được* nâng lên theo quy luật của ấn vô- uý-thí (*Abhaya-mudrā*). Trên lòng bàn tay có khắc một *bánh* xe và có nhiều tướng kiết tường (*svastika*) hiện trên những ngón tay. *Đó* là biểu tượng của thánh nhân như là tượng Bồ-tát, những biểu tượng này ngụ ý rằng Bồ-tát *đang* trên *đường* thành Chánh *đẳng* giác. Bên tay trái hơi uốn cong và *được đặt* giữa thân, còn tấm y *đang* bao phủ thân Bồ-tát mặc dù *được* khắc bằng *đá* nhưng trông như là một loại vải *đẹp* rất mịn và mỏng.

Nếp gấp của y *đã* cho thấy người *điêu* khắc rất tỉ mỉ như thế nào hẳn *đã* giữ *được* tính tự nhiên của tượng. Người Châu *âu* tin rằng chỉ có người Hy lạp mới có thể tạo *được* những tượng như vậy nhưng Ấn *Độ* cổ *đại* cũng chứng minh cho thấy *đã đạt đến* mức *đó*. Chỗ thắt lưng của tượng có một sợi dây *để* giữ y dưới. Giữa hai chân Bồ-tát có hình một con sư tử. Tiến sĩ Vogel có ý kiến rằng *đây* là biểu tượng của Thích-ca Sư Tử (*Sākyasimha*), một tên khác của Đức Phật Thích-ca. Có một lọng dù rất to trên tượng, nhưng bây giờ *đã* bị bể. Những mẫu của nó bị bể làm mười *đã* tìm lại *được* và hiện *đang* trưng bày ở viện bảo tàng. Giữa ô lọng có khắc một hoa sen. Chung quanh *đóa* sen này có vài hình vòng tròn. Mỗi vòng tròn *được* khắc vài hình con thú, tam bảo, vài con cá, ốc xà cừ, tướng kiết tường và nhiều vật tương tự...

157 Như trên, trang 9.

Tượng Phật ngồi thiền (*Dhyāna Mudrā*) bằng đá đen.

Một tượng khác của thời *đại Kushāṅ*a cũng nên đề cập ở đây. Đó là tượng [số B. (a) 3] của Bồ-tát trong tư thế đứng với y phục đơn giản. Cùng với bệ, tượng cao khoảng 10,5 feet. Đầu của tượng bị bể. Tay trái không để trên hông, mà lại để dọc theo đùi. Từ bức tượng này, chúng ta chú ý các nghệ nhân đã bắt đầu cho biến mất thói quen khắc chi tiết y phục. Bởi vì từ thời đại *Gupta* việc khắc chi tiết y phục trên tượng đã bắt đầu loại bỏ.

Bên cạnh bức tượng này, còn có một di vật khác, *đó* là một phần bể của vầng hào quang [số B. (a) 4] được biết thuộc thời đại *Kushāṅa*. Một cây bồ đề được khắc trên đó. Hình như đây là một phần của bức tượng Đức Phật Cồ đàm ngồi dưới cây bồ đề sau khi đạt giác ngộ. Tượng này vẫn chưa được tìm thấy. Từ màu nâu sậm của vầng hào quang đá, ông Sahani cũng cho biết nó do những nhà điêu khắc ở Mathura thực hiện.

Nhiều di vật khác của thời *đại Kushāṅa* có thể thấy trong viện bảo tàng *Sārnātha* này.

7.9. CÁC CỔ VẬT THUỘC THỜI GUPTA

Thời đại Gupta là thời đại hoàng kim nhất trong nghệ thuật mô tả bằng hình tượng. Hầu như những bức tượng tìm thấy được ở *Sārnātha* đều thuộc giai đoạn này. Số lượng, kích cở và nét nghệ thuật của tượng đã chỉ ra sự đa dạng phong phú và khéo tay của nghệ nhân. Những tượng của Đức Phật và Bồ- tát trong thời này đã phơi bày sự khác nhau giữa ấn (*mudrās*) và bạch hào tướng (*āsanas*). Những biểu tượng khác nhau của Bồ-tát cũng được biểu hiện ở các tượng. Một số tượng cùng loại được trưng bày tại viện bảo tàng. Chúng tôi sẽ giới thiệu vài tượng đặc biệt như sau:

Theo quan điểm của những nghệ nhân, tượng Phật trong thời đại Gupta có giá trị vô cùng lớn lao. Tiến sĩ Vogel nói rằng do nét đẹp thanh nhã, phong thái ung dung, thư thái, đĩnh đạc của các tượng đã toát lên nét trầm tĩnh và tâm linh nhẹ nhàng giải thoát của ý tưởng Phật giáo.[158] Mặc dù trong những hình tượng này chúng ta chú ý đến kiến trúc phức tạp so với nét đơn giản của

158 Sārnātha Catalogue, trang 19.

thời Kushāṅa, nhưng chúng vẫn có giá trị đối với các nghệ nhân. Sự biểu hiện của những lá cây, giây leo và những mẫu trang trí khác chưa bao giờ là bằng chứng của sự thô kệch. Ngược lại chúng biểu lộ sự tao nhã và tinh xảo. Những bức tượng của thời đại này kích cở nhỏ hơn thời đại Kushāṅa nhưng lại diễn tả tự nhiên hơn những ý tưởng cao quý. Những gương mặt của tượng không bao giờ có pha nét nghệ thuật Mông cổ như đã có ở thời đại Kushāṅa.[159] Phật giáo cũng phát triển trong thời đại Gupta. Những tượng của thời đại này đã chứng minh cho quan điểm đó và trong thời đại này, việc sùng bái thờ phượng Bồ-tát đang phát triển cao nhất. Đó là lý do tại sao có nhiều tượng khác nhau của Bồ-tát Quan-thế-âm (*Avalokitesvara*) ở *Sārnātha*.

Bây giờ chúng ta sẽ trình bày những tượng quan trọng nhất ở *Sārnātha*:

Số B (b) 1: tượng Đức Phật trong tư thế đứng. Hai chân và tay trái đã bị gãy. Từ ba y (*Chirara*),[160] y đặc biệt của một tỳ kheo, y dưới (*Antara vasaka*) và y trên (*Samghati*). Y dưới có một sợi dây để cột. Tay phải được nâng lên và tượng đứng trong tư thế Vô uý ấn (*Abhaya Mudrā*). Tóc gợn sóng quăn về phía bên phải. Không có biểu tượng bạch hào tướng (*Uriā*) trên đầu. Một vầng hào quang phía sau đầu chỉ ra rằng tượng thuộc thời đại Gupta. Ở cuối vầng hào quang có khắc hình giống như trăng lưỡi liềm. Có một tượng tương tự như vậy

159 Tachis xuất phát từ Mông cổ. Kushan là một chi nhánh của Ynehchi.

160 Theo Luật tạng (Vinayapitaka), tỳ kheo phải mặc ba y (chibara), nghĩa là y dưới (samghāti), Uttarāsanga (thượng y hoặc y thất điều) và y trên (Antaravāsaka). Phía bắc Ấn, y này được gọi là cà-sa (Kāshāya), vì màu hoại sắc của chúng.

ở viện bảo tàng Calcutta. Trong khi mô tả chúng, ông Anderson đã nói là ấn tự tại (*Āshiva Mudrā*) thay vì ấn vô uý (Abhaya mudrā).[161]

B (b) 23: một bức tượng đứng của Đức Phật bị gãy đầu và tay phải. Tay trái của tượng thì đặt ở tư thế thí nguyện ấn (*Varada mudrā*). Có một hình nhỏ dưới chân tượng này. Có thể là hình của người cúng tượng.

B (b) 172: tượng Phật ngồi trong tư thế Địa-xúc ấn (*Bhūmisparśa Mudrā*).[162] Trong điêu khắc Phật giáo, 'ấn' (*Mudrā*) tượng trưng cho Đức Phật chinh phục ma vương và sự đạt giác ngộ của ngài ở dưới gốc bồ đề ở Gaya. Nhưng hầu hết đã bị bể nên không thể đánh giá được nét đẹp kiến trúc của tượng. Theo bức ảnh minh họa của Major Kittoe, dường như rằng tượng vẫn còn nguyên vẹn khi ông tìm thấy. Bệ tượng thì giống như bệ tượng Đức Phật ngồi giác ngộ ở Bồ-đề-đạo-tràng (*Bodhimanda*). Y trên (*Antara vāsaka*) và y dưới (*Samghāti*) của Đức Phật khắc nhuyễn và mềm mại như thật. Có một hào quang tròn trên đỉnh tượng. Lá trên cây bồ đề trông rất sống động. Bên phải của tượng Phật là ma vương đứng cầm cung và tên. Con gái của ma vương đứng bên trái và xung quanh là quân ma trong tư thế sẵn sàng giết Phật. Dưới tay phải của Đức Phật có

---

161 Anderson, Catalogue and Hand-book of Archaeological Colletions in the India Museum, Part II, trang VI, số S. 14.

162 Bhumisparsa Mudra (Địa xúc ấn): Khi Đức Phật sắp sửa đạt giác ngộ (Samyaka Sambodhi), ma vương nói với ngài: "Ai sẽ làm chứng cho sự giác ngộ của ngài? Thần đất (the Earth) nói với Đức Phật rằng hãy lấy tay đụng đất. Tức khắc thần sẽ hiện ra để làm chứng cho ngài. Do đó, Đức Phật lấy tay chạm đất và từ đó mà có ấn Địa-xúc. Ấn (Mudrā) còn gọi là Vajrāsana và trong văn học Phật giáo sau này gọi là Sakshimudra. Tại Bồ-đề-đạo-tràng cũng có tượng Đức Phật trong xúc địa ấn như vậy.

tượng bán thân của một người nữ. Chính là tượng của thần đất (*Vasundharā*). Thần xuất hiện trước Phật như chiêm ngưỡng nét đẹp siêu thoát của ngài. Giữa bện có hình ma nữ với mái tóc rối bù bỏ chạy sau khi đã thất bại trong cuộc quyến rũ Đức Phật.

B (b) 173: tượng này hầu như giống bức tượng ở trên, chỉ khác một vài chi tiết nhỏ. Trên bệ có hình của con sư tử biểu tượng cho khu rừng Uruvela, nơi Đức Phật đạt giác ngộ (*Sambodhi*). Bên trái có hình của ma vương và con gái của ma. Dưới chân của Đức Phật có hai bánh xe (*chakras*) - biểu tượng của pháp. Trên bệ có bia ký của vua Kumāra Gupta II.

B (b) 181: hình của Đức Phật ngồi bắt ấn chuyển pháp luân (*Dharma Cakra Mudrā*).[163] Đây là tượng hoàn chỉnh nhất trong các tượng tìm thấy ở *Sārnātha* và chính ông Oertel phát hiện tượng này đầu tiên. Con nai và năm anh em Kiều-trần-như *(Pancha- vargīya Bhikşus*) là biểu tượng cho *Sārnātha* noi Đức Phật Chuyển pháp luân. Bánh xe chỉ là biểu tượng của Chuyển bánh xe pháp (*Dharmachakra pravartana*) – bài thuyết pháp đầu tiên của Đức Phật. Biểu tượng *Dharmachakra* pravartana này rất được các nghệ nhân yêu chuộng và thường minh hoạ trong các tác phẩm nghệ thuật. Ấn (mudrā) không thể không biết ngay cả ở Gandhāra xa xôi. Tiến sĩ Vogel có ý kiến rằng "ấn (mudrā) ở Gandhāra không có giống với ấn ở *Sārnātha*, nhưng lại giống với

163 Dharma Cakra Mudrā: Chuyển pháp luận ấn nghĩa là cả hai tay để trước ngực. Ngón tay kế ngón cái và ngón cái của tay phải đụng với ngón giữa của tay trái. Mudrā như vậy thường thấy trong tượng ngồi. Ấn này là biểu tượng Đức Phật chuyển pháp luân lần đầu tiên tại Sāmātha.

ấn ở Tỳ-xá-li (Śrāvasti).[164] Thật ra rất nhiều tượng của Đức Phật trong tư thế chuyển bánh xe pháp đã tìm thấy ở Gandhāra.[165] Không có gì chứng minh rằng tượng ở *Sārnātha được làm dưới mẫu của những tượng được tìm thấy ở Gandhāra. Mặt khác, Tiến sĩ Spooner đã cho thấy rằng tượng ở Gandhāra* có hình nai và những vật khác rất đặc biệt hơn những tượng ở *Sārnātha*.[166]

Một kiệt tác Đức Phật với thế ấn Chuyển Pháp Luân tại *Sārnātha.*

164 Xem hình B (6) 181 trong viện bảo tàng. Ở thành Xá-vệ (Srāvasti) cũng vậy, khi Đức Phật sử dụng thần thông, ngài cũng đã hiện tư thế như vậy. 164 Sārnātha Catalogue, trang 20.

165 Peshawar Museum Sculptures (Mẫu điêu khắc ở Viện Bảo tàng Peshawar) số: 129, 145, 349, 455, 760, 762, 767, 773, 780, 1250 và 1252.

166 Hand-book to the Sculptures in the Peshawar Museum by Tiến sĩ D.B. Spooner, Ph.D. (1910).

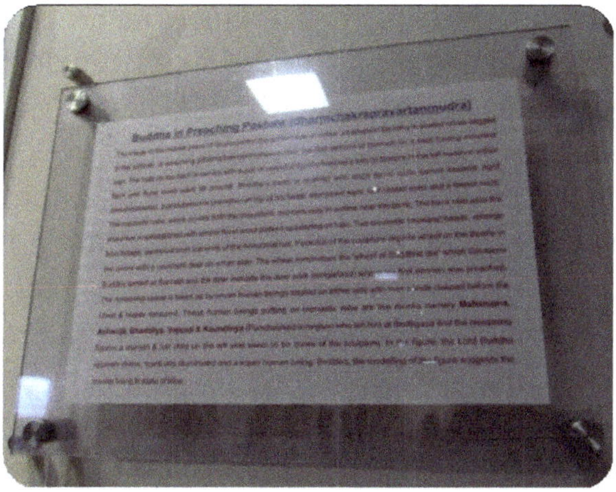

Bản ghi chú về Sự kiện Đức Phật chuyển pháp luân lần đầu tiên và giảng về lý Tứ Đế (Bốn Sự Thật).

Đây cũng có bằng chứng cho rằng những tượng như vậy cũng được làm tại Bengal. Tượng này vẫn là tiêu biểu nhất trong các loại của nó. Tượng cao 5 feet, 3 inch. Tất cả đều còn nguyên vẹn. Cả hai tay được đặt gần ngực. Chân thì đặt theo thế Yogāsana. Tượng khoác y phục rất đẹp. Tóc trên đầu xoăn về phía phải. Mắt hơi ngó xuống như đang thiền định. Tượng đang an tọa trên toà sen rất đẹp. Giữa bệ là có bánh xe. Hai bên có hai con nai nằm nghiêng và bảy phật tử đang quỳ. Chính giữa là năm vị tỳ kheo A-nhã-kiều-trần-như với đầu tròn sáng. Còn có hình hai thí chủ và một vầng hào quang tỏa phía sau nhục kế của Đức Phật nữa. Trên vầng hào quang và ở hai bên có tượng hai chư thiên với hai cánh đang bay. Phía dưới chân Đức Phật có hai con rồng giống như hai con sư tử. Họ nói rằng ở Ấn Độ cổ đại không biết đến rồng, nên cẩn thận khắc luôn hình hai loài vật này.

Bức tượng này rất đẹp và tự nhiên, người ta nói rằng đó là mẫu sản phẩm tượng ở *Sārnātha*. Trên đỉnh tượng không có những đường sáng hào quang như ở Việt nam nhưng vẫn toát nét nghệ thuật. Hình của hai con rồng biểu tượng đức tính anh hùng. Không có hình rồng nào ở Châu âu tốt hơn mẫu này. Tư thế của tượng Phật thì cũng rất tự nhiên đến nỗi ai chiêm ngưỡng cũng sẽ nghĩ rằng trước mắt vị ấy là báo thân tuyệt vời thật của một Đức Phật sống. Ngay cả những tuyến gân nơi cổ cũng hiện lên rất khéo léo. Gương mặt diễn tả một sự thâm trầm, sâu lắng đến nỗi không thể dùng lời diễn tả. Ông Havell hết sức vui sướng khi được chiêm ngưỡng tượng và dùng hết lời hay để ca tụng tượng.[167]

B (b) 186: bức tượng có hai hình xoay lưng vào nhau. Một mặt là tượng Đức Phật ngồi trong tư thế chuyển pháp luân ấn (*Dharmachakra mudrā*) và mặt kia là hình Bồ-tát. Cả hai chân của tượng Đức Phật chính đã bị bể. Trên vầng hào quang có hai chư thiên đang bay với hai cánh và tay cầm những vòng hoa. Tượng này dường như cổ hơn tượng trước vì kiểu của nó ít chi tiết hơn và ít khéo léo. Hầu như tất cả tượng ở thời đại Gupta được làm bằng sa thạch nguyên khối.

B (d) 1: tượng Bồ-tát Quan âm đứng trên hoa sen. Không có cánh tay phải. Phần gãy bây giờ đang sửa chữa lại. Tay trái cầm một hoa sen. Tay phải đặt trong tư thế thí nguyện ấn (Varada mudrā).[168] Đây là một đặc trưng của Bồ-tát Quan âm. Phần trên của bức tượng thì để trần, có một sợi dây hoa buộc để giữ y

167 Indian Sculpture and Painting (Tranh và Điêu khắc Ấn độ), trang 39.

168 Thí nguyện Ấn (Varada mudrā): Đức Phật trong tư thế đứng, tay phải để xuống trên đùi, lòng bàn tay lật ngược lên để chỉ cho sự bố thí.

dưới vào eo lưng. [169]Có một sợi chỉ thiêng liêng giống như đạo Hindu dùng để treo trên ngực. Tóc thì được cột lại như mớ tóc của một yogi (người tập yoga). Phía trước bím tóc, có hình của Đức Phật A-di-đà đây cũng là điểm đặc trưng của Bồ-tát Quan-thế-âm. Dưới chân Bồ-tát và bên dưới cánh tay phải, có hai hình của quỷ thần. Vị Bồ-tát từ bi đã cho họ uống nước cam lồ.[170]

B (d) 2: tượng Bồ-tát Quan-thế-âm có hình ảnh nhỏ của Đức Phật Thích-ca ngồi thiền trên đầu Bồ- tát. Bồ-tát với tay trái cầm một hoa sen có cuống. Tay phải trong tư thế thí nguyện ấn (*Varada mudrā*). Thí nguyện ấn là tay phải để xuống trên đùi, lòng bàn tay lật ngược ra ngoài để chỉ cho sự bố thí. Tư thế này chỉ có ở những tượng đứng.

B (d) 6: tượng của Bồ-tát Văn thù (*Mañjusri*), Ấn Độ gọi là vị thần của trí tuệ. Đầu của tượng này được phát hiện khác chỗ với thân tượng. Không có cánh tay phải. Có lẽ tượng trong tư thế thí nguyện ấn (*Varada mudrā*). Cánh tay trái giữ một đóa hoa sen liền với cuống hoa dài và tay phải lật ra ngoài. Trên đầu tượng có hình của Đức Phật A-súc-bệ (*Akshyobhya*) ngồi thiền. Đây là điểm đặc biệt của Bồ-tát Văn thù sư lợi. Bồ-tát Văn thù thường có tượng Thiện-tài-đồng-tử (*Sudhanakumāra*) bên tay trái và Jamāri bên phía phải của tượng. Nhưng bên tay phải tượng này lại là tượng thần Bhrikuti Tārā và bên trái là tượng của thần Mrityuvanchana Tārā.

169 Đây là bức tượng giống như tượng Liên-hoa-thủ bồ-tát (Padmapāni) tìm thấy ở Sārnātha trong viện bảo tàng ở Sāmātha. Tượng cũng có một dây buộc lưng. Trích trong Fig. S. 37. Anderson, Catalogue. Part II.

170 B.C. Bhattacharya (The History of Sārnātha or Cradle of Buddhism, Delhi: Pilgrims Revised Edition — 1999, trang 97) đã cho là Bồ Tát cho họ uống rượu tiên.

Phía sau tượng này có khắc thần chú của Phật giáo.[171] Sau thời đại Gupta, Phật giáo suy giảm nhanh ở Ấn Độ. Phật tử bắt đầu thờ bái nhiều thần và nữ thần của mật giáo (vay mượn bên Hindu). Từ thời gian đó, bắt đầu có thuật từ Guhya dharma (pháp mật) của mật giáo (*Mantra yāna*), thời luận giáo (*kālachakrayāna*), Kim Cang giáo (*Vajrayāna*)... Phật tử bắt đầu thờ không chỉ những tượng Đức Phật ngồi với tư thế tam muội ấn (*Dhyāna mudrā*),[172] vô uý ấn *(Abhaya mudrā*)[173] hoặc địa xúc ấn (*Bhumisparsha mudrā*) cũng như là hai vị Bồ-tát Quan-thế-âm và Di lặc mà còn thờ một số những vị thần và nữ thần hình thù rất hung dữ gớm guốc. Những tượng như vậy cũng được thấy ở *Sārnātha*.

Rất nhiều tượng Đức Phật chuyển pháp luân ấn như tượng số [số B (c) 1, B (c) 35, 38, 40, 42, 46, 57, 59 và 61].

B (c) 1: phần thấp của tượng Đức Phật ngồi trong tư thế chuyển pháp luân ấn (*Dharmachakra* mudra). Trong bức tượng Đức Phật ngồi kiết già thì chỉ có hai chân và toà ngồi là thấy, còn những phần khác đã bị bể nhưng toà ngồi này rất đẹp. Không có bất cứ tượng nào ở *Sārnātha* có tòa ngồi như vậy. Trên toà có bia ký nổi tiếng của vua Mahīpāla. Phần dưới là câu thần chú của

171 Viện bảo tàng Sahitya Parisad có trưng bày một tượng Bồ Tát Văn thù tay giữ cây gươm và hoa sen. Không có tượng thứ hai nào của loại này được tìm thấy. Xem Banerjee, Parisad Catalogue, trang 4, tượng số 16.

172 Tam muội ấn (Dhyāna Mudrā): trong tư thế ngồi thiền và cả hai tay đều lật và chồng lên nhau.

173 Vô uý ấn (Abhaya Mudrā): trong tư thế này, tay trái mở, tay phải nâng lên trước ngực với những ngón tay và ngón tay cái mở một nửa với lòng bàn tay xoay lại. Ấn Vô uý (Mudrā) này thường có ở các tượng thuộc thời đại Kushāna.

Phật giáo.

Phần giữa được chia làm bảy phần. Mỗi phần có một hình bên trong. Trung tâm là bánh xe pháp (*Dharmachakra*) với hai con nai nằm hai bên. Mỗi bên con nai cũng có một con sư tử. Mỗi bên sư tử có hai hình người tay đang vịn vào tòa ngồi của Đức Phật. Hai hình người này là ma vương và con gái của ma.

B (c) 2: tượng Đức Phật ngồi trong tư thế địa-xúc ấn (*Bhūmisparsha Mudrā*). Tượng này giống như một trong những tượng đã mô tả ở trước nhìn vào rất đẹp và được xem là một trong những tượng đẹp nhất trong cùng các loại của nó. Phần trên của tòa sư tử được trang hoàng với nền hoa đá. Mỗi bên vai, có hình chư thiên ngồi với vòng hoa trong tay. Vòng hào quang thì không phải là nửa hình tròn mà như là có hình đoạn khúc.

Một tượng đá Bồ tát đứng tự tại.

B (c) 43: tượng Đức Phật ngồi trong tư thế kiểu Châu âu. Tượng này không có đầu. Tay và chân của tượng đã bị gãy. Phía bên phải tượng là Bồ-tát Di lặc đứng giữ phất trần (*chowri*) và một bình nước trong tay; phía tay trái là Bồ-tát Quan-thế-âm tay đang cầm một hoa sen và một phất trần. Dưới chân của tượng, có hình của năm anh em A nhã Kiều-trần-như và một cư sĩ.

B (d) 8: tượng Bồ-tát Quan-thế-âm ngồi, tay phải đặt trên đầu gối trái trong thế thí nguyện ấn (*Varada mudrā*). Tay trái có một hoa sen và cũng đặt trên đầu gối. Tượng được trang hoàng nhiều đồ trang sức như chuỗi hạt ngọc, vòng dây vàng tượng trưng cho sự thiêng liêng và có cả những trang sức khác phía dưới rốn. Đây cũng có tượng Đức Phật A-di-đà nhỏ ngồi thiền ở trước trán. Vòng hào quang của tượng này được làm bằng loại Māgadhi giống như của tượng số B (c) 2. Phía bên phải của vòng hào quang có một hình nhỏ của Đức Phật ngồi trong tư thế thí nguyện ấn (*Varada mudrā*). Sự điêu khắc của tượng này rất đáng chiêm ngưỡng. Trên tòa ngồi của Đức Phật có khắc những nét chữ của thế kỷ thứ IX.

B (b) 17: tượng Bồ-tát Quan-thế-âm đang ngồi trên hoa sen với cánh tay đặt thế thí nguyện ấn (*Varada mudrā*). Phía trên đỉnh là hình năm Đức Phật nhỏ bằng bàn tay đang ngồi thiền, chính giữa là Đức Phật A-di-đà. Thần kim cang (*Tārā*) đứng bên trái của tượng. Phía dưới là Thiện-tài Đồng tử (*Sudhana Kumāra*) với hai tay chấp như hoa sen búp. Phía bên trái là thần Bhrikuti, dưới nữa là thần Hayagriva có thể thấy. Cuối bệ có nhiều hình nam nữ Phật tử quỳ kế bên Bồ-tát Quan-thế-âm. Tượng đầy đủ này có thể được coi như là phần bổ sung của bức tượng số B (1) 1.

B (d) 20: tượng Bồ-tát. Phía trên đầu có một khăn xếp theo kiểu hình nón. Bồ-tát giữ chày kim cang (*Vajra*) bên tay phải và linh kim cang (*Vajra ghaitā*) bên tay trái. Vòng hào quang của tượng này là giống loại tượng ở Magadhi. Phía trấn có A-súc- bệ Phật (*Akshyobhya*) ngồi trong tư thế địa-xúc ấn (*Bhumisparsa Mudrā*). Ở Tây tạng, những tượng như vậy được gọi là Bồ-tát Kim Cang (*Vajrasattva*).[174]

B (f) 2: tượng nữ thần kim cang (*Tārā*) trong tư thế đứng. Tượng này không có tay trước. Lỗ mũi và lỗ tai cũng đã bị gãy. Tay phải dường như đang nâng lên trong tư thế thí nguyện ấn (*Varada Mudrā*). Có một hoa sen xanh trong tay trái của nữ Bồ-tát. Phần phình lớn của cuống hoa có thể thấy. Phần trên của tượng không có gì để che và phần dưới có mặc y dưới. Ý tưởng trang hoàng cho tượng có thể đến bắt đầu từ nguyên nhân của tượng này. Tượng có một thắt lưng chỗ eo. Trên đầu có vương miện tô điểm với ngọc và châu báu trong đó có hình Đức Phật Bất-hư-không-thành-tựu (*Amoghasiddhi*) ngồi thiền. Bên phải có hình nữ thần Mạt-li-chi (*Mārichi*) với chày kim cang (*Vajra*) trước ngực và một đóa hoa vô ưu (*Aśoka*) bên tay trái. Bên tay trái có hình Bồ-tát Nhất-kế (Ê-ca-nhạ-tra | Ekajatā) với nhiều cánh tay và một cái bụng lớn. Hình của hai thị giả hai bên của tượng chính là điểm đặc biệt của những bức tượng Bồ-tát Văn thù và các Bồ-tát khác thuộc thời đại Gupta. Điểm đặc trưng này cũng có thể thấy trong các tượng của thần

174 Rai Dayārām Sāhani cho rằng 'tượng 19 là xuất phát từ Ma kiệt đà hiện đang trưng bày ở viện bảo tàng Kolkata. Không có tượng nào giống như vậy được thấy trong danh mục liệt kê của bất cứ viện bảo tàng nào.

Vishnu. Vì vậy, rõ ràng rằng đây có sự phát triển từ từ của mẫu này trong sự mô tả bằng hình tượng. Đặc điểm của tượng này hoàn toàn tương ứng với sự tu tập (*Sādhanā*) của Phật tử. Mẫu Kim cang Bauddha Tārā là một vị nữ thần của đại thừa Phật giáo và là năng lực duy nhất của Bồ-tát Liên-hoa-thủ (*Padmapāni*).

Tượng đá xanh Bồ tát Quan Thế Âm ngồi tự tại.

B (f) 7: tượng của thần Kim cang (*Tārā*) ngồi. Tượng này có nhiều điểm đặc biệt. Nền sau của tượng có hình nhiều người, lá cây và dây leo. Không có trang hoàng nhiều. Phía dưới tượng chính, có một tượng Phật tử đang quỳ lạy.

B (f) 8: tượng thần Kim cang (*Vajra Tāra*) với tám tay và bốn đầu. Những cánh tay bên trái đã bị gãy. Chỉ có những cánh tay phải là còn hiện hữu. Tượng có ba mắt. Khối tóc kết lại có hai hình A-súc- bệ Phật (*Akshyobhya*), một là Đức Phật A-di-đà và vị khác là Bất-không-thành-tựu Phật (*Amogha Siddhi*) ngồi trong tư thế vô uý ấn (*Abhaya Mudrā*). Cổ và tay được trang hoàng đeo vòng rất đẹp.

B (f) 19: tượng của Bồ-tát Vasundharā bị gãy đầu và bị bể ở nhiều nơi. Tay phải được đặt trong tư thế thí nguyện ấn (*Varada Mudrā*), tay trái giữ đôi bông của paddy. Một đặc điểm khác của tượng là có hai lọ ngọc dưới chân. Theo quy luật (*Sādhanā*) của mẫu tượng này, lọ bình được để bên tay trái. Mỗi bên của tượng chính có hai tượng thần nhỏ. Có hai vành tai dài và tay có cầm bình. Tượng này nhìn giống như tượng Tārā no. B (f) 2.

B (f) 23: tượng nữ thần Mạt-ly-chi (*Mārichi*: nữ thần thường hộ trì những người đi đường) có ba đầu và sáu tay. Đầu trung tâm thì cao hơn những đầu khác. Đầu phía bên trái thì giống như đầu chó. Tay phải đầu tiên nâng chày kim cang (*Vajra*), tay thứ hai cầm một mũi tên và tay thứ ba cầm một cái mác. Trong khi tay trái đầu tiên cầm nhánh hoa vô ưu (*aśoka*), tay thứ hai có một cây cung và tay thứ ba trái thì để ngang ngực trong tư thế ấn Tarjanidhara. Tượng nữ thần Mạt-ly-chi (Mārīchi) tìm thấy ở chỗ khác thì có tám tay. Nhưng tượng này thì chỉ có 6 tay. Chúng ta tin rằng đầu tiên vị thần này chỉ có sáu tay. Sau đó lại được thêm hai tay vào. Vì vậy, có thể nói rằng tượng này là cổ nhất trong cùng loại tượng này. Trên đầu có tượng của Đức Phật Tỳ-lô-giá-na *(Vairochana*) đang ngồi thiền là một trong những điểm đặc biệt theo cách tu tập của Phật giáo (*Sādhanā*). Trên bệ tượng có bảy con heo nhỏ đứng cạnh nhau. Có giá đỡ xe kéo ngựa của nữ thần Mạt ly-chi (*Mārīchi*). Ở chính giữa, có hình người nữ dường như là tượng của người kéo xe ngựa. Bệ cũng có một bia ký nhỏ, tuy nhiên chưa giải mã được các nét chữ. Ngoài tượng này ra, cũng có một số tượng của nữ thần Mạt-ly-chi (*Mārichi*) được phát hiện ở Bengal và Ma-kiệt-đà (*Magadha*). Nhiều tượng như vậy khác kích cở có thể được thấy trong viện bảo tàng Calcutta và Lucknow cũng như trong Vārendra Research Society ở Rājshāh. Bản photo của tượng này ở viện bảo tàng Calcutta được thấy trong cuốn sách Iconography (Tranh tượng) của M. Foucher. Tượng này và một tượng khác được tìm thấy ở Mayurbhanja[175] thì đẹp hơn những tượng ở *Sārnātha* và đã chứng minh khả năng nghệ thuật điêu khắc cao hơn, nhưng thật ra tượng ở Sārnātha thì cổ nhất trong cùng loại của nó. Nhiều nhà khảo cổ đã nỗ lực để tìm thấy các mối liên quan giữa các tượng của nữ thần Mạt-ly-chi (*Mārīchī*) và tượng thần mặt trời, có bảy con ngựa do Aruna cưỡi dưới hình mặt trời. Trong ở dưới tượng này có bảy con lợn do một người nữ cưỡi. Tiến sĩ Vogel đã sai khi cho rằng bảy con ngựa là ngụ ý cho bảy ngày và cho nữ thần Mạt-ly- chi (Mārīchi) với danh hiệu Ushā. Theo ông B.C. Bhattacharya[176] cho rằng bảy con ngựa là tượng trưng cho bảy màu của ánh sáng mặt trời. Tên Mārīchi rút từ thuật từ Mārīchi. Vì vậy, tượng này là biểu tượng cho năng lực thần mặt trời.

Lại nữa, bảy con lợn của nữ thần Mạt-ly-chi (*Mārīchi*) chọc thủng bóng tối của màn đêm với những cái răng của chúng và lót con đường cho thần mặt trời mọc. Nữ thần Mạt-ly-chi được xem như thần Vārāhi của đạo Hindu. Vārāha là tên của một thần avatāra hoặc

175 Mayurbhanja, Archaeological Survey (Khảo sát Khảo cổ học), trang xvii.

176 B.C. Bhattacharya, The History of Sārnātha or Cradle of Buddhism, Delhi: Pilgrims Revised Edition - 1999.

là tái sanh của thần Vishnu. Năng lực của ngài được gọi là Vārāhi. Có nhiều bằng chứng vững chắc trong văn học Vệ đà đã cho thấy rằng thần mặt trời nhưng dưới hình thức của vị thần Vishnu. Vì vậy, dường như rằng bản chất của Mārīchi hoặc Vārāhi thì phức tạp và thần bí hơn. Ông Vasu thấy Mārīchi thờ phượng dưới tên Chandī trong vài chỗ ở Mayurbhanja. Mỗi người biết rằng Chandāmsu là tên một vị thần mặt trời. Hai tượng của Vārāhi do ông tìm thấy được ở Mayurbhaja là tương ứng với thiền (*Dhyāna*) của Mantra-mabodadhi. Ở Tây tạng, Vajravārāhī thì vẫn thờ dưới tên "Radorje phagmo'. Tượng Tây tạng giống như tượng nữ thần Hindu Tārā hoặc Kāli. Vòng hoa trên đầu được đeo trên cổ. Một hình Phạm-thiên (*Mahādeva*) nằm dưới chân tượng. Hai bên là thần Dākinis và Yoginis. Miệng thì giống như miệng của con lợn.[177] Lại nữa, nữ thần Mạt-ly-chi (*Mārīchi*) được thờ ở Tây tạng với tên Od-ser-chonmo. Tượng này ngồi trên xe ngựa. Có sáu tay và ba đầu và có những con lợn như là bánh xe.

Số B (h) 1: tượng của thần Śiva với mười tay. Tượng này cao nhất ở *Sārnātha* với chiều cao 12 feet. Hai tay trái và phải đầu tiên là có hình thần A- tu-la (*Asura*) với một cây đinh ba nhọn bén. Bốn tay khác bên phải giữ một cây gươm, mũi tên, cái trống và một vật không biết là gì? Phía bên tay trái giữ một cái chùy, cái khiên, cái bình và cây cung gọi là pināka. Riêng thần A-tu-la (Asura) đang giữ một lưỡi gươm bên tay phải trong khi tay trái đã bị gãy.

Có nhiều tượng của thần A-tu-la và một con bò đực.

177 Abb. 131 và abb. 118 Die Gottin Maricha, Grunwedel's Mythologie des Buddhismus in Tibet under Mongolei, trang 145, 157.

Tượng này đầu tiên xuất hiện như tượng của thần khỉ Hanumã hoặc Mahāvīra. Chúng ta cũng thấy tượng Mahāvīra như vậy trong Hanumānadhārā ở Chitrakūṭa. Mahāvīra hoặc Hanumā nhưng dưới hình dáng của thần Śiva. Vì vậy, ở đây có sự giống nhau giữa hai tượng.

Bên cạnh những tượng mô tả ở trên, có một loại cổ vật ở *Sārnātha* nữa, đó là sự điêu khắc trên từng phiến đá rời, hầu hết đều mô tả cuộc đời Đức Phật. Một số thanh đá khắc những câu chuyện trong kinh Bổn sanh. Theo Tiến sĩ Vogel cho rằng những thanh đá và nguồn gốc của loại điêu khắc này xuất phát từ Gandhāra. Số lượng nó cũng giảm theo sự suy tàn của Phật giáo. Đó là lý do mà chúng rất ít thấy ở Mathura và *Sārnātha*.

Ở đây có các số 127, 369, 1241, 1242 cũng mô tả cảnh Đức Phật đản sanh. Phiến đá số 138, 251, 350, 147 mô tả giấc mơ của hoàng hậu Ma-da. Cũng có nhiều những phiến đá mô tả Đại sự Xuất thế (*Mahāniskramana*) của thái tử Sĩ-đạt-đa.

Khảo sát kỹ chúng ta sẽ thấy rằng đây là giai đoạn cao của nghệ thuật điêu khắc.[178] Vì vậy, có thể kết luận rằng là chúng thuộc về thời đại sau này hơn là những phiến đá ở Mathura và *Sārnātha*. Tiến sĩ Vogel đã chứng minh rằng không có bằng chứng nào cho rằng những phiến đá này thuộc thời đại Gupta. Tuy nhiên, chúng ta không thể chấp nhận với tiến sĩ Vogel về quan điểm này, bởi vì trong một phiến đá ở Mathura, chúng ta chú ý cái tạm gọi là ảnh hưởng Hy lạp,[179] trong khi đó những phiến đá ở *Sārnātha* không có dấu vết nào của sự ảnh

178 Xem bản điêu khắc số 787, Hand-book to the Peshwar Museum by Tiến sĩ D. B. Spooner.

179 Xem phiến đá số H. I., H. II. Mathura Catalague by Tiến sĩ Vogel.

hưởng này. Trong những phiến đá phát hiện ở Sāñchi, chúng ta cũng sẽ thấy nhiều bia chắn mô tả về cuộc đời Đức Phật.[180] Chúng có thể khắc trước kỷ nguyên Thiên chúa và loại của chúng dường như là cổ nhất trong thời đoạn đó.[181] Điểm đặc biệt nữa là không có chia cảnh trong những phiến đá ở Gandhāra. Cả hai đặc điểm này được ghi nhận có nơi thanh đá ở *Sārnātha*. Vì vậy, chúng ta có lý do để kết luận rằng những phiến đá này thuộc về giai đoạn quá độ của loại kiến trúc này. Phiến đá Gandhāra có niên đại trễ hơn niên đại ở *Sārnātha*.

Bây giờ chúng ta có thể giải thích ngắn gọn về những phiến đá quan trọng đã phát hiện ở *Sārnātha*.

C (a) 1: phiến đá này dài với hình một ngôi tháp trên đầu đá. Nó được chia thành bốn phần. Mỗi phần đều trình bày cuộc đời của Đức Phật. Phần thấp nhất là khắc cảnh Đức Phật đản sanh. Trong vườn Lâm-tì-ni gần thành Ca-ti-la-vệ (*Kapilāvāstu*), Hoàng hậu Ma-da (*Māyā Devi*) tay phải đang vịn cây hoa sāla khi thái tử sơ sanh từ hông phải được sanh ra. Chư thiên (*Brahmā*) đã tắm cho đứa trẻ. Tượng các chư thiên hơi mờ. Phía bên trái của hoàng hậu là di mẫu Kiều-đàm-di (*Prajāpati*)-chị của hoàng hậu. Những vị vua rồng (*Nāga*) Nanda và Upananda đang bưng một bình nước rót trên đầu đứa trẻ. Hàng ngàn những tia nước rưới lên mình thái tử. Phiến đá này không có giá trị nhiều về kiểu điêu khắc này. Những phiến đá đa dạng của loại này cũng được tìm thấy ở Gandhāra, Mathura và những nơi khác.[182] Khi so

180 Xem bức tranh khắc trên rào chắn cổng phía đông ở Sanchi.
181 Prof. A. Grūnwedel, Buddhist Art in India (Nghệ thuật Phật giáo ở Ấn độ), trang 628.
182 Grünwedel, Buddhist Art in India, trang 111-3 cf. Figs., số 64, 65,

sánh những thanh đá này có hai điều quan trọng, đầu tiên là phiến đá ở Mathura và Gandhāra đã chỉ ra giai đoạn phát triển cao của điêu khắc và thứ hai là những phiến đá ở Gandhāra thì chi tiết hơn ở *Sārnātha*. Thí dụ, trong điêu khắc Gandhāra có hai cảnh, Đức Phật đản sanh và Đức Phật đang chuyển pháp luân. Từ hai sự kiện này có thể phỏng đoán rõ ràng rằng sự trình bày ở *Sārnātha* thì tương đối sớm trong tiến trình thăng hoa của những mẫu điêu khắc như vậy và phiến đá này thuộc thời đại Gupta.

Phiến đá thời Gupta mô tả tám sự kiện quan trọng trong cuộc đời của Đức Phật.

Ba cảnh khác trên phiến đá khắc cảnh Giác ngộ của Đức Phật ở Bồ-đề-đạo-tràng (*Bodhgaya*), Chuyển pháp

66. Vogel, Mathura Catalogue, trang 30, đĩa VI, số H.1.

luân ở Lộc-uyển (*Sārnātha*) và Nhập Niết bàn ở Câu-thi-na (*Kushinaga*).

Cảnh giác ngộ như sau: Đức Phật ngồi trong tư thế địa xúc ấn (Bhūmisparsa) dưới cây bồ đề. Phía tay phải là ma vương với một cây cung và tên. Phía sau ma vương là quân ma. Lại nữa, chúng ta thấy cảnh ma vương bị đánh bại. Phía bên trái của hình chính là hai con gái xinh đẹp của ma vương đang quyến rũ Đức Phật.

Trong cảnh chuyển pháp luân (*Dharma Chakra*): Đức Phật ngồi ở chính giữa trong tư thế thuyết pháp. Phía bên phải là Bồ-tát Di lặc đang giữ một chuỗi tràng hạt và phất trần. Phía bên trái Bồ-tát Quan thế-âm đứng trong tư thế thí nguyện ấn (*Varada mudrā*). Hai phía có hai chư thiên đang bay với những vòng hoa. Điều nổi bật liên kết với hình này là chư thiên đã gắn thêm vào hai cánh (như Thiên thần của đạo Thiên chúa). Phong tục thêm cánh vào chư thiên chưa bao giờ có ở bất cứ nền nghệ thuật nào trừ ở Gandhāra.[183] Điều này cũng chỉ ra mối liên quan thân thiện giữa các nghệ nhân ở *Sārnātha* và *Gandhāra.* Dưới chân những phiến đá này thường là khắc hình ảnh loài linh dương, bánh xe, năm vị tỳ kheo A-nhã-kiều-trần-như và người cúng dường.

Ở trên cùng của phiến đá, chúng ta sẽ thấy cảnh Đức Phật nhập niết bàn *(Parinirvāna*) hoặc cảnh Đức Phật nhập diệt. Đức Phật nằm trên một trường kỷ với chân ghế dày, phía trước có năm vị tỳ kheo đang buồn khóc. Với Kamandatu đặt trên cái đinh ba bên cạnh ngài, Tu-bạt-đà-la (Thiện-hiền / *Subhadra*) là vị đệ tử cuối cùng của Đức Phật, người xứ Câu- thi-na (*Kusinaga*r) ngồi

183 Sārātha Catalogue, trang 184-5.

xoay lưng trong tư thế kiết già (*Padmāsana*). Dưới chân của Đức Phật là tỳ- kheo Ma-ha-ca-chiên-diên (Mahākāśayapa) và tỳ kheo Upavāna ngồi gần Đức Phật với cây quạt trong tay. Bên cạnh pháp thể của Đức Phật còn có năm tù kheo khác đang khóc.

C (a) 3: phiến đá này được chia thành tám ô. Hàng thấp nhất bên trái là cảnh Đức Phật đản sanh, phía bên phải là cảnh ngài giác ngộ. Hàng trên cùng, góc bên trái chỉ cảnh chuyển pháp luân, phía bên phải cảnh nhập niết bàn. Những cảnh này đã giải thích ở trên rồi. Bây giờ chúng ta sẽ tham khảo hàng chính giữa. Phía trên bên trái mô tả Đức Phật giáng xuống ta bà (*Samkāsya*) từ cõi trời Đao-lợi (*Trayastrimía*), Đức Phật đứng trong tư thế thí nguyện ấn (*Varada mudrā*), hai bên có thiên vương Indra giữ một cái lọng và một phạm thiên khác. Phía bên phải là cảnh Đức Phật hiện thần thông ở Tỳ-xá- li (Śravasti). Để cảm hoá những Bà-la-môn, Đức Phật đã hiện thân thuyết pháp nhiều nơi cùng một lúc. Dưới chân của hình Đức Phật, một đệ tử đang quỳ gối, phía khác là vua Ba-tư-nặc (*Prasenajit*) ở Tỳ-xá-li (Śrāvāsti) đang chăm chú nhìn thần thông của đấng đạo sư. Dưới hàng này ở góc bên trái có một con khỉ đang dâng mật cúng dường cho Bồ-tát (kiếp trước của Đức Phật) 8 khu rừng Pārileyakavana. Con khỉ này đang tiến đến Bồ-tát với mật trên tay. Bồ-tát ngồi dưới cội bồ đề và nhận quà cúng dường của nó. Bên trái chúng ta thấy hai chân và cái đuôi của con khỉ. Sau khi cúng dường cho Bồ-tát xong, con khỉ đã rớt xuống giếng, nhưng nhờ công đức hoan hỉ cúng dường đó, khỉ được tái sanh trong kiếp tới như là một con người. Có một tráng sĩ với lưỡi kiếm, đứng bên trái Đức Thế-tôn là hình con khỉ trong kiếp vị lai. Bên phải của hàng này cho chúng ta thấy phép lạ kỳ diệu ở Rājgriha. Câu chuyện kể rằng có một bà-la-môn (*Brāhman*) đã mời Đức Phật và 500 đệ tử của ngài đi dự trai tăng.[184] Trong khi Đức Phật đang đi, Đề-bà-đạt-đa, một người luôn chống đối Đức Phật, đã thả voi say Nālāgiri đến chà đạp Đức Phật, nhưng trước năng lực từ bi toả từ ánh mắt của Đức Phật. Con voi thay vì giết Phật lại quy phục quỳ xuống dưới chân ngài. Phía bên trái là hình của ngài Ananda - vị thị giả hầu cận Đức Phật.

C (a) 2: trong phiến đá này, bốn cảnh đời của Đức Phật được mô tả ở ba phần riêng nhau. Phần trên bị bể chắc chắn là một phần khác của tiêu đề này. Ô thấp nhất là cảnh hoàng hậu Māyā đang nằm mơ, trong đó Đức Phật từ cõi trời Đâu suất *(Tuşita)* giáng xuống trong hình thể của một con voi trắng sáu ngà. Trong thực tế đây là Đức Phật nhập thai hoàng hậu Māyā. Góc phải của phiến đá này, cảnh thái tử đản sanh như đã mô tả ở trên. Giống như phần này, phía bên trái là cảnh Đức Phật xuất gia và phía bên phải là cảnh Đức Phật giác ngộ. Trong cảnh xuất gia này, Đức Phật đã rời kinh thành trên con ngựa tên là kiền trắc (*Kanthaka*). Phía trước con ngựa là người giữ ngựa Sa nặc (*Chhandaka*) đang cầm hoàng bào của hoàng tử với gương mặt buồn khổ rơi lệ. Phía sau con ngựa là hình Bồ-tát đang dùng gươm cắt tóc mình. Lại nữa, ta thấy nàng Tu- xà-đa (*Sujātā*) đang dâng cháo sữa lên Bồ-tát Cô- đàm ốm o gầy mòn vì thực hành khổ hạnh quá nghiêm khắc. Cảnh kế tiếp

184 B.C. Bhattacharya (The History of Sārnātha or Cradle of Buddhism, Delhi: Pilgrims Revised Edition – 1999, trang 111) nói rằng họ đã mời Đức Phật đi ăn tối (dinner). Điều này là không đúng vì Đức Phật và chư tăng độ ngọ, không có ăn tối.

là cảnh Đức Phật đang nói chuyện với vua rắn Kālika. Phía bên phải là cảnh Đức Phật đang thiền định dưới một ô lọng. Phía trên cùng, ở góc trái, Đức Phật đạt giác ngộ trong tư thế địa-xúc ấn (*Bhūmisparśa*), và bên phải là cảnh chuyển pháp luân ở *Sārnātḥa*.

D (d) 1: một lanh-tô (rầm đỡ) khoảng 16 x 1.10", cửa của lanh-tô hình cung bằng đá thuộc về thời đại Gupta. Kiểu dáng và khéo léo của mẫu này thì đẹp đặc biệt. Nghệ thuật triển lãm ở đây hẳn đã thu hút rất nhiều. Lanh-tô được chia làm 6 phần. Bắt đầu phía bên trái phần đầu tiên đã chỉ ra Kuvera - vị thần của sự thịnh vượng, tay phải đang giữ Vijora và tay trái cầm Balabhadra. Lại nữa, trong phần thứ sáu, một tượng giống như Kubera cũng đáng chú ý. Trong phần thứ hai, một gác chuông bên ngôi chùa, một ô cửa trong đó có ba người cũng được khắc. Từ phần thứ hai đến phần thứ năm là câu chuyện bổn sanh Bồ-tát nhẫn-nhục (*Kshantivādi*) đã được mô tả. Câu chuyện như sau:

Trong thời bấy giờ có một Bồ-tát đạt được danh hiệu là nhẫn nhục được tất cả nỗi đau của thân thể, nên được gọi là Kṣāntivādi (người nhẫn nhục). Bồ-tát thường sống một mình trong khu rừng rất đẹp và những người mộ đạo từ các nơi thường đến ngài để nghe pháp. Một ngày kia, vua Kalāvu xứ Ba-la-nại trong một cuộc du ngoạn đã đi ngang đây và kêu các vũ nữ múa hát. Vua lăn ngủ say sưa khi nghe âm thanh nhạc du dương trầm bổng của những kỹ nữ. Trong khi đó thì những cô gái đi vòng vòng và thấy trong rừng có vị ẩn sĩ. Bị hóa phục bởi sự thâm trầm của Bồ-tát, các cô đã ngồi xuống nghe ngài thuyết pháp. Khi đó, vị vua thức dậy không thấy ai xung quanh ngài, tức giận và cuối cùng chưởi mắng Bồ-tát Kṣāntivādi thậm tệ. Bồ-tát Kyāntivādi vẫn im lặng, nhẫn chịu không chuyển động. Rồi vị vua không nghe lời khuyên của các người đồng hành, đã dùng dao của mình cắt lấy một tay của Bồ-tát để xem Bồ-tát có lạy lục, van xin tha mạng không? Nhưng Bồ-tát Kṣāntivādi vẫn điềm nhiên, an tĩnh, không lay động. Sự dũng cảm chịu đựng của ngài làm tâm vua chấn động và ăn năn hối lỗi. Nhưng không còn kịp thời gian để hối hận nữa. Cả khu rừng bắt đầu bốc cháy, trái đất rung chuyển và vừa đủ nhanh để đốt cháy vị vua ra tro.[185] Phần thứ hai của phiến đá này, các kỹ nữ đang ngăn cản vua chặt tay Bồ-tát Kṣāntivādi. Phần ba và bốn, các kỹ nữ đang chơi đàn Vīnā, trống... Phần thứ năm, Bồ-tát Ksāntivādi đang ban pháp thoại cho đức vua cùng các cung nữ ngồi xung quanh.

Và cuối cùng phần thứ sáu trên bức lanh-tô là hình chư thiên Bảo tạng (*Jambhala*).

Đức Phật thiền định (*Dhyāna Mudrā*).

185 The Jātaka, (ed. Faubell), (translated and edited by Cowel) và Jātakamālā by M.M. Higgins, tập III, Colombo, 1914, trang 39-44.

7.10. NHỮNG CỔ VẬT THUỘC NGHỆ THUẬT THỜI TRUNG CỔ

Ở hai hành lang Vastumandana và Shilpratna có tháp điêu khắc cổ đại thờ tượng Hindu và đạo lõa thể. Không có tượng nào trong những tượng này khám phá ở *Sārnātha*. Tất cả tượng này được cất giữ ở trường Cao đẳng Queen và sau đó theo ý muốn của Lord Curzon được mang tới trưng bày ở viện bảo tàng Khảo cổ *Sārnātha*. Giữa những bản đá khắc này, có những tượng của đạo Hindu và đạo Lõa thể thuộc thời đại *Gupta* và Trung cổ. Những tượng Hindu bao gồm những hình của thần Siva, *Aştamātrika* và *Ganeśa.* Những điêu khắc của đạo Lõa thể với các hình tượng nổi tiếng của Adināth, Shāntināth, Ajitanāth, Śreyāmśanāth và Mahāvīra và nhiều tượng thần Hindu như Saraswati, Ganesh và Vishu. Thêm vào đó, những phiến đá và bia ký đã bị bể đầu, gác chuông nhỏ, những ngôi tháp, đá khắc thời trung cổ được trưng bày ở đây. Những bình đất nung, lọ, đồ vật dùng trong nhà có thể thấy rất thú vị với những hình thù ngộ nghĩnh. Những con dấu bằng đất, gạch của những di vật cổ cũng thấy ở đây.

Tóm lại, viện bảo tàng Khảo cổ *Sārnātha* đã lưu trữ nhiều tác phẩm điêu khắc hiếm có, nhiều cổ vật với nhiều đặc tính khác nhau mà đã bị vùi lấp khoảng 1500 năm từ thế kỷ thứ III trước Tây lịch đến thế kỷ XII thuộc thời Trung cổ.

Vật thu hút nhất ở viện bảo tàng quý giá này là trụ đá A-dục với bốn con sư tử ngồi xoay lưng vào nhau và đã được chấp nhận như là biểu tượng của quốc gia hiện nay. Tượng Đức Phật Thích ca với Chuyển pháp luân ấn, trụ đá A-dục và những điêu khắc khác tại viện bảo tàng Khảo cổ *Sārnātha* đã gợi cho chúng ta hình ảnh phồn vinh, của quá khứ đã qua và sự hoàn hảo trong nghệ thuật điêu khắc như nhà lịch sử nổi tiếng Tiến sĩ V.A. Smith đã kết luận rằng: '*Lịch sử của nghệ thuật điêu khắc Ấn Độ từ thời đại vua A-dục đến thời đại Mahommeda có lẽ đã minh họa cho sự hoàn hảo đúng đắn từ những vật được tìm thấy mà chỉ có ở Sārnātha này*'.[186]

Thật ra, sưu tập các di vật cổ đại ở *Sārnātha* như một sự thu hút lớn cho các nhà học giả. Qua đó, chúng ta có thể thấy những mẫu tuyệt vời của những loại khác nhau trong nghệ thuật Ấn Độ cổ đại.

7.11. TÓM TẮT CHƯƠNG 7

Chương 7 mô tả và phân tích các cổ vật được phát hiện qua nhiều thập kỷ tại Sārnātha, từ đó được bảo tồn tại Viện Bảo tàng Khảo cổ học Sārnātha cho cho các nhà nghiên cứu và công chúng tham quan.

Có bảy gian phòng trưng bày: Shakyasimha (tiếng gầm của sư tử), Triratna (Tam bảo), Tathāgata (danh hiệu của Đức Phật), Trimurti (Tam bí mật), Ashutosh, Vastumandana và Shilparatna. Lịch sử điêu khắc Ấn Độ, từ thời Vua A dục (Aśoka) đến triều đại Mahommeda, đã đạt đến sự hoàn hảo về mặt nghệ thuật với vô số đồ cổ đẹp mắt mà chỉ có thể thấy ở Viện Bảo Tàng *Sārnātha.*

186 V. A. Smith, A History of Fine Art in India and Ceylon, trang 148.

7.12. CÂU HỎI THẢO LUẬN

1. Bảo tàng Khảo cổ học Sārnātha được thành lập khi nào và như thế nào?

2. Trong phòng trưng bày Shakyasimha (tiếng gầm của sư tử) có những cổ vật nào có giá trị nhất?

3. Giải thích ý nghĩa của các tư thế tay bắt ấn của Đức Phật: Dhyāna, Varada, Bhūmiśpara và Abhaya Mudrās.

4. Nhiều phiến đá tinh xảo của bảo tàng, có khắc tám sự kiện quan trọng trong cuộc đời của Đức Phật. Đó là những sự kiện nào?

5. Thời kỳ Gupta hay thời kỳ khác có đóng góp nghệ thuật lớn nhất cho nghệ thuật Phật giáo ở Sārnātha. Tại sao? Xin giải thích.

Các Bồ tát ngồi thiền an tĩnh.

Chương 8

Tu Viện Mulgandhakuti

Mặt trước của Tu viện Mūlagandhakutī Vihāra.

Tu viện Mulgandhakuti thuộc Hội Đại-bồ-đề (*Maha Bodhi Society*) do Hoà thượng Anagarika Dharmapala tiên phong xây dựng đầu tiên trong các chùa hiện đại tại *Sārnātha*.

8.1. HOÀ THƯỢNG ANAGARIKA DHARMAPALA

Sārnātha như ở trên trình bày là một nơi thiêng liêng nhất trong Phật giáo đã có thời rộn rịp và rạng rỡ đầy sắc y vàng của chư tăng ni và được ghi nhận là nơi Đức Phật ban pháp thoại đầu tiên với bài kinh Chuyển Pháp luân (*Dhammachakkapavattana*). Nơi này đã được một Phật tử Tích lan, Anagarika Dharmapala (sanh 1864 tại Colombo) đã cống hiến hết đời mình để khôi phục và làm sống lại tinh thần Phật giáo tại đây. Anagarika Dharmapala sau khi đến chiêm bái Bồ-đề-đạo-tràng và đã lập nguyện sẽ khôi phục lại Phật giáo tại quê hương của nó sau 800 năm hoang tàn. Thăm *Sārnātha* vào năm 1891, ngài đã thật sự bị sốc và đau buồn khi thấy sự hoang tàn của Sārnātha và ngài đã quyết định ở tại đây cho đến cuối đời để khôi phục lại sự sống động mà *Sārnātha* đã từng có.

Kiến trúc tuyệt đẹp của Mūlagandhakutī Vihāra.

Anagarika Dharmapala đã thành lập Hội Đại-bồ-đề (*Maha Bodhi Society*) để chấn hưng lại *Sārnātha* và đã thuyết phục chánh quyền Anh (lúc đó đang cai trị Ấn-độ) để cùng giữ gìn và phục hưng lại thánh địa Phật giáo này.

Công việc đầu tiên của ngài là xây chùa Mulagandhakuty (nghĩa là *Hương phòng*) và thành lập các trường học cho cư dân nghèo ở các vùng lân cận đó, thành lập thư viện Phật giáo và những phòng nghỉ cho khách hành hương. Ngài đã thành công trong những nỗ lực này.

Ngài bắt đầu truyền bá chánh pháp ở phương tây khi ngài được mời đi tham dự hội nghị Tôn giáo thế giới (*the Parliament of World Religions*) tại Chicago năm 1893. Nhân cơ hội này đã khiến cho ngài trở thành một nhân vật nổi tiếng trong thế giới. Điều đó được giúp ngài đạt được mục đích duy trì các thánh tích của Phật giáo ở Ấn Độ. Ngài đi du lịch khắp Ấn Độ, Châu âu, Hoa kỳ vì những mục đích cao thượng này. Ngài đã cống hiến trọn đời cho việc truyền bá Phật giáo hơn 50 năm. Ngài là người Phật tử tiên phong đầu tiên trong việc hồi phục lại Phật giáo ở Ấn Độ và cũng bắt đầu khuấy động ý thức quốc gia cho những người dân Tích lan cũng đang bị ách thống trị của Anh.

Ông Manmatha Nath Chatterjee là người cố vấn thân cận với Anagarika Dharmapala đã khen Anagarika Dharmapala là một người rất chân thật, đã làm việc gần nửa thế kỷ với đầy lòng tín thành, tin tưởng và đã thành công trong việc mang Phật giáo về lại Ấn Độ, quê hương nơi sinh ra nó... Ngài Anagarika Dharmapala là một tỳ-kheo chân thật và hiền hòa, với tấm lòng lợi tha vô vàn, ngài sẵn sàng hy sinh tất cả vì sự nghiệp lớn... Mục đích của đời ngài là truyền giáo, khôi phục và chấn hưng lại thánh địa thiêng liêng đã gắn bó với cuộc đời và công hạnh của Đức Phật, mang lại nét huy hoàng của quá khứ về lại thánh địa *Sārnātha* này.

Ngài đã thành công trong mục đích cao cả này và đã mang lại sự vẽ vang của Phật giáo ở những nơi quan trọng. Vì vậy, Anagarika Dharmapala người đã đi vào lịch sử như là vị tiên phong đầu tiên trong công cuộc chấn hưng và truyền bá Phật giáo ở Ấn Độ và các nơi trên khắp thế giới trong lịch sử Phật giáo hiện đại.

Cuối đời, ngài đã thế phát xuất gia với pháp danh Sri Devapriya Valisinha và tịch ở *Sārnātha* vào ngày 29 tháng 4, 1933, nhưng ngài vẫn còn sống mãi với những công trình cao thượng mà ngài đã cống hiến cho Phật giáo và để lại những đệ tử nối gót sự nghiệp của ngài.

Mūlagandhakutī Vihāra

8.2. HỘI ĐẠI-BỒ-ĐỀ (Maha Bodhi Soceity)

Hội Đại-bồ-đề là một tổ chức Phật giáo quốc tế đầu tiên, do Anagarika Dharmapala thành lập vào năm 1891. Lúc ban đầu, những mục tiêu của Hội là khôi phục lại đại tháp Buddha Gaya tại Bồ-đề-đạo- tràng sau 800 năm bị quên lãng.

Từ sự khởi đầu của Hội đại diện cho cộng đồng Phật giáo thế giới và cất lên tiếng nói của Phật giáo thế giới. Hơn một thế kỷ qua, Hội đã hoạt động nhằm đoàn kết các Phật tử trên khắp thế giới, không chỉ truyền bá Phật giáo mà còn giúp họ lấy lại những quyền lợi của họ. Hội không có ý định phục vụ riêng cho một trường phái nào mà là chung cho tất cả các hệ phái Phật giáo.

Cổng của Hội Đại Bồ Đề, Sarnath
(Maha Bodhi Society of Sarnath, India).

Dựa trên lời dạy của Đức Phật Thích-ca-mâu-ni và

tôn chỉ của ngài Anagarika Dharmapala thiết lập Hội, Hội Đại-bồ-đề đã thực hiện những chương trình về giáo dục và tôn giáo, ngoài ra còn có những hoạt động từ thiện, phúc lợi công cộng trên quy mô lớn. Hội này cũng đã xuất bản một tạp chí mang tên Maha Bodhi (Đại-bồ-đề) là tạp chí lâu đời nhất trong thế giới của Phật giáo, được ngài Anagarika Dharmapala thành lập năm 1892. Chính thông qua tạp chí này, Hội đã truyền đạt thông tin đến tất cả Phật tử trên thế giới.

Hội có nhiều trung tâm và chi nhánh tại Ấn Độ cũng như các nước ngoài. Sau khi lập trụ sở chính của Hội ở Kolkata, còn có các trung tâm khác ở Bồ- đề-đạo-tràng (*Bodhgaya*), Lộc-uyển (*Sārnātha*), Delhi, Lucknow, Tỳ-xá-li (*Sravasti*), Buhaneswar và Nowgar. Cũng có nhiều trung tâm ở ngoại quốc như Lâm-tỳ-ni, Anh quốc, Nhật bản, Đại hàn, Hoa kỳ, Hồng kông vv... Mục đích của những trung tâm này là truyền bá lời dạy của Đức Phật, mở rộng việc phụng sự lợi ích xã hội, cung cấp tiện nghi và những phương tiện cần thiết cho việc hành hương chiêm bái các thánh tích Phật giáo tại Ấn-độ.

8.3. TU VIỆN MŪLAGANDHAKUTĪ

8.3.a. Quá Trình Xây Dựng

Tu viện Mulagandhakuty ở *Sārnātha* là một dấu ấn gợi nhớ thời hoàng kim quá khứ của *Sārnātha*. Đó cũng chính là thành quả vẽ vang nhất của ngài Anagarika Dharmapala hiến dâng cả cuộc đời phục vu.

Công trình kiến trúc Mulagandhakuty này đã được ngài Anagarika Dharmapala thực hiện năm 1926 cho đến cuối cuộc đời của ngài.

Hội Đại-bồ-đề đã mua 13 bigha đất ở *Sārnātha* và chính phủ Ấn Độ đã đồng ý tặng một phần xá lợi Phật nếu có một ngôi chùa khang trang để thờ. Trước đó vài năm, theo lời yêu cầu của Anagarika Dharmapala, Bà Foster đã cúng dường 17,000 Rs cho việc xây cất công trình này. Số tiền này được gởi vào nhà băng và đến năm 1931 đã tăng lên tới 30,000 Rs được rút ra để chi phí cho công việc xây dựng này. Trong khi công trình đang tiến triển, thì Bộ khảo cổ học Ấn Độ yêu cầu nâng cấp và mở rộng phạm vi của họ ở *Sārnātha*. Sau khi bàn bạc với nhiều rắc rối phiền phức,[187] Hội Đại-bồ-đề đành phải hiến tặng một miếng đất nhỏ trong địa bàn này và được H. E. Sir Harcourt Butler, Thống đốc của tiểu bang Uttar Pradesh đặt viên đá đầu tiên trong buổi lễ khởi công xây dựng vào ngày 03-11-1922.

Chẳng bao lâu sau buổi lễ xây dựng này, *Sārnātha* đã thật sự hồi sinh trở lại, Hòa thượng K. Sirinivasa trở thành chủ tịch đầu tiên của Hội Đại bồ-đề. Mỗi tháng Hòa thượng thường đi Calcutta là cơ sở trung ương của Hội Đại-bồ-đề khoảng 10 ngày và 20 ngày còn lại ở *Sārnātha*. Lập lăng của Tu viện Mulagadhkuti do ông Khanna ở thành phố Ba-la-nại phát họa, rồi sau đó kỹ sư xây dựng Lala Hari Chand giám sát công trình cho đến ngày hoàn tất.

Công việc đang tiến hành rất tốt thì bị Bộ khảo cổ bắt ngưng lại. Tiến sĩ Hewavitarne đã đi đến Taxila để gặp ngài John Marshall. Cuộc tranh luận giữa bộ khảo cổ và Hội Đại-bồ-đề được ổn định vào năm 1926 và chính

187 MBJ, Maha Bodhi Society of India, Calcutta, 1922, trang 455-462

phủ Ấn Độ đã đồng ý Hội phải trả những chi phí cho công trình này cũng như chính phủ sẽ tặng một khoản đất thích hợp cho chùa.[188] Bộ khảo cổ cũng đồng ý để riêng 20 mẫu Anh đất làm một công viên như là mảnh đất phụ cho chùa để trồng cây.[189] Tiến sĩ Hewavitarne và Sri D. Valisinha đã nhân danh Hội Đại-bồ-đề để đi thương thuyết. Tuy nhiên, trong lúc vắng mặt Anagarika Dharmapala, gánh nặng của công việc thực sự do Sri D. Valisinha đãm trách. Và cũng chính Sri D. Valisinha đã quyết định rằng ngôi chùa nên xây bằng gạch đỏ, mặc dù theo lời kiến nghị ban đầu là chỉ xây bằng gạch. Năm 1928, Sri D. Valisinha đã đi sang nước Anh với chức năng như là chủ tịch quản lý Hội truyền giáo Phật giáo nước Anh và ông P. P. Siriwardene đã thay thế nhiệm vụ của Sri D. Valisinha tại *Sārnātha*. Khi Sri D. Valisinha trở lại Ấn Độ năm 1930 thì đã thấy chùa xây dựng xong năm 1931. Tổng kinh phí trị giá Rs.120,000.[190]

Ngôi chùa trở thành một kiến trúc đồ sộ với nghệ thuật điêu khắc Phật giáo bằng gạch đỏ và những bức bích họa do các nghệ nhân Nhật bản thực hiện. Với những nỗ lực không ngừng của Anagarika Dharmapala, ngôi chùa đã trở nên nổi tiếng và tất cả các Phật tử trên khắp các nước Á Châu đã làm cho tu viện Mūlagandhakutī một lần nữa trở thành ngôi học viện với những sinh hoạt tôn giáo sống động như đã từng có cách đây hơn hai ngàn năm trăm năm.

Năm 1931, Hòa thượng Anagarika Dharmapala

188 MBJ, 1926, trang 318, 410-1, 451.

189 MBJ, 1929, trang 448.

190 Maha Bodhi Society of India, Diamond Jubillee Souvenir, Maha Bodhi Society of India, Calcutta, 1952, trang 98.

đã đưa mười vị xuất gia ở Tích lan sang tu viện Mūlagandhakutī , *Sārnātha* để thực hiện sứ mệnh hoằng pháp tại Ấn Độ.

Năm 1931-1940

Tu viện Mūlagandhakutī khánh thành là do Hòa thượng Anagarika Dharmapala với sự hy sinh trọn cuộc đời mình để tranh đấu và xây dựng. Sau đó ngài bắt đầu sứ mạng của mình trong nhiệm vụ hồi phục ngôi chùa Đại-bồ-đề tại Bồ-đề-đạo-tràng (Buddha Gaya), tuy nhiên ngài đã không hoàn thành bởi vì những âm mưu vi tế của giới cầm quyền Anh tại Ấn Độ đã không thích bất cứ phong trào quốc gia nào, liệu nó là tôn giáo hay chính trị và giới thống trị Anh đã khiến Mahant[191] như là một trong những dụng cụ câm để phá vỡ sự phát triển những ý thức quốc gia dù nhẹ nhất.

Ni sư TN Giới Hương đứng dưới tượng đài ngài Aragarika Dharmapala, tu viện Mūlagandhakutī, năm 2019.

191 Mahatma: vị sư trụ trì trong đền hay giữ chức sắc cao tôn giáo.

Công trình kiến trúc tu viện Mūlagandhakutī ở *Sārnātha* đã được thực hiện cho đến cuối đời ngài và điều này cũng có nghĩa là ngài đã vượt qua nhiều chướng ngại, nhưng với sự giúp đỡ của vài nhân vật trong giới cầm quyền Anh như H.E. Sir Harcourt Butler và Sir John Marshall, những vị đã muốn thấy sự phát đạt của Ấn Độ dù trong lãnh vực nào (cũng phải nói đến sự giúp đỡ của Sri. D. Valisinha, P. P. Siriwardene, Hòa thượng K. Sirinivasa Nayaka, Tiến sĩ Siriwardene...). Mặc khác, chúng ta cũng đã không ngờ rằng chính quyền Anh đã đồng ý không chỉ bồi thường cho sự lỗi lầm của một trong những nhân viên của họ, mà còn tham gia tự nguyện để làm tăng vẻ mỹ quan của chốn tôn nghiêm Mūlagandhakutī .

Trước thời Phật tại thế, *Sārnātha* rõ ràng là nơi tu tập của các ẩn sĩ, nhưng nó thật sự nổi tiếng từ khi Đức Phật đi bộ từ Gaya đến Ba-la-nại khoảng 250 cây số. *Sārnātha* trở thành nơi cư trú thường xuyên nhất của các tăng sĩ Phật giáo và tiếp tục cho đến thời đại của vua Harsavardhana. Rồi trong nhiều thế kỷ kế tiếp, *Sārnātha* trở nên hoang vắng và trở thành một đống đổ nát hoang tàn bị lãng quên, cho tới khi kho tàng bị lãng quên này được bộ khảo cổ học khám phá ra. Các công trình của bộ khảo cổ học chỉ thuần túy về phương diện khoa học, khám phá các cổ vật mà thôi, chứ không tạo được một cuộc chấn hưng trong Phật giáo. Chính ngài Anagarika Dharmapala với tất cả các nỗ lực của mình cho đến đồng xu cuối cùng để đánh thức các Phật tử ở các nước Á châu, khiến họ cảm thấy rằng họ có niềm tin đối với Đức Phật Thích-ca và ủng hộ ngài trong sứ mệnh này. Bởi vì thành đạt này của ngài Anagarika Dharmapala, mỗi người yêu mến nền văn hóa Phật giáo đã gác qua một bên vô số các Phật sự khác, đã đến để chiêm bái thánh tích được khôi phục này.

Lễ khánh thành ngôi tu viện Mūlagandhakutī được cử hành vào ngày 11 tháng 11 năm 1931. Lúc 2 giờ 15 chiều, ông Tổng giám đốc Khảo cổ Rai Bahadur Dayaram Sahni đại diện cho tướng H.E. Lord Willingdon, đã hiến tặng xá lợi Phật cho Hội Đại-bồ-đề với bức thư của H.E. phó Thống đốc Ấn Độ như sau:

"Thật là vinh hạnh cho tôi được tặng xá lợi của Đức Phật Thích-ca Mâu Ni cho Hội Đại Bồ Đề. Tôi rất mãn nguyện khi thấy những viên xá lợi này được tôn thờ nơi Đức Phật chuyển pháp luân lần đầu tiên. Tôi xin chúc mừng hội đã vừa xây được một ngôi chùa khang trang xứng đáng để tôn thờ những viên xá lợi quý giá thiêng liêng này".

Lúc tiếp nhận xá lợi này không chỉ có ngài Ashutosh, mà còn có con trai của ngài Bengal là Justice Manmatha Nath Mookerji, chủ tịch Hội Đại- bồ-đề ở Calcutta. Ông Manmatha Nath Mookerji đã trao xá lợi cho ông Rajah Hewavitarne, người đã mang xá lợi này đi nhiễu, xá lợi được đặt trong một cái hộp chở bằng voi do ông H. H., đại vương (*Maharaja*) của thành phố Ba-la-nại gởi đến. Khi cuộc diễn hành này đến chùa, ngài Anagarika Dharmapala nhận xá lợi và đã trao nó cho Hòa Thượng Aggasara Mahasthavira ở Chittagong. Cuối cùng, tráp đựng xá lợi này đã được đặt vào bên trong vòm dưới bệ tượng Phật. Lúc 3:45g chiều cùng ngày là Hòa Thượng Tích lan Sri Ralanasara Mahanayaka chủ trì buổi thuyết pháp cho quần chúng đông đảo. Ngài Raja

Sir Moti Chand làm trưởng ban tiếp tân đã đọc diễn văn chào mừng quan khách. Lần lượt vài thành viên khác của Hội cũng đọc diễn văn và bài thuyết trình của ngài Anagarika Dharmapala đầy sức lôi cuốn khán thính giả. Cố thủ tướng Jawaharlal Nehru cùng với phu nhân và các người chị đại diện cho Uỷ ban Lao Động của Đảng Quốc Đại, Ấn Độ cũng tham dự lễ khánh thành đã tặng Quốc kỳ Ấn Độ cho hội như biểu tượng của sự thiện chí mạnh mẽ. Cuối cùng là lời phát biểu của ngài chủ tịch bằng tiếng Pali.[192]

Ngày kế tiếp 12-11 là lễ trồng ba nhánh bồ đề được đem từ thủ đô Anuradhapura, Tích lan và một hội nghị được tổ chức dưới sự chủ trì của hiệu trưởng trường Cao Đẳng Phạn Ngữ ở Calcutta. Vào ngày thứ ba (13-11) lễ an vị xá lợi và tượng Phật. Sau đó có buổi hội thảo được tổ chức dưới sự chủ tòa của ông B. L. Broughton thuộc Hội Đại-bồ-đề ở nước Anh.

Mặc dù sức khỏe rất yếu, hòa thượng Anagarika Dharmapala đã làm việc suốt một tháng để buổi lễ được thành công tốt đẹp. Ngài cũng được sự trợ giúp đắc lực suốt gần hai tháng của các vị sadi và phật tử Susil Guha Khasnabis và nhiều người khác, trong đó có ngài Rash Behari Roy đã giúp cho Hội Đại-bồ-đề hoạt động tốt đẹp như mong muốn. Có 1,000 quan khách, trong đó khoảng 500 vị đến từ các nước Tây Tạng, Miến Điện, Thái Lan, Tích Lan và các nước Phật giáo bạn khác.

Khi làm lễ khánh thành, theo lời thỉnh cầu của ngài Anagarika Dharmapala, ông Broughton đã cúng Rs. 10,000 /- cho công trình bích họa do họa sĩ người Nhật

192 MBJ, 1931, trang 527.

tên là Kosetsu và người phụ tá là ông Kawai thực hiện liên tục trong ba năm rưỡi. Tiền thu lao cho họa sĩ này rất ít, ông đã hoàn tất tác phẩm này vì lòng yêu mến nghệ thuật và lòng tôn kính đối với Đức Phật. Sự hy sinh và lòng tận tụy này chắc chắn sẽ được vô lượng công đức bởi vì ông ta đã phụng sự hết mình để gieo duyên với Phật pháp. Buổi lễ đặc biệt ra mắt những bức bích họa này được tổ chức vào ngày 18-5-1936 dưới sự chủ tọa của giáo sư Madan Mohan Malaviya, phó viện trưởng và người sáng lập trường đại học *Hindu* Ba-la-nại (*Benares Hindu University*).

Họa sĩ người Nhật đã hòa nhập vào phong cách vẽ của Ấn Độ tạo ra những cảnh và hình ảnh đúng với sắc thái đặc trưng của Ấn Độ. Bức bích họa vẽ cảnh đêm 'Đại sự xuất thế của Thái tử Sĩ-đạt-đa' thật sự đã làm rung động tâm tư của khán giả. Ngoài ra, bức bích họa mô tả thái tử Sĩ Đạt Đa ngồi thiền dưới bóng cây trong buổi lễ hội gieo hạt cũng không kém phần xuất sắc.

Ngày 13-09-1936, Hội Đại-bồ-đề và Hội Đại Học Phật giáo Quốc tế đã quyến luyến làm lễ tiễn đưa ông Nosu và Kawai về nước Nhật. Các bức bích họa về cuộc đời của Đức Phật do các họa sĩ Nhật bản sáng tác ở *Sārnātha* đã làm tăng thêm mối quan hệ gần gũi giữa hai nền văn hóa Ấn Độ và Nhật Bản.

Vào ngày 11-11-1933, lễ kỷ niệm đệ nhị chu niên (20 năm) tu viện Mūlagandhakutī , cố thủ tướng Jawaharial Nehru không những chỉ đến kính viếng mà còn phát biểu chân tình trong buổi lễ này.[193] Ngày 16-1-1934, ông bà Willingdon cùng với H.H., đại vương của thành phố

193 MBJ, 1933, trang 513.

Ba-la-nại đã viếng thăm chùa Mūlagandhakutī . Theo phong tục người Ấn Độ, các vị này cũng đã bỏ dép bên ngoài và đi chân không trong khuôn viên chùa và hết sức khen ngợi kiến trúc của chùa cũng như các bức bích họa xuất sắc.[194]

8.3.b. Kiến trúc Tu viện Mūlagandhakutī

Tu Viện Mūlagandhakutī được xây năm 1931 là một kiến trúc hiện đại được xây nơi Đức Phật Chuyển pháp luân đầu tiên *(Dharma Chakra Pravartan)*. Ngôi tu viện này là một nơi rất thu hút khách du lịch và là một mẫu kiến trúc Ấn Độ tuyệt vời.

Khi chúng ta bước vào chánh điện, một tượng Phật vàng với tư thế chuyển pháp luân đang được thờ trên bệ. Phong thái trầm tĩnh, uy nghi của tượng lan tỏa khiến khách chiêm ngưỡng cũng thấy lòng an tĩnh và thanh bình vô hạn. Chỉ đối với tượng mà chúng ta còn có những cảm giác thanh thoát đó, thế thì ngày xưa khi được đối diện trước Phật bằng xương thịt thật, lợi ích tâm linh biết bao nhiêu cho những ai được diễm phúc đó!

Trên tường của tu viện với những bức bích họa tuyệt đẹp do họa sĩ tài danh Nhật bản Kosetsu Nosu đảm trách, công trình vẽ bắt đầu vào năm 1932 và hoàn thành năm 1936. Những bức bích họa mô tả cuộc đời của Đức Phật từ lúc đản sanh cho tới nhập niết bàn này rất tuyệt đẹp đã thật sự gây xúc cảm cho người xem. Chúng ta không thể tả bằng lời những đường nét mỹ thuật tinh hoa của nó mà chỉ có thể cảm nhận được bởi ở chính tâm tư của mỗi người.

194 MBJ, 1934, trang 82.

Bức bích họa với màu sắc tuyệt đẹp mô tả Đức Phật nhận bát cháo sữa từ cô gái Sujata trong khi năm người bạn cũ của Ngài đứng nhìn từ xa (họa sĩ Kosetsu Nesu và Kawai).

Các bức bích họa gồm có như sau:

Bức tường phía Nam:

1. Bồ-tát ở cõi trời Đâu-suất đang đợi giáng thế.

2. Những giấc mơ lành của hoàng hậu Ma-ya về việc thọ thai.

3. Bồ-tát đản sanh tại vườn Lâm-ti-ni.

4. Thái tử Sĩ-đạt-đa đang nhập thiền dưới bóng cây

khi đang xem phụ hoàng làm lễ gieo cày bừa hàng năm.

5. Bốn cảnh sanh, già, bịnh và chết đã khiến thái tử tuyên bố từ bỏ thế gian để đi tìm cầu chân lý. 6. Thái tử nhìn phu nhân và hoàng nhi sơ sanh lần cuối trước khi rời hoàng cung.

Những bức bích họa phía tây:

1. Cùng với Sa-nặc và con tuấn mã kiền-trắc (Kanthaka), Bồ-tát đã cưỡi nó trong đêm đen.

2. Nhận những lời chỉ dạy của các bậc đạo sĩ. 3. Với thân thể ốm gầy gò, Bồ-tát đang nhận cháo sữa từ nàng Tu-xà-đa (Sunjata) trong khi năm người bạn đồng tu nhìn ngài với vẽ thất vọng.

4. Ma vương và ma quân đang quyến rũ Bồ-tát. 5. Đức Phật được năm anh em Kiều-trần-như cung kính đãnh lễ khi ngài đến *Sārnātha* để thuyết bài pháp đầu tiên.

6. Đức Phật giảng đạo cho vua Tần-bà-sa-la (Bimbisara).

7. Trưởng giả Cấp-cô- độc mua vườn của thái tử Kỳ đà.

Những bức bích họa phía đông:

1.Đức Phật và ngài A-nan đang chăm sóc cho một vị tăng bịnh, người đã bị các người bạn đồng tu khác bỏ quên.

2. Đức Phật đến giải hòa cho hai dòng họ Thích-ca (Sakya) và Koliya, những người mà sẽ sắp gây chiến tranh với nhau vì giành nước trên dòng sông Rohini.

3. Đức Phật trở về thăm thành Ca-tì-la-vệ.

4. Đức Phật nhập niết-bàn. Cạnh đó là hình tỳ-kheo A-nậu-lâu-đà (Anuruddha) khuyên các tăng chúng đừng khóc. Bên phải là vị ẩn sĩ Tu-bạt-đà-la (Subhadda), người đệ tử được Đức Phật độ cuối cùng trước khi nhập niết bàn.

5. Đức Phật giảng luận A-tỳ-đạt-ma (Abhidhamma) cho mẫu hậu Ma-da trên cung trời Tam thập tam thiên (Tavatimsa).

6. Đức Phật cảm hóa tướng cướp Vô-não (Angulimala).

7.Đề-bà-đạt-đa (Devadatta) và vua A-xà-thế (Ajatasattu) đang bày mưu giết Đức Phật và vua Tần-bà-sa-la (Bimbisara).

8. Tôn giả A-nan xin cô gái ít nước. Cô ấy do dự nói rằng cô thuộc người bị xã hội ruồng bỏ không được dâng nước cho ngài. Nhấn mạnh quan điểm của Đức Phật chối bỏ về hệ thống giai cấp đạo *Hindu* và chủ trương mọi người đều bình đẳng, tôn giả A-nan trả lời rằng: '*Tôi không hỏi cô về giai cấp cô là gì. Tôi chỉ hỏi xin nước*'. Câu chuyện này xuất phát từ kinh Thiên nghiệp thí dụ (*Divyavadana*).

Tại chánh điện của tu viện Mūlagandhakutī có thờ xá lợi của Đức Phật được tìm thấy ở Taxila và ở ngọn đồi của Long Thọ *(Nagarjunakonda*) do phó vương Ấn Độ là Irwin cúng cho Hội Đại-bồ-đề. Phía sau chánh điện, cách một khoảng sân rộng là một công viên tựa như một vườn sở thú nhỏ. Vé vào cổng 2 Rs cho người lớn, trẻ em dưới 12 tuổi là 1 Rs. Trong đó có nhiều loài nai trắng, vàng đốm trắng; có nhiều chàng và nàng công với bộ áo lông đủ màu sắc tuyệt đẹp kiêu hãnh đi tới lui cho mọi người chiêm ngưỡng; có nhiều chuồng sắt lớn nuôi đủ loại thỏ như thỏ trắng (*Oryctolagus Cuniculus*), thỏ trắng đốm nâu và đen, chim bồ câu, két xanh, vàng, đỏ, công với bộ lông rằn *(Pale headed Rosella*) như ngựa rằn, chim sẻ đủ màu, chim đuôi dài (*Grey partridge, Fya Ncolinus Pondiceyia nus*), các loài ngỗng (sống trong hồ nước lớn có rào) có những tên như Grus antigone Sarus Crane, Grus Leucogeranus, xenorhyachus Asiaticus black necked strok, Pelecanus Philippenss Grey Peliean, Ciconia episcopus whitenecked strok. Threskiorinis Melanocephala white Ibis, Tadorna Ferruginea, (*Sarus*) Grus antigone... Nếu chúng ta mua cà rốt, củ cải hoặc dưa leo (2 đến 5 Rs một đĩa có bán sẵn tại đây) thảy bố thí cho các chim, sóc và nai... ở đây, chim, sóc và nhất là các chú nai như đã quen với âm thanh '*huo. huohuo...*' của người bán, sẽ vội chạy đến thân thiện, dạn dĩ và ăn một cách ngon lành sung sướng. Cạnh vườn sở thú này là một dãi đất cao thoai thoải có ngôi tháp lớn là đài kỷ niệm đánh dấu nơi mà pháp thể của hoà thượng Anagarika Dharmapala được hỏa táng và cũng là nơi thờ tro của ngài. Tháp tọa lạc dưới bóng cây cổ thụ to cao với cổng rào sắt hình chữ nhật xung quanh và một bia đá khắc tiểu sử hoà thượng bằng hai ngôn ngữ Anh và Tích lan.

Ở bốn góc sân của chánh điện có bốn bia ký khắc các câu kinh Pháp Cú bằng bốn ngôn ngữ: Anh, Nhật, Hindi và Tích lan. Nội dung các lời Đức Phật dạy như sau:

<u>Góc trái sân phía trước</u>:

"He abused me, he struck me, he overpowered me.

He robbered me. Those who harbour me. Those who habour such thought do not still their hatred'.

('Người ấy lăng mạ tôi, *đánh đập* tôi, phá hại tôi và cướp *đoạt* của tôi. Ai còn *ôm* ấp tâm niệm ấy thì sự oán giận không thể nào dứt hết).[195]

Góc phải phía trước:

"Do not give away to heedlessness, do not indulge in sexual pleasures. Only the heedful and meditative attain happiness".

(Chớ nên đắm chìm theo buông lung, chớ nên say với dục lạc, hãy nên tỉnh giác và tu thiền, mới mong đặng đại an lạc).[196]

Góc trái phía sau:

"Those who know the essential to be essential, those who know the unessential to be unessential, dwelling is right thoughts, do arrive at the essential".

(Chân thật nghĩ là chân thật, phi chân biết là phi chân, cứ tư duy một cách đứng đắn, người như thế mau đạt đến chân thật).[197]

Góc phải phía sau:

"Whatever harm an enermy may do to an enermy, or a hater to a hater, an ill directed mind inflicts on oneself a greater harm".

(Cái hại của kẻ thù gây cho kẻ thù hay của oan gia đối với oan gia, cũng không bằng cái hại của tâm niệm

195 PC, kệ số 3, Thích Trí Đức, Ấn Độ, 1999, trang 6.
196 PC, kệ số 27, trang 12.
197 PC, kệ số 12, trang 7.

hướng về hành vi tà ác gây ra cho mình).[198]

Khoảng sân phía bên trái là nơi có cây bồ đề tươi tốt và 28 vị Phật an toạ trong lồng kiếng (cao khoảng 2, 3 tấc) xung quanh cội bồ đề. Phía trước có tượng Đức Phật Thích-ca và năm anh em Kiều-trần- như to bằng người thật. Cạnh cây bồ đề có một bia khắc ghi ba bài kinh Pháp Cú như:

"Forbearing patience is the highest moral practice, 'Nibbana is supreme' say the Buddhas. A bhikkhu does not harm others, one who harms others is not a bhikkhu".

(Chư Phật thường dạy Niết bàn là quả vị tối thượng, nhẫn nhục là khổ hạnh tối cao. Xuất gia mà não hại người khác, không gọi là xuất gia sa môn).[199]

"Not to do evil, to cultivate merit, to purify one's mind. This is the teaching of the Buddha."

(Chớ làm các *điều ác*, gắng làm các việc lành, giữ tâm ý trong sạch, ấy lời chư Phật dạy).[200]

"Not to revile, not to do any harm, to practicsere-traint in the fundamental precepts, to be moderate in taking food, to dwell in a seclude place, intent on higher thoughts. This is the teaching of the Buddhas".

(Chớ nên phỉ báng, *đừng* làm não hại, giữ giới luật tinh nghiêm, uống *ăn* có chừng mực, riêng ở chỗ tịch tịnh, siêng tu tập thiền *định*, ấy lời của chư Phật day).[201]

198 PC, kệ số 42, trang 17.
199 PC, kệ số 184, trang 62.
200 PC, Kệ số 183, trang 62.
201 PC, Kệ số 185, trang 62.

Cây bồ-đề (*pipal, pippali và asvatthi*) tại tu viện Mūlagandhakutī được xem là 'cây giác ngộ có xuất xứ như sau theo biên niên sử Mahavamsa và Dipavamsa, dưới triều đại của vua Deva- nampiyatissa, Tích-lan, tỳ-kheo Thera Mahinda, con trai của vua A-dục làm trưởng một phái đoàn Phật giáo đã đến Tích lan truyền đạo. Đoàn đã cảm hóa nhiều hoàng gia quý tộc và quần chúng theo đạo Phật. Trong thời gian ở Tích lan, tỳ-kheo Mahinda đã khẩn xin hoàng đế A-dục cúng một nhánh cây bồ đề tại Bồ-đề-đạo-tràng để trồng tại Anuradhapura, thủ đô của hòn đảo Tích lan này.

Em gái của tỳ kheo Mahinda, tức tỳ-kheo-ni Sanghamitta đã đến Tích lan với một sứ mệnh đặc biệt là truyền giới tỳ-kheo-ni cho ni chúng ở Tích lan và mang nhánh cây bồ đề ở Bồ-đề-đạo-tràng qua trồng. Một buổi lễ tiếp đón long trọng, vua Tích lan Devanampiya Tissa đã thân hành mang cây bồ đề từ cảng phía bắc Dabakola về trồng tại thủ đô Anuradhapura với sự tham dự và chứng minh của đông đảo chư tăng và Phật tử.

Tạp chí Maha Bodhi, tháng 7, năm 1903 đã nói về cây bồ đề như sau: "*... Cây bồ đề thiêng liêng nơi Đức Phật giác ngộ tại Bồ-đề-đạo-tràng hiện nay không còn tồn tại nữa. Cây này đã bị hủy diệt năm 1874. Tỳ kheo ni Sanghamitta, con gái của đại hoàng đế A-dục đã mang một nhánh của cây bồ đề thiêng liêng này đem trồng tại thủ đô Anuradhapura, Tích lan. Cây này hiện giờ là cây có lịch sử cổ nhất trên khắp thế giới. Tại Bồ-đề-đạo-tràng, khi cây gốc bị diệt năm 1874, một mầm non được nảy sinh tại đó và hiện giờ đang sanh trưởng tươi tốt với những tàng rộng xanh mát tại Bồ-đề-đạo-tràng.*"

Khi ngài Anagarika Dharmapala viếng thăm Bồ- đề-đạo-tràng ngày 22 tháng 01, năm 1891 lần đầu tiên, ngài đã rất cảm động và nhìn không chớp mắt vào đại tháp bồ đề, ngài đã ngồi cạnh tòa kim cang dưới bóng cây bồ đề và nguyện rằng sẽ trùng tu thánh tích tại nơi phát sanh ra Phật giáo này. Suốt trong thời gian ở tại Bồ-đề-đạo-tràng, mỗi buổi sáng và tối ngài đều đến cây bồ đề để đảnh lễ.

Khi ở Tích lan, Anagarika Dharmapala cũng đã rất cung kính chăm sóc cây bồ đề, mặc dù ngài đã ủy nhiệm cho một trong những vị đệ tử lớn của ngài là Brahmachari Valisinghe Harischandra cùng với chư tăng đang cư ngụ nơi đây chăm sóc nó và bên cạnh đó còn có bộ khảo cổ của thành phố chăm sóc nữa. Thủ đô Anuradhapura trở thành nổi tiếng bởi vì cây bồ đề thiêng liêng này.

Từ ý niệm xây tu viện Mulagandhakuty ở *Sārnātha*, Anagarika Dharmapala có ý muốn mang một vài nhánh cây bồ đề này đem trồng tại Sārnatha và ngài nghĩ thời gian tốt đẹp nhất là vào ngày khánh thành tu viện Mulagandhakuty.

Lúc bấy giờ ngài đã gởi nhiều thư đến Brahmachari Valisinghe Harischandra, người đang ở thủ đô Anuradhapura. Với sự đồng ý của hòa thượng viện chủ chùa Atamasthana và trong tiếng tụng kinh của chư tăng, Brahmachari Valisinghe Harischandra đã cắt vài nhánh cây bồ đề thiêng liêng này và đặt trong một chậu an toàn.

Quý sư Tích Lan, Ni sư Giới Hương (áo nâu) và phái đoàn Chùa Hương Sen tại *Sārnātha,* ngày 26 tháng 6 năm 2023.

Vào ngày lễ khánh thành tu viện Mulagandhakuty, các hòa thượng, thượng tọa của Hội Đại-bồ-đề (*Maha Bodhi*) và một đoàn khách chiêm bái đặc biệt do ông K. D. David, Maradana, Colombo, Tích lan dẫn đầu đến dự lễ. Hòa thượng Sri Devamitta Dhammapala đã đem chậu bồ đề này đặt phía sân bên phải của tu viện song song với chánh điện. Ngày 11-11-1931 lễ khánh thành rất tưng bừng và vô cùng ý nghĩa.

Ba nhánh bồ đề nữa được trồng vào ngày kế tiếp. Ba nhánh bồ đề như những đứa trẻ của cùng một bà mẹ đã cùng phát triển tươi tốt với những tàng lá rộng xòa ra trên một bức tường bao quanh. Sau hơn 50 năm, ba nhánh cây đã càng phát triển to lớn tựa như ba nhánh của cùng một cây.

Trong thời gian Thượng tọa Tiến sĩ Rewatha phụ trách tu viện Mulagandha-kuty của Hội Maha Bodhi tại *Sārnātha* đã cho xây một bức tường bao quanh cây bồ đề với chính giữa là tượng Đức Phật Thích-ca dưới cây bồ đề. Một nhóm các Phật tử Miến điện đã cúng dường xây tượng Đức Phật và năm tỳ kheo Kiều-trần-như to lớn bằng người thật, cùng lúc đó thượng tọa tiến sĩ Rewatha cho xây một cổng bao xung quanh với một cái cổng có một quả hồng chung nhỏ theo kiểu Miến điện.

Trong sân tu viện Mūlagandhakutī, tượng Đức Phật đang thuyết pháp cho năm đệ tử Añña Koṇḍañña dưới gốc cây bồ đề (trồng từ nhánh của cây Bồ đề cổ nhất thế giới tại thủ đô Anuradhapura, Si Lanka).

Khi Thượng tọa Kahawatte Siri Sumedha làm đương kim trụ trì tu viện Mulagandhakuty, số đông Phật tử mong muốn biến nơi cây bồ đề thành chỗ hành thiền lý tưởng rộng mát, vì vậy thượng tọa đã có cống hiến như:

1. Mở rộng mọi phía cây bồ đề và xây một hàng rào

mới rộng hơn.

2. Bề mặt nơi đứng lễ Đức Phật và 5 tỳ-kheo A-nha-kiều-trần-như được lát bằng sa thạch đỏ.

3. Kinh Chuyển pháp luân (*Dhammachakka Pavattana*) mà Đức Phật đầu tiên truyền trao cho năm anh em Kiều-trần-như được khắc trên nhiều bia đá cẩm thạch đỏ. Mỗi bia đá được khắc với mỗi ngôn ngữ do chư tăng và Phật tử nước đó cúng dường chi phí. Hiện nay đã có những bia khắc tiếng Tây tạng, tiếng Anh, Pali, Hindi, Tích Lan, Bhutan, Việt nam, Trung hoa và Lào... Riêng bia tiếng Việt do GHPGVNTN và đoàn Phật tử Việt nam sống tại Đức thực hiện.

4. Một cổng mới cho khu vực hành thiền nơi cây bồ đề này được xây lại.

5. Có một thành chậu tròn lớn bao gốc cây bồ đề được xây lại và tượng của 28 Đức Phật ngồi thiền được đặt trong lồng kính xây thành hình vuông bốn phía bao quanh gốc bồ đề. Mỗi vị Phật được trang trí kế bên là một bình bát và một lọ hoa nhiều màu với ánh đèn vàng luôn tỏa sáng trông các tượng rất sáng sủa và oai nghi. Được biết đây là do công đức vô lượng của chư tăng và Phật từ Lào cúng dường.

Ngày 17-12-1999, đáp lời mời của thượng tọa Siri Sumedha, đức Đạt-lai-la-ma thứ XIV đã đến khánh thành khu vực mới trùng tu này và ban pháp nhũ để lợi ích tất cả các Phật tử.

Danh hiệu của 28 vị Phật được biết như sau:

1. Đức Phật Tan-han-ca (*Tanhanka Buddha-vamso*)

2. Đức Phật Mi-đa-ca (*Midhanka Buddha-vamso*)

3. Đức Phật Sa-ra-nan-ca (S*arananka Buddha-vamso*)

4. Đức Phật Nhiên-đăng (*Dīpankara Buddha-vamso*)

5. Đức Phật Kiều-trần-như (*Kondañña Buddha-vamso*)

6. Đức Phật Kiết-tường (*Mangala Buddha-vamso*)

7. Đức Phật Tu-mat-na (*Sumana Buddhavamso*)

8. Đức Phật Ly-bà-đa (*Revata Buddha-vamso*)

9. Đức Phật So-bi-ta *(Sobhita Buddha-vamso)*

10. Đức Phật A-no-ma-đà-si (*Anomadassī Buddha-vamso)*

11. Đức Phật Hồng-liên *(Paduma Buddha-vamso)*

12. Đức Phật Na-ra-da *(Nārada Buddha-vamso)*

13. Đức Phật Pa-du-mu-ta-ra *(Padumuttara Buddha-vamso)*

14. Đức Phật Tịnh-huệ (*Sumedha Buddha-vamso*)

15. Đức Phật Thiện-sanh (*Sujāta Buddha-vamso*)

16. Đức Phật Thiện-kiến-vương (*Piyadassī Buddha-vamso*)

17. Đức Phật A-tha-đa-si (*Atthadassī Buddha-vamso*)

18. Đức Phật Đa-ma-đa-si (D*hamma-dassī Buddha-vamso*)

19. Đức Phật Sĩ-đạt-đa *(Siddhattha Buddha-vamso)*

20. Đức Phật *Để*-sa *(Tissa Buddha-vamso)*

21. Đức Phật Công-đức *(Pussa Buddha-vamso)*

22. Đức Phật Tỳ-bà-thi *(Vipassī Buddhayamso)*

23. Đức Phật Thi-khí *(Sikhí Buddha-vamso)*

24. Đức Phật Tỳ-xá-phù *(Vessabhū Buddha-vamso)*

25. Đức Phật Câu-lưu-tôn *(Kakusandha Buddha-vamso)*

26. Đức Phật Câu-na-hàm Mâu-ni (*Konāgamana Buddha-vaṁso*)

27. Đức Phật Ca-diếp *(Kassapa Buddha-vamso)*

28. Đức Phật Thích-ca Mâu-ni (*Gautama Buddha-vamso*)

Đó là tóm lược lịch sử của cây bồ đề, tượng Đức Phật thuyết pháp cho năm anh em Kiều-trần-như và 28 vị Phật. Và những bảo vật này được nằm phía bên phải cách chánh điện một khoảng sân rộng khoảng 4, 5m.

1. Vào tháng 12, 2004, chùa Mungala, Singapore cúng dường một xe buýt 34 chỗ ngồi, trị giá 16.000 Mỹ kim vào để làm phương tiện đưa đón các em học sinh của tu viện Mulagandhakuty.

2. Trung tâm Thiền định Tây-tạng Nyingma (*Tibetan Nyingma Meditation Centre = TNMC*) tại California, Hoa-kỳ đã đúc một đại hồng chung biểu tượng của Buddhavacana (những pháp thoại của Đức-Phật) để cúng dường cho tu viện Mulagandhakuty, Sarnath vào tháng 3 năm 2005. Đại hồng chung cao 1.5m, nặng 5060 pounds và trị giá 150.000 Mỹ kim.

Những lời dạy của Đức Phật được khắc trên mặt chuông bằng hai ngôn ngữ Tây-tạng và tiếng Anh, nội dung như sau:

"Kính lễ Phật, Pháp và Tăng

Kính lễ Bạt-già-phạm, Bồ-tát, A-la-hán và 84 bậc Thành tựu (Siddhas), những vị giữ mạng mạch Phật pháp xin chứng minh lòng thành và lời cầu nguyện của chúng con vào mỗi khi tiếng chuông này được gióng lên tại Vườn-nai, nơi Đức-phật Chuyển bánh xe Pháp. Cầu nguyện âm thanh an lạc và hòa bình của chuông vượt không gian và thời gian vang xa mãi đến thời mạt pháp. Cầu nguyện cho Tam tạng kinh điển được lưu truyền mãi cho đến khi đức Phật Di-lặc xuất hiện để chuyển bánh xe pháp.

Sarvam Mangalam. Jayantu Ho."

"Kính lễ Tam bảo

Om Swa-stam. Hồng chung này được đúc để cầu nguyện chánh pháp của đức Thế tôn được hiện hữu mãi mãi. Cầu nguyện tăng già hoàn thành sứ mệnh ở bất cứ nơi nào mà pháp bảo lưu chảy. Cầu nguyện chúng con luôn theo bước chân của Bậc Bạt-già phạm để trợ duyên cho tất cả chúng sanh đồng giác ngộ. Cầu nguyện cho Đức Tarthang Ringpoche Kun- dga'dGe-legs Ye-shes rDo-rje hưởng thọ 69 tuổi, nhà thành lập ra Ban Hoằng Pháp (Light of Buddhadharma) và Lễ cầu nguyện Hoà bình Thế giới Monlam Chenmo được sống trường thọ.

Phật lịch 2547 / Tây lịch 2004 / Tây-tạng 2130".

Được biết hội TNMC này năm ngoái cũng cúng một quả hồng chung kích cỡ giống như vậy tại tháp Đại-giác, Bồ-đề-đạo-tràng. Và năm 2005 này phát tâm cúng 3 quả hồng chung cho Lộc Uyển (tu viện Mulagandhakuty), Câu-thi-na và Lâm-ti-ni.

Từ tháp chuông và cây bồ-đề này chúng ta đi tiếp ra cổng, phía bên phải của con đường giữa sân là tượng của hoà thượng Anagarika Dharmapala to lớn như người thật với tư thế đứng và hai tay vòng trước ngực, mắt nhìn xuống rất nghiêm trang.

Tượng Đức Phật thếp vàng trong tư thế chuyển pháp luân
(The *Dhamma-chakra-pravartana* Buddha)
được thờ tại chánh điện Mūlagandhakutī Vihāra.

Phía bên trái là khoảng sân rộng đầy cỏ xanh mướt đều thẳng tắp được các nhà làm vườn chăm sóc kỹ lưỡng. Cạnh đó là văn phòng làm việc của Hội Đại-bồ-đề (Maha Bodhi Society) và chùa Matri Buddha. Chùa này do hoàng hậu Smt. Asha okada, người Nhật theo truyền thống Phật giáo Đại thừa xây năm 1993. Chùa có hai tượng Phật lớn. Tượng Phật Thích-ca Mâu-ni ở phía bên phải và Phật Đa- bảo ở phía bên trái như trong kinh Pháp Hoa phẩm thứ XI 'Hiện Bảo tháp' tường thuật Đức Phật Đa- bảo chia một nửa tòa ngồi cho Đức Phật Thích-ca và nói rằng: '*Thích-ca Mâu-ni có thể đến ngồi trên tòa này*'. Có hai tấm lụa thêu hai hàng chữ hán rất đẹp, dịch ra tiếng Việt là '*Đức Phật Thích-ca Mâu Ni*' *và 'Đức Phật Đa bảo.*'

Chùa mở cửa sáng từ 5g đến 11:30 và chiều 1:30 đến 7:00g tối.

8.3.c. Những hoạt động của tu viện Mulagandhakuty

Tu viện Mulagandhakuty hiện nay có những hoạt động tích cực như:

- Tu viện Maha Bodhi Mulagandhakuty: mở cửa từ 4 giờ sáng đến 11:30 sáng và chiều 1.30 đến 8 giờ tối. Mỗi tối 6:30 tụng kinh *Dhammacahkka pavattana* (Kinh Chuyển Pháp luân mà Đức Phật thuyết đầu tiên tại *Sārnātha*).

- Thư viện và phòng đọc Maha - Bodhi Mulagandhakuty: phục vụ miễn phí cho những người muốn tìm hiểu Phật giáo, kiến thức phổ thông và học sinh, sinh viên với khối lượng sách to lớn gồm nhiều đề tài, đặc biệt có nhiều sách chọn lọc về Phật giáo. Thư viện mở cửa từ 8:30 – 11 giờ sáng, chiều 1:30 – 5 giờ.

- Tu viện Maha Bodhi Quốc tế: sẽ cung cấp miễn phí nơi nghỉ, thức ăn và những phương tiện cần thiết khác cho những vị tăng hay khách tăng ở Ấn Độ cũng như nước ngoài.

- Phòng trọ Maha Bodhi Birla Dharmasala: có 72 phòng nghỉ cho khoảng 300 khách chiêm bái trong và ngoài nước nghỉ. Tùy hỉ ở sự cúng dường.

Trung tâm tu học Maha Bodhi của các tỳ kheo và sadi: dự án sẽ thành lập trường cơ bản, trung cấp và cao cấp Phật học cho tăng ni. Hiện nay có gần 20 vị tăng sadi đang tu học tại đây.

- Trường cao đẳng Maha Bodhi: Một học viện hoàn hảo với những phương tiện hiện đại cho nền giáo dục cao cấp với sự trợ giúp của chánh phủ. Hiện có khoảng 2000 sinh viên.

- Trường nữ sinh cấp III Maha Bodhi: trường nữ sinh ở *Sārnātha* với một đội ngũ giáo viên giàu kinh nghiệm. Trường có khoảng 400 học sinh.

- Trường cấp I Maha Bodhi: là một trường có uy tín tại vùng này với hơn 400 em nam và nữ học sinh.

- Trường Mẫu giáo Dharmapala Vidyalaya: một trung tâm nuôi dưỡng khoảng 300 trẻ mẫu giáo trong địa phương.-

- Dịch vụ phát hành sách Maha Bodhi: In ấn và phân phối miễn phí sách Phật giáo, triết học và nhiều đề tài khác liên quan với nhiều chi nhánh khắp nơi.

- Dịch vụ Thông tin: in ấn và phân phối miễn phí những sách và kinh Phật giáo cũng như cung cấp những thông tin về những hoạt động và thánh tích Phật giáo.

- Tạp chí Dharmadoot: báo của Hội Đại-bồ-đề ở *Sārnātha* xuất bản nửa năm một kỳ, trong khi tạp chí của Hội Đại-bồ-đề ở Bồ-đề-đạo-tràng là Sambodhi xuất bản nửa năm một kỳ.

- Bảo tàng viện Anagarika Dharmapala và đài kỷ niệm một trăm năm Hội Maha Bodhi: Bảo tàng viện Dharmapala nơi lưu giữ các bức thư do chính tay hoà thượng viết, những sở hữu của ngài và những bức ảnh liên quan đến của đời ngài, đặc biệt các cuộc hội nghị, thảo luận với nhiều nhân vật chính trị, tôn giáo cao cấp của Ấn Độ và trên thế giới.

- Địa chỉ liên lạc tu viện Mulagandhakuty như sau:

Mulagandhakuty Vihara

Sarnath Centre, Maha Bodhi Society of India

Sarnath, Vārānasi (U.P.), INDIA

Tel & Fax: 0091-542-585595

0091-542-585380

Ni sư Giới Hương và các nữ học sinh Ấn Độ năm 2019.

Hàng năm tu viện Mulagandhakuty thường tổ chức những buổi lễ lớn như:

- Buddha Purnima: vào ngày trăng tròn của tháng năm sẽ tổ chức lễ kỷ niệm ngày Đức Phật đản sanh, giác ngộ và nhập niết bàn.

- Ashadhi Purnima: Lễ kỷ niệm ngày Đức Phật chuyển pháp luân lần đầu tiên sẽ tổ chức vào ngày trăng tròn của tháng bảy.

- Ngày độc lập: vào ngày 15 tháng 8, buổi lễ được cử hành long trọng với sự tham gia của các quan chức địa phương, các giáo viên, cha mẹ và học sinh của các trường Maha Bodhi để đánh dấu ngày vui độc lập của Ấn Độ.

- Sinh nhật ngài Anagarika Dharmapala: 17 tháng 9 là ngày sinh của ngài Anagarika Dharmapala, người đã có công chấn hưng Phật giáo ở Ấn Độ sau 800 năm bị quên lãng và là người đã thành lập Hội Đại-bồ-đề ở Ấn Độ – một tổ chức Phật giáo quốc tế tiên phong được thành lập năm 1891.

- Lễ dâng y tại tu viện Mulagandhakuty: Vào ngày trăng tròn của tháng 11, lễ Kartik Purnima tổ chức. Các Phật tử sẽ cúng dường y cho chư tăng vào dịp cuối mùa an cư.

Cùng với lễ cúng y, tu viện Mulagandhakuty có tổ chức cuộc triển lãm xá lợi Phật. Người từ khắp các nước khác nhau và Ấn Độ đến viếng tu viện này để đảnh lễ xá lợi vì cho rằng đây là những cơ hội rất quý báu. Ngoài ra, có tổ chức các buổi thuyết pháp và chương trình biểu diễn văn nghệ do các em học sinh, sinh viên của các trường Maha Bodhi tổ chức. Lễ phát phần thưởng cho những sinh viên giỏi cũng là một phần quan trọng trong chương trình này.

- Ngày cộng hòa: buổi lễ được tổ chức vào ngày 26 tháng 1 với sự tham gia của các giáo viên, cha mẹ, sinh viên và học sinh của các trường Maha Bodhi với khách mời.

Tóm lại, hội Maha Bodhi tại *Sārnātha* qua những hoạt động của tu viện Mūlagandhakutī là một trong những trung tâm hoạt động tích cực nhất của Hội Maha Bodhi tại Ấn Độ và trên khắp thế giới.

Từ lúc ngài Anagarika Dharmapala đến viếng Sārnātha, trung tâm này đã có những chương trình phúc lợi xã hội giáo dục và các hoạt động tôn giáo, không chỉ tại địa phương mà còn khắp đất nước Ấn Độ và nước ngoài. Ngài Anagarika Dharmapala đã khởi đầu công tác Phật sự của mình từ Calcutta và sau đó chuyển đến *Sārnātha* cho đến cuối đời của ngài.

Sau *đó*, ngài Shri Devapriya Valisinghe và chư tăng *đảm* trách trung tâm này *đã đóng* góp tích cực vào việc duy trì và phát triển trung tâm.

Hiện nay, Hòa thượng Dodamgoda Rewatha, Tổng thư ký Hội đại bồ đề và Thượng tọa Kahawatte Siri Sumedha, Phó Tổng thư ký Hội Đại bồ-đề kiêm đảm trách trụ trì tại tu viện Mūlagandhakutī ở 2 nhiệm kỳ qua 1999-2001, 2001- 2004 và hiện vẫn tiếp tục trọng trách trong nhiệm kỳ III là 2004-2006. Trong suốt thời gian đảm trách trung tâm này hai ngài cùng chư tăng và Phật tử đã mang một nét mới đến cho trung tâm bằng cách thêm vào những hoạt động và dự án mới. Các ngài đã nỗ lực không ngừng nghỉ để hoàn thành mục tiêu và sứ mạng mà hòa thượng Anagarika Dharmapala đã đưa ra.

Hòa thượng Siri Sumedha, Hòa thượng Tường Quang cùng các quan khách VIP trước cổng tu viện Mūlagandhakutī Vihāra, Sārnātha.

8.4. TÓM TẮT CHƯƠNG 8

Chương 8 giới thiệu nhiều sự kiện và chi tiết về Hòa thượng Anagarika Dharmapala, người tiên phong đầu tiên trong sứ mệnh chấn hưng Phật giáo sau 800 năm bị lãng quên. Ngài đã mang sự hồi sinh của Phật giáo đến Ấn Độ và mở rộng Phật giáo ra khắp thế giới. Từ đó, nhiều khách hành hương từ nhiều quốc gia đã có thể đến thăm tu viện Mūlagandhakutī ở Sārnātha, giúp bảo tồn và phát triển di sản Phật giáo. Ngài cũng là cha đẻ của phong trào toàn cầu của Hội Đại Bồ Đề và cũng là người sáng lập Tu Viện Mūlagandhakutī ở Sārnātha.

8.5. CÂU HỎI THẢO LUẬN

1. Hòa thượng Anagarika Dharmapala là ai?

2. Xin mô tả sơ lược bối cảnh Phật giáo ở Sārnātha và khắp Ấn Độ vào những năm 1880 như thế nào?

3. Phải chăng Hòa thượng Anagarika Dharmapala có tầm nhìn tổng thể khi ngài thành lập Hội Đại Bồ Đề trên khắp thế giới và Tu viện Mūlagandhakutī ở Sārnātha? Lợi ích của cả hai là gì?

4. Hãy mô tả cụ thể các hoạt động của Hội Đại Bồ Đề ở Sārnātha.

Chúng ta có thể học được gì từ tấm gương của Hòa thượng Anagarika Dharmapala?

Chương 9

Các Chùa Hiện Đại Tại Sārnātha

Sārnātha trong năm 2024.

Bên cạnh những hoạt động giáo dục, xã hội và tôn giáo của Hội Đại-bồ-đề tại *Sārnātha* qua tu viện Mūlagandhakutī , còn có nhiều chùa từ nhiều nước Phật giáo trên thế giới hiện diện ở đây cũng đóng góp vào việc làm khởi sắc tinh thần Phật giáo lại tại Vườn nai-Chiếc Nội Phật giáo này.

Và cũng tạo tiện nghi cho các Phật tử từ nơi xa xôi đến chiêm bái, hầu hết các chùa ở đây đều có xây nhà nghỉ cho khách hành hương, giá tương đối rẽ so với các khách sạn trung bình hoặc thường thì để Phật tử tuỳ tâm cúng dường. Nhìn chung các chùa Phật giáo (của nước ngoài) ở Ấn độ như ở Bồ-đề- đạo-tràng (*Bodhgaya*), Lộc-uyển (*Sārnātha*), Câu- thi-na (*Kushinagar*)... thường có tổ chức các lớp học cho chư tăng và đặc biệt cho trẻ em nghèo. Trong mười hai chùa tôi liệt kê bên dưới cùng với tu viện Mūlagandhakutī thì đã có sáu cơ sở tịnh viện, chùa chiền là có lớp dạy tình thương trên quy mô nhỏ hoặc lớn. Nhiều khi tôi tự nghĩ trong một làng, một khu mà nhiều cơ sở dạy như vậy, không biết học trò nghèo ở đâu mà học, không thể có số lượng đông được mà nếu học sinh từ các khu khác đến học thì xa quá bất tiện. Ở Bồ-đề-đạo-tràng cũng trong tình trạng như thế.

9.1. CÁC CHÙA HIỆN CÓ TẠI VƯỜN NAI (Sārnātha)

9.1.1. Chùa Trung hoa: ở phía đông của *Sārnātha*, từ tu viện Mūlagandhakutī đi thẳng qua ngả tư khoảng 100m và phía bên trái là chùa Trung-hoa. Chùa được xây năm 1939 do một chủ ngân hàng người Singapore là Lee Choong Seng cúng dường. Cổng chánh mở ở phía Nam. Chánh điện có thờ tượng Phật Thích-ca toạ thiền bằng đá cẩm thạch trắng. Chùa hiện do Hoà thượng Wichen làm trụ trì, có bảy chư tăng đang tu học. Chùa có 35 phòng nghỉ khá tươm tất cho khách hành hương.

Địa chỉ liên lạc:

Chinese Temple

Sarnath, Vārānasi - 221 007

Tel: 0091-542-2595 280

9.1.2. Chùa Tây-tạng Gelugpa: từ chùa Trung-hoa đi về hướng bùng binh Ashapur, chùa toạ lạc phía bên phải. Chùa thuộc phái Gelugpa, do cố Hòa thượng Thupten Jugney (Goshe Lama) thành lập năm 1955. Cổng chính hướng về phía đông. Trước sân có tượng Đức Phật Thích-ca toạ thiền dưới tàng cây bồ-đề sum suê lá. Các phía tường chánh điện là trang trí các bức bích hoạ hình vô số chư Phật và bồ tát. Chùa có 18 phòng nghỉ cho khách hành hương.

Địa chỉ liên lạc:

Tibetan Temple

Sarnath, Vārānasi - 221 007

Tel: 0091-542-2595 532/990

9.1.3. Chùa Nhật Nichigatsuzan Horinji: trước khi đến chùa Tây tạng, có ngã ba, dọc theo đường phía bên trái khoảng 500m là chùa nằm phía bên phải. Cổng chính của chùa ở hướng bắc. Chùa do Hoà thượng Hojo Sasaki thành lập. Hoà thượng mua đất vào 30-09-1986, công trình bắt đầu xây cất 1987 và khánh thành ngày 21-11-1992. Chùa mang nét kiến trúc của Nhật bản rất trang nhã và sang trọng. Hiện nay Thượng toạ Myojo Sasaki và Khemura San quản lý, tuy nhiên trụ sở trung ương của chùa là ở Nhật bản. Hiện chùa có ba chư tăng Nhật cùng vài cận sự nam người Ấn đang ở tập sự. Chùa có 16 phòng nghỉ khang trang cho khách hành hương và cũng có tổ chức các lớp học tình thương cho các trẻ em nghèo trong làng.

Địa chỉ liên lạc:

Nichigatsuzan Horinji Japanese Temple

Sarnath, Vārānasi - 221 007

Tel: 0091-542-2595 021

9.1.4. Chùa Miến điện: Đi ngược lại Khu Khảo cổ Sarnath, chùa Miến điện nằm phía tây bắc và giáp ranh hàng rào của khu Khảo Cổ thánh tích Sarnath. Chùa Miến điện đặt viên đá đầu tiên năm 1908 và khánh thành năm 1910 do Hoà thượng U. Chandramani Mahathero thành lập. Chùa rộng một mẫu Anh (acre). Chùa hướng về phía bắc và những tượng khác đứng hướng về phía tây. Có một tượng Phật toạ thiền rất to tạc năm 1994 lộ thiên phía trước chánh điện. Đặc biệt là các góc mái chùa nhọn và rất sắc sảo mỹ thuật giống như hầu hết các kiểu kiến trúc chùa của các sư sải Nam tông. Hiện nay Thượng toạ U. Wannadhwaj làm trụ trì và có 15 chư tăng đang tu học. Chùa có 40 phòng nghỉ cho khách hành hương và trường tiểu học Chetan Balika Vidyalaya cho các học sinh nghèo trong làng.

Địa chỉ liên lạc:

Burmese Buddhist Vihara

Ven. Chandramani Road

Sarnath, Vārānasi – 221 007

Tel: 0091-542-2595 199

9.1.5.) Chùa Ni Tây tạng Nyampa: Từ chùa Miến *điện đi* tới một tí có *đường* hẻm phía bên hải. *Đi* vào khoảng 600m và phía sau lưng Vườn-nai là chùa Ni Tây-tạng Nyampa nằm phía bên trái. Chùa do Hoà thượng Khempo Palden Serab Rinpoche thành lập năm 2004 với mục *đích* cho chư ni có chỗ tu học riêng biệt. Hiện có mười hai ni *đang* ở tu học và chùa chưa xây xong.

Địa chỉ liên lạc như sau:

Nyampa Nunnery

Village Khanjuhi

Sarnath, Vārānasi - 221 007

Tel: 0091-542-2595 296

9.1.6. Phật Học viện Tây tạng Vajra Vidya: Đi tới một tí và cũng phía bên trái là Phật Học viện Tây tạng Vajra Vidya. Phật Học viện này do Hoà thượng Khenchen Tharangu Rinpoche thành lập năm 1993 và hiện nay ngài vẫn làm viện chủ. Đây là một kiến trúc nguy nga hiện đại và mới xây nên trông rất mới mẽ toạ lạc trong một khu đất rộng có nhiều cây cảnh trang trí. Có một trăm chư tăng Tây tạng đang ở tu học với tám vị Lama giảng sư nổi tiếng. Viện cũng có phòng thuốc từ thiện do Bác sĩ M.M. Lal đãm trách. Phật học viện đang tiến hành xây phòng nghỉ cho khách hành hương.

Địa chỉ liên lạc:

Vajra Vidya Institute
Village Khanjuhi
Sarnath, Vārānasi - 221 007
Tel: 0091-542-2595 746 / 747

9.1.7. Chùa Đại hàn: Nằm phía sau Phật học viện Vajra Vidya. Chùa do Hoà thượng Do Woong John W. Kim) xây dựng khánh thành tháng 01, năm 1996. Chùa rộng *ít* nhất 1.5 mẫu hecta (mẫu Anh) và có mười phòng nghỉ cho khách hành hương. Hiện nay Thượng toạ Man Kong làm trụ trì, có ba *đại đức* tăng và hai *đại đức* ni *đang* ở tu học.

Địa chỉ liên lạc:

Korea Temple
Village Khanjuhi
Sarnath, Vārānasi - 221 007
Tel: 0091-542-2595 732

9.1.8. Chùa Thái Lan: Đi ngược trở ra Khu Khảo cổ Sāmātha, đối diện xéo viện bảo tàng Khảo cổ Sārnātha và trên đường lộ chính đi ra bùng binh Ashapur là chùa Thái-lan nằm phía bên phải phía tây và cổng mở ở phía đông. Cố Hòa thượng Phrakru Prakash Samadhikun đã mua một miếng đất từ ông Shri Brijpal Das năm 1970 và xây chùa khánh thành năm 1993. Chùa tọa lạc trong khuôn viên rộng. Chánh điện trang trí rất đơn sơ (khác với các chùa Tây tạng) nhưng không mất vẽ thiền vị thanh thoát. Trong chánh điện chỉ thờ một tượng Đức Phật Thích ca ngồi trên toà, nhưng đặc biệt hai chân ngài thả xuống chạm đất (trong khi chúng ta thường thấy là các tượng Phật ngồi kiết/bán già hoặc đứng). Tầng hầm phía dưới chánh điện là nơi hành thiền. Chùa cũng có một trường cấp I P.P.S. Public cho các học sinh nghèo trong làng. Hiện nay Thượng toạ Shasan Rashmi làm trụ trì và có sáu chư tăng cùng hai ni Thái lan đang tu học. Chùa có 48 phòng trọ cho khách hành hương và khách trọ có thể dùng điểm tâm, trưa tại quả đường của chùa. Tuỳ hỉ thí chủ cúng dường. Chùa mở cửa lúc 5g sáng và đóng lúc 5g chiều. Chùa đang tiến hành xây dựng một tượng Phật Thích Ca lộ thiên rất lớn giữa sân.

Địa chỉ liên lạc như sau:

Thai Temple

Mrigdayavan Mahavihara Foundation

Sarnath, Vārānasi - 221 007

Tel: 0091-542-2585 744/001

Từ trái: Phật tử Tịnh Bình, Sư cô Viên Hoa, Ni sư TN Giới Hương, Sư cô Diệu Nga, và Quảng Trí tại Chùa Thái, 24/9/2019.

9.1.9. Chùa Tây-tạng Nyampa: Từ chùa Thái đi về hướng bùng binh Ashapur khoảng 50m, phía tay trái có ngỏ hẻm. Đi sâu vào khoảng 200m là chùa Nyampa nằm phía bên trái. Chùa do Hoà thượng Khenpo Palden Serab Rinpoche thành lập năm 1998. Mục đích của chùa là mở một trung tâm thiền định cho chư tăng và Phật tử trên khắp thế giới đến tu tập. Hiện nay Hoà thượng Nyima đang làm trụ trì và có hơn ba mươi chư tăng từ Tây tạng, Nepal và Bhutan đang ở tu học. Chùa cũng có một thư viện Padma Samayeechokh Ling với nhiều kinh sách Tây tạng quý giá và có lớp học tình thương cho các trẻ em nghèo.

Địa chỉ liên lạc:

Nyampa Monastery

Village Gunj

Sarnath, Vārānasi - 221 007

Tel: 0091-542-2595 132

9.1.10. Chùa Dharma Chakra: Trở ra đường lộ chính hướng bùng binh Ashapur có ngả ba và có đường Mawaiya phía tay phải. Dọc theo đường Mawaiya khoảng một cây số là chùa Dharma Chakra Vihar (nằm phía bên trái) do hoà thượng Esho Goto (Pragya Rashmi) người Nhật nhưng quốc tịch Ấn độ thành lập. Năm 1979, hoà thượng đã mua 7 viza (150m2) với giá 15.000 Rs = 1 viza, như vậy chùa rộng hơn 1 mẫu. Hoà thượng đã từng là giáo sư dạy tiếng Nhật cho trường đại học Sampuranand Sanskrit, Vārānasi. Tại chùa có năm đệ tử sadi đang tu học dưới sự hướng dẫn của Hoà thượng.

Địa chỉ liên lạc:

Dharma Chakra Vihara

Mawaiya,

Sarnath, Vārānasi - 221 007

Tel: 0091-542-2588 835/2581 540

9.1.11. Dharma Chakra Vihar - Học viện Quốc tế Nghiên cứu Phật học: (nằm trong ngỏ hẻm và cũng trên đường Mawaiya) do hoà thượng Pragya Rashmi của chùa Dharma Chakra nói trên thành lập với sự cộng tác của giáo sư Triết học Subhash Barua làm giám đốc. Năm 1992, hoà thượng đã mua 16 viza đất với giá 80.000 Rs cho mỗi viza và đã xây được 16 phòng học. Hiện có 600 học sinh cấp II và cấp III theo học. Năm 2001, hoà thượng chính thức mở Học viện Quốc tế Nghiên cứu Phật học- Dharma Chakra Vihar (Dharma Chakra Vihar - International Insitute of Origin Buddhisr Studies and Research). Được biết đây cũng là chi nhánh của trường đại học Sampuranand Sanskrit, Vārānasi, nên có mở các khoá cử nhân, thạc sĩ và tiến sĩ cho nhiều ngành học như sử, triết, ngôn ngữ, xã hội học, địa lý học, khoa học và đặc biệt là Phật giáo ở Ấn độ và Phật giáo ở các nước Đông-nam-á. Ngoài ra cũng các khoá chứng chỉ từng năm cho các cổ ngữ Pali, Sankrist hay ngoại ngữ hiện đại như tiếng Nhật, Hoa, Hoa, Hindi va Anh văn. Hiện có 60 sinh viên trong và ngoài nước đang tham học.

Vào mỗi ngày chủ nhật, trường có dạy miễn phí tiếng Nhật và Hoa (cổ và hiện đại).

9.1.12. Trường Đại học Phật giáo Tây tạng (The Central Institute of Higher Tibetan Studies): nằm sát vách tường của chùa Dharma Chakra và cách khu khảo cổ *Sārnātha* khoảng ba cây số. Trường có chu vi rất rộng với một công viên đầy hoa lá trước sân và đầy đủ tiện nghi hiện đại cho nghiên cứu sinh. Nơi đây có thư viện lớn nhiều sách quý, đặc biệt là ngôn ngữ và Phật giáo Tây tạng. Năm 1964, đức Đạt-lai-la-ma thứ XIV cùng với cố Thủ tướng Ấn-độ Jawaharlal Nehru nỗ lực thành lập học viện với sự ủng hộ tài chánh của bộ Văn hoá, Giáo dục của Chánh phủ Ấn độ và năm 1967 đã khánh thành hoàn tất công trình.

Học viện Tây Tạng này được bộ Phát triển Tiềm năng Con người của chánh phủ Ấn Độ (*Ministry of Human Recource Development of India*) công nhận là trường đại học Tư thục (*Deemed University*) vào năm 1988. Mục đích của trường là:

1. Bảo tồn văn hóa và truyền thống Tây tạng.

2. Phục hồi kiến thức cổ và bổ sung nghiên cứu Tây tạng học trong nhiều hướng đa dạng.

3.Đào tạo sinh viên vùng biên giới về thu thập tinh hoa kiến thức và tu tập tinh thần.

4. Làm sống nền giáo dục truyền thống Tam tạng trong hệ thống giáo dục hiện đại.

Địa chỉ liên lạc:

The Central Institute
of Higher Tibetan Studies Mawaiya,
Sarnath, Vārānasi – 221 007
Tel: 0091-542-2587 085/2586 337

9.1.13. Chùa Đại Lộc: Chùa được thành lập năm

2008 do Hòa thượng Tiến sĩ Tường Quang. Chùa tọa lạc ở hướng ga xe lửa và sau lưng chùa Trung Quốc và cách tu viện Mūlagandhakutī Vihara khoảng 1 km.

Khách chiêm bái phải đi qua nhiều con hẻm ngoằn ngoèo để vào sâu trong ngôi làng và chùa nằm ở cuối đường. Nếu không có người hướng dẫn thì khó tìm được ra chùa. Đại Lộc có hai tòa nhà hai tầng với 50 phòng dành cho khách hành hương, cũng có nhiều lớp học dành cho trẻ em nghèo ở địa phương. Trước sân có tượng Phật cao 24m trong tư thế chuyển pháp luân (Dhamma-chakra-pravartana), ngày nay được coi là tượng Phật lớn nhất trong ấn tay này ở bất kỳ đâu trên thế giới. Tượng nặng khoảng 1.200 tấn và được làm từ 660 khối đá; đá nhất nặng 5 tấn trong khi tảng nhẹ nhất nặng 1,5 tấn.

Trước sân có bảo tháp Khuê Văn Các (bên trái) và chùa Một Cột (bên phải), bên cạnh là cổng phù điêu mô tả 8 sự kiện quan trọng trong cuộc đời của Đức Phật Thích Ca Mâu Ni.

Hòa thượng Tiến sĩ Tường Quang có hai bằng tiến sĩ. Một tiến sĩ một về nghiên cứu Phật giáo và một về ngôn ngữ Trung Quốc. Là cựu sinh viên Đại học Delhi, hòa thượng hiểu rõ hoàn cảnh khó khăn của sinh viên nên đã giúp đỡ nhiều du học sinh và tăng ni sinh Việt Nam lưu trú tại chùa Đại Lộc để tiếp tục theo học tại Đại học Vārānasi hoặc các trường khác.

Thông tin liên hệ:

Đại Lộc Temple (Sivali Vietnamese Therevada Trust)

13/46 m-5, Khajuhi, Sarnath, Vārānasi 221007,

UP, India

0091-9936630292

lamtandoan69@gmail.com

Phái đoàn Chùa Hương Sen với Hòa thượng Tường Quang tại Chùa Đại Lộc, năm 2016.

Hòa thượng Tường Quang, Ni sư Giới Hương và trẻ con Ấn độ tại Chùa Đại Lộc, năm 2016.

9.1.14. 14. Chùa Phật giáo Jambudvipa Sri Lanka (Hiệp hội Phật giáo quốc tế Indo-Sri Lanka): Từ Tu viện Mūlagandhakutī Vihāra, rẽ trái đến ngã ba (gần chùa Trung Quốc), đi theo đường Ashok đến bùng binh Ashpur. Có một con đường nhỏ ở bên trái; tiến thêm khoảng 100 mét. Chùa Phật giáo Jambudvipa Sri Lanka nằm ở bên phải. Chùa do Hòa thượng Tiến sĩ K Siri Sumedha thành lập vào năm 2011.

Quý sư Tích Lan, Ni sư Giới Hương (áo nâu) và phái đoàn Chùa Hương Sen tại *Sārnātha,* ngày 26 tháng 6 năm 2023.

Chùa có hai tầng, với 10 phòng dành cho 30 khách chiêm bái, cũng như 5 tăng sĩ thường trú và 10 nhân viên làm việc hàng ngày. Mỗi ngày, nơi đây tổ chức hai khóa tụng kinh bằng tiếng Pali. Nơi đây thường xuyên đón tiếp những người hành hương từ nhiều quốc gia đến thăm Sārnātha. Chùa cũng thường phát quà từ thiện giúp dân làng nghèo địa phương.

Tu từ nhỏ, có trình độ Phật học và kinh nghiệm làm việc trong hội đoàn Phật giáo quốc tế, nên Hòa thượng

Siri Sumedha khá nổi tiếng ở khu vực Sārnātha và thường là khách VIP thuyết trình ở các buổi lễ của các chùa, trường học và trường đại học ở Ấn Độ và nước ngoài.

Thông tin liên hệ:

Jambudvipa Sri Lanka Buddhist Temple
Ven. Dr. K Siri Sumedha
Ashok Marg, Holy Isipatana,
Sarnath, Vārānasi - 221007, UP, INDIA
Phone: 0091-542-2595003
Fax: 0091 542 2595877, 2595922
Cell: 91 9839 056 094
Email: indosrilankaiba@gmail.com
jambudvipatemple@yahoo.com

Hòa thượng Siri Sumedha, Thượng Tọa T Hạnh Nguyện, Ni sư TN Giới Hương, và phái đoàn Chùa Hương Sen viếng thăm Chùa Jambudvipa Sri Lanka Buddhist Temple, vào năm 2016.

9.2. CÁC THÔNG TIN KHÁC Ở SĀRNĀTHA

1. Sân bay Babatpur (*Vārānasi*): 24 cây số (từ *Sārnātha)*

2. Ga tàu lửa: Vārānasi Cantt 8 cây số; Mughalsarai – 16 cây số

3. Bến xe buýt: Vārānasi Cantt – 8 cây số

4. Nhà băng: State Bank of India, Canara Bank; Central Bank of India, Kashi Grashi Bank.

5. Bưu *điện*: *đối* diện khách sạn Uttar Pradesh Tourism.

6. STD / ISD / PSO: *đối* diện tu viện Mūlagandhakutī.

7. Nơi đổi tiền: Cửa hàng Thủ công nghệ Uttar Pradesh...

8. Khách sạn: Hotel Mrigadava, Uttar Pradesh Tourism Deveplopment Company; The Golden Buddha Hotel...

9. Nhà hàng: Rangori Garden, Holiday Inn, Anand, Highway Inn...

10. Cửa hành kinh sách: một quầy tại chánh *điện* của tu viện Mūlagandhakutī , Mahabodhi Book, Jain Book Centre và Gyan Jyoti...

11. Dịch vụ du lịch: Siddharth Travels & Information Service; Kamla Travels (gần chùa Thái); Vishuddha Travels (gần chùa *Tây* tạng Gelugpa); Bodhik Travel Company (đối diện chùa Miến điện)...

12. Phòng chụp hình: Shyam Studio (gần Trường

đại học *Tây* tạng), Shivam Studio... 13. Viện Bảo tàng Khảo cổ *Sārnātha* mở cửa 10:00g sáng – 5:00g chiều (thứ sáu *đóng* cửa). Phí vào cổng: 2 Rs cho một người, trẻ em dưới 15 tuổi miễn phí. Không được mang máy chụp hình hay video trừ có lý do và làm đơn cụ thể xin ban Quản lý Viện bảo tàng.

14. Khu Khảo cổ *Sārnātha*: mở cửa sáng 6:00g đến chiều 6:00g (thứ sáu đóng cửa). Vé vào cổng cho người Ấn độ 5 Rupees, cho khách nước ngoài 2 dollars (hoặc 100 Rs). Tuy nhiên nếu sinh viên nước ngoài đang học tập tại Ấn-độ đưa thẻ sinh viên làm chứng, sẽ được mua vé như người bản xứ là 5 Rs thôi. Máy chụp hình đư*ợc* phép mang vào miễn lệ phí, nhưng video thì 20 Rs cho mỗi máy.

Ni sư TN Giới Hương và phái đoàn Chùa Hương Sen làm từ thiện, phát thực phẩm và tịnh tài cho dân nghèo tại Chùa Jambudvipa Sri Lanka, ngày 24 tháng 9 năm 2019.

Chương 10

Thành Phố Ba-La-Nại (Benāras)

Thành phố Vārānasi

Vārānasi là biểu hiện cho nền văn hóa, tôn giáo, nghệ thuật và giáo dục Ấn độ, là một trong những thành phố cổ sống động của thế giới. Thành phố này tọa lạc giữa ngã ba Varuna & Assi, nên có tên là Vārānasi (*Varuna* + *Assi*), nhưng người dân nói chung ngay cả hiện nay cũng gọi nơi này là Ba-la-nại (*Benāras*).

Bản chỉ tên đường đến thành phố Ba-la-nại (*Benaras*)

Thành phố đáng yêu và cổ kính Ba-la-nại là một trung tâm của tôn giáo Hindu. Thành phố cổ với vô số những lôi cuốn thu hút du khách và là nơi của thế giới tâm linh. Hàng ngàn du khách từ mọi miền của Ấn Độ và nước ngoài đã viếng thăm thành phố này. Nét độc đáo của thành phố là sự kết hợp của quá khứ và hiện tại, liên tục và mãi tồn tại bên nhau.

Thành phố nằm trên một khu vực cao ở bên bờ phía

bắc của sông Hằng, con sông thiêng liêng nhất của dân tộc Ấn, đã hình thành toàn cảnh nguy nga với nhiều loại công trình kiến trúc Ấn Độ khác nhau.

Mối quan hệ hợp nhất giữa con sông thiêng và thành phố là tinh hoa của Ba-la-nại: 'Miền đất của ánh sáng thiêng liêng'. Sông Hằng được người dân tin là xuất phát từ trời và có thể rửa sạch tội lỗi trần gian của con người. Vì thế, Ba-la-nại là một thế giới kinh nghiệm, kinh nghiệm của sự tự khám phá, một cuộc du hành ngang qua hiện tại và quá khứ trong việc tìm kiếm sự bất tử và giải thoát.

Theo các nhà lịch sử, thành phố này đã được hình thành khoảng 10 thế kỷ trước khi Thiên chúa giáng sinh. Tọa lạc giữa hai nhánh phụ lưu của sông Hằng (*Ganga*) - Varuna đến phía bắc và Asi đến phía Nam- nó đã đạt sự bất tử mãi mãi. Thành phố này được đề cập nhiều trong những kinh thánh '*Vamana Purana*', kinh Phật, kinh điển đạo Lõa thể (*Jain*) và trong thiên anh hùng ca '*Mahabharata*'. Đây là những bằng chứng về tính chất cổ xưa của Vārānasi.

Sau khi giác ngộ, Đức Phật Cồ đàm thuyết bài pháp đầu tiên ở *Sārnātha*, Vārānasi. Nhà chiêm bái Trung-Quốc Pháp-hiền đã mô tả chi tiết về Vārānasi trong ký sự của mình. Vārānasi là một trung tâm văn hóa của đạo Hindu, Sikhs, Phật giáo và các đạo khác, Vārānasi tự hào là thủ đô văn hóa của Ấn Độ.

Đời sống và những hoạt động của thành phố này liên quan đến con sông Hằng thiêng liêng. Trước khi trời sáng, hàng ngàn những khách hành hương- đàn ông, đàn bà và trẻ em đã xuống dòng sông để chờ mặt trời lên. Có khi họ tụ nhau từng nhóm hoặc có khi chỉ một vị... nhưng tất cả đều hướng về đây, đều hòa vào dòng tư tưởng giải thoát và chờ đợi giây phút được đắm mình vào dòng sông Hằng thiêng liêng để rửa sạch những đau khổ trần thế và tội lỗi của họ.

Thường khi mặt trời mọc, sương mù từ từ tan đi lộ dần ra những dãy đền đài huyền ảo, trang nghiêm và hùng vĩ. Một cảnh tượng đẹp cổ kính mà khó có thể có được ở bất cứ thành phố nào trên thế giới. Khi mặt trời mọc chẳng bao lâu, vòng đai lớn của các đền đài đột nhiên xuất hiện linh hoạt hẳn lên.

Các Bà-la-môn (*Brahmin*) tụng kinh liên tục dưới những tàng dù lớn bằng lá cọ do khách hành hương dựng để che bóng mát. Có những chư tăng đang trao lọ tro hỏa táng đến thân nhân người quá cố và làm dấu bột màu giữa trán họ như một sự gia ân của thần thánh. Những người lái thuyền, người bán hoa, đèn, bánh trái, đồ trang sức lặt vặt, bán cá con để phóng sanh với giọng rao lanh lãnh ngân vang; những con bò thiêng liêng đi lang thang lẫn trong đám đông và trên bầu trời là từng đàn kên kên lượn qua, lượn lại kêu ‘oắc oắc... oắc oắc, thỉnh thoảng chao mình xuống mặt nước sông Hằng để giành nhau rỉa xác súc vật chết khi chúng phát hiện được một xác súc vật nào đó đang trôi lềnh bềnh.

Vārānasi gợi lên niềm tin yêu cuộc sống, trầm tư về sự sáng tạo, sự vô nghĩa của giàu có phù phiếm trong sự thật của cái chết trước mắt. Dọc theo bờ sông có nhiều nơi hỏa thiêu tử thi. Nơi thiêng liêng nhất ở đây là đền Manikarnika có liên quan với nữ thần Parvati (phu nhân của thần Si-va).

Đền thờ chính là Vishwanath, thờ thần Si-va, ba ngôi quan trọng nhất: Phạm thiên *(Brahma)*, thần Vishnu và thần Maheshwara cùng với các vị thần của thế gian này. Đền này đã mở ra sự hợp nhất tâm linh của Vārānasi và nội thành Kashi *(tên quá khứ của thành Ba-la-nại)*.

Thành phố luôn có sự kết hợp ánh sáng nội tại: trí tuệ và triết học. Chính tại nơi đây xưa kia đã có một trung tâm nghiên cứu Sanskrit và triết học. Trường đại học Benaras Hindu, Sampuranand Sanskrit, Sanskrit Vishvavidyalaya và Học viện Dharma Chakra Vihar - Quốc tế Nghiên cứu Phật học... tại Vārānasi hiện nay đang tiếp tục theo truyền thống này. Các phố chợ của Vārānasi cũng hiến tặng những kinh nghiệm tuyệt vời. Phố chợ đông đảo bán nhiều vật dụng của nghi lễ, những saree (áo dài truyền thống Ấn Độ), nữ trang, hoa hương thơm ngát và nhiều mặt hàng tơ lụa đa dạng nổi tiếng.

Bò (Saint Cows: Thánh Bò) đi qua lại trong hẻm Vārānasi.

Khi hoàng hôn xuống, Vārānasi đã mang vẻ đẹp mỹ lệ khác đến cho thành phố. Những chiếc đò, những vùng ven sông trở nên huyền ảo. Bầu trời cao chót vót và yên tĩnh, điểm trên những đỉnh tháp hình chóp, dãy nhà... với những ánh đèn rải rác lung linh.

Vārānasi không chỉ là nơi cư ngụ của hàng ngàn chư thần và nữ thần mà hầu như mỗi ngày nơi đây đều có lễ hội. Thật ra, thành phố đã tôn vinh chính vẽ đẹp của cuộc sống, tôn vinh thần thánh với vô số những màu sắc, hương hoa và âm thanh.

10.1. VĀRĀNASI TRONG QUÁ KHỨ

Trong quá khứ Vārānasi *còn được gọi với tên là Kashi-một nơi sáng chói là thành phố của ánh sáng. Mỗi bình minh là một phép lạ. Bầu trời sáng dần dần và im lặng. Những tia nắng đầu tiên như bị vỡ tan thành những ánh vàng sóng sánh trên những gợn nước chảy im lặng. Đám đông dọc theo bờ đón chào vũ trụ và đấng sáng tạo ra nó. Nước ngang hông, hàng trăm người theo đạo Hindu* mặt hướng về mặt trời mọc. Khi ánh sáng lờ mờ bắt đầu xuất hiện, họ múc nước ánh vàng trong bàn tay của họ, nâng lên khỏi đầu, rồi họ nghiêng tay rót nó xuống mặt nước như để cúng cho chư thần và lâm râm cầu nguyện bài *Gayatri Mantra*:

Om Bhur Bhuvasva

Tat savitur Varenium

Bharyo Devasya Dhimahi

Dhiyo Yo Nab Prachodayat.

(Thượng đế, chúng con ngắm nhìn ánh sáng của ngài tỏa khắp tam giới và cầu nguyện sự sáng suốt của ngài chiếu rọi khắp tâm tư của chúng con).

Gayatri Mantra là bài thánh ca của Rig Veda, một trong bốn kinh Veda của đạo *Hindu* và là bài kinh có sớm nhất trên thế giới. Rig Veda được biên soạn khoảng 1500-1000 trước tây lịch do nhóm dân tộc di cư Aryan biên soạn. Nhóm dân tộc này sống dọc đồng bằng sông Indus nay được biết là Punjab. Khoảng 1000 trước tây lịch, họ bắt đầu di trú từ phía nam đến đồng bằng Indo-Gangetic và nếu những nhà lịch sử đúng thì con người đầu tiên tụng kinh Gayatri Mantra bên bờ sông Hằng ở Kashi phải khoảng 800-900 trước tây lịch. Rồi từ đó một thời gian khoảng 3000 năm, những lời ca và điệu bộ múa hát giống như vậy xuất hiện để ca tụng mặt trời mọc mỗi sáng ở Ba-la-nại. Những đế chế đã nổi lên và sụp đổ, giai cấp tư sản và tầng lớp công nhân đã bị thải hồi và thay thế giai cấp những Bà-la-môn và người quý tộc. Giữa những thay đổi thăng trầm này nhưng có một điều vẫn còn giữ mãi là mặt trời mọc mỗi ngày ở Ba-la-nại để người dân dâng cúng những giọt nước ánh vàng thiêng liêng của sông Hằng. Có nhiều điều nổi bật trong thành phố này nhưng không gì nổi bật hơn ngoài sự tương tục và phát triển truyền thống tôn giáo, tín ngưỡng như sự phát triển và thăng hoa mỗi năm của đạo Hindu.

Trước khi dân tộc Aryan (800-900 trước tây lịch) sống ở đây, thành phố Ba-la-nại cũng rất sống động và hưng thịnh. Những nhà khảo cổ khai quật đền Raj trên một cao nguyên nằm ở ngoại ô phía đông bắc của Ba-la-nại hiện đại đã tìm thấy một bằng chứng của sự định cư trước dân tộc Aryan.

Những bài kinh Phạn ngữ cổ như Atharva Veda (niên đại 1100-900 trước tây lịch) cũng nói lên ý này. Thành phố được chọn của đạo *Hindu* thì thực sự cổ đại hơn chính bản thân đạo Hindu.

Ai là những người dân đầu tiên của thành phố Ba-la-nại? Cái gì đã xảy ra với họ sau khi bộ tộc Aryan đến đây? Theo nguồn văn học của giai đoạn này cho rằng bộ tộc Aryan đã đánh thắng và thiết lập bá chủ trên người dân địa phương này. Với sự coi thường kẻ bại trận của người chinh phục, họ đã phân chia giai cấp cho người dân địa phương như là giai cấp nô lệ (dasas). Những nhà lịch sử bấy giờ đề nghị những người thuộc giai cấp nô lệ này thực sự là bộ tộc Dravidia hậu duệ của những người sống sót ở Harappa và Mohenjodaro.

Nếu như vậy, cái mà gọi là '*dasas*' (nô lệ) không phải là một nghĩa bình thường nữa. Mặc dù, đối với những kẽ xâm lăng, họ là người cấp dưới, nhưng họ chắc chắc là những người cấp cao về mặt văn hóa. Khi những cuộc khai quật ở Harappa và Mohenjodaro đã cho thấy rằng bộ tộc Dravidia đã phát triển một loại đời sống kiểu thành thị dựa trên thặng dư nông nghiệp một ngàn năm trước khi bộ tộc Aryan đến. Họ cũng có một tôn giáo đúng nghĩa cho chính bản thân họ, thờ những nữ thần và thần Pashupati-vị thần của muôn thú, vị mà được kính trọng như thần Si-va, vị thần của thành phố Ba-la- nại bây giờ. Họ thờ cây và thú, chủ yếu là cây peepul (*Ficus religiosa*) và con bò đực. Trong khi đó tộc người Aryan là tộc du mục khi họ đến vùng đồng bằng sông Hằng và chỉ hơn một thế kỷ họ cũng đã phát triển một nền văn minh đô thị và một tín ngưỡng có tổ chức của riêng họ.

Tuy nhiên, việc thiết lập quyền cai trị không hoàn toàn chấm dứt nền văn hóa và văn minh của tộc người Dravidia. Nó vẫn sống sót nhưng hòa lẫn với đức tin vượt trội của người Aryan và theo thời gian một sự tổng hợp giữa cách tu tập của người Aryan và không phải Aryan đã xuất hiện. Đó chính là hệ thống tôn giáo gọi là đạo Hindu. Ba-la-nại là một trong những trung tâm chính yếu, nơi mà sự tổng hợp này đã phát triển là một sự thật hiển nhiên rằng cho đến nay cả cách thờ phượng của người Aryan và tiền Aryan đều có thể được nhận thấy rõ ràng ở nơi đây. Vì thế, Ba-la-nại đánh dấu sự tụ họp không chỉ của hai sông Vara và Assi, mà sau đó nó được đặt tên Vārānasi, nghĩa là của hai chủng tộc mà con cháu của họ hiện nay đang sống trên xứ sở này.

Lịch sử ghi chép gần 3000 năm và lịch sử truyền khẩu thì còn xa hơn nữa đã chứng nhận Ba-la-nại là một trong những đô thị cổ nhất của thế giới. Ông sherring, người Anh giữa thế kỷ XIX đã viết như sau:

"Ít nhất cách đây 25 thế kỷ, Ba-la-nại đã nổi tiếng, trong khi thành phố Babylon đang đấu tranh với Nine-veh để dành quyền tối cao, khi thành Tyre đang thiết lập các thuộc địa, khi thành Athen đang tăng trưởng sức mạnh, trước khi La mã (Rome) nổi tiếng hoặc Hy-lạp đấu tranh với Ba-tư hoặc Hy Lạp đã thêm vào sự lừng lẫy cho chế độ quân chủ Ba tư hoặc Nebuchadnezzar đã chiếm lấy thành Jerusalem và những cư dân của Do Thái (Judaea) đã bị giam cầm thì Ba-la-nại hoàn toàn đạt được sự thành

công lớn lao, nếu không nói là rực rỡ".

Trong ý nghĩa thật của một Ba-la-nại hiện đại thì không khác gì là một thành phố – một bảo tàng viện hòa cùng cuộc sống. Thời gian trôi qua và chính quá khứ lâu dài đã chứa thời gian hiện đại và một người có thể tìm thấy được các vị thần và nữ thần trong Ba-la-nại, trong các đền đài, hồ và giếng nước thiêng liêng, trong các tháp và các lễ hội, trong các ngõ hẻm nhỏ hẹp và đám đông, trong những khách hành hương, ẩn sĩ, tu sĩ và triết gia, đều chính là sự tiến hóa của nền văn minh Ấn Độ.

10.2. LỐI SỐNG ĐẶC THÙ CỦA ĐẠO HINDU

Cũng thật là thiếu xót nếu chúng ta muốn biết về Ba-la-nại mà không biết về những nhân vật và hình ảnh đặc thù đã tạo nên một Ba-la-nại có một lối sống đặc thù của đạo *Hindu* (đạo tiêu biểu của Ấn-độ trong khi *Sārnātha* là đặc thù của Phật giáo). Đó là lý do chúng ta cũng nên tìm hiểu chút ít về các tu sĩ Bà-la-môn trong đền đài, những du sĩ lang thang, những người hành hương mộ đạo, những người khiêng tử thi ngang qua những ngõ hẻm... Mỗi ngày những hình tượng này có thể bộc lộ chính chúng như là những sự kết hợp lôi cuốn của lịch sử và sự sáng tác chuyện thần thoại của trần gian và xuất thế gian, của thế giới hiện tại và cõi huyền thoại tưởng tượng. Rồi chúng ta sẽ nhìn thấy xung quanh và những gì nằm ở đằng sau vài cảnh tượng quen thuộc nhất ở Ba-la-nại.

10.2.1. BÀ-LA-MÔN

Trên nền đền xây chìa ra mé bờ sông, các tu sĩ Bà-la-môn (đầu tròn, giữa trán có phết 3 gạch trắng dài và sắc phục màu trắng) quản lý đền ngồi trên những ghế gỗ hình vuông dưới những lọng tre có chạm vẽ nhiều hình ảnh, để xem xét nhu cầu người hành hương. Họ sẽ đáp ứng các nhu cầu tôn giáo cho tín đồ như thực hiện các nghi thức tắm, chú tâm vào *tilak*, giữ y phục và hành lý cho khách khi họ ngâm mình dưới nước sông Hằng, nhận lãnh *daan* hoặc quà cúng dường... Các tu sĩ Bà-la-môn này *được* gọi *là pandas (*tu sĩ, priest of Holy).

Các pandas cũng có bổn phận đón khách hành hương từ trạm xe lửa và sắp xếp chỗ nghỉ ngơi cho khách tại đền của họ hoặc tại nhà nghỉ. Đôi khi mối quan hệ giữa các pandas với khách hành hương tiếp tục qua nhiều thế hệ.

Ni sư TN Giới Hương thăm Sông Hằng thiêng liêng vào một buổi sáng nắng ấm năm 2019.

10.2.2. SADHU VÀ SANYASIS

Những vị du sĩ gọi là Sadhu hoặc Sanyasi là những người đã từ bỏ đời sống gia đình để trở thành những người suốt đời lang thang và đi tìm chân lý. Họ thường được phân biệt qua tấm y vàng nhạt, mớ tóc dài rối, cầm một cây gậy cứng và một bình nước. Chúng ta có thể nghe họ đọc lầm bầm 'Ma, anna do (xin bố thí thực phẩm) khi họ đi từ nhà này đến nhà kia khất thực trên đường phố Ba-la-nại. Có nhiều loại du sĩ. Loại đơn giản là rời bỏ nhà để trở thành ashram hoặc math tu thiền định. Có loại như aughur không chỉ từ bỏ cuộc đời trần tục mà còn coi khinh các giá trị của cuộc đời. Họ thường lui tới nơi hỏa thiêu, ngủ trên chỗ hỏa thiêu xác chết, múc nước uống bằng gáo sọ người và nấu đồ ăn trên lửa giàn thiêu. Tất cả các tu sĩ (Sanyasi), những du sĩ theo Shankaracharya, Ramanujan, Vallabha và Gorakhnath của mật giáo có những đền thờ ở Ba-la- nại, nơi mà vào những mùa mưa, khi mà việc du hành trở nên khó khăn, họ từ các nơi trên đất Ấn đã về tụ hợp lại tu tập tại đền Ba-la-nại hoặc các đền trung tâm khác (tựa như chư tăng Phật giáo an cư trong ba tháng mùa hạ vậy).

Du sĩ (*Sadhu I anyasi*) cũng đi hành hương từ nơi này đến nơi khác để tụng niệm. Ai không đi thì vẫn ở một chỗ thiền định và đọc kinh. Một số người cảm thấy khuây khỏa thì thuyết pháp cho những tín đồ để tìm sự an ổn tinh thần. Một số người tu tập khổ hạnh như đứng một chân rất lâu, để các bắp thịt của chân khô dần đi. Ngay cả nếu có những con chim đến xây tổ trên đầu các vị ẩn sĩ, họ cũng không chao động.

Các Bà-la-môn và du sĩ giữ chức năng quan trọng

trong việc cử hành lễ cho khách chiêm bái (*panchtirthi*), nhiều khi đông đến cả ngàn người tụ tập tại thành phố Ba-la-nại. Hành lễ là điểm đặc trưng chân chánh duy nhất của đạo Hindu và là một phương tiện cầu nguyện các thần linh gia hộ cho các mục đích trần gian. Các nghi lễ này cũng thường được cử hành vào các dịp sinh nhật, ma chay hoặc đám cưới... Người ta tin rằng tụng niệm thường xuyên danh hiệu của một vị thần hoặc một bài mật chú hiệu nghiệm có thể được tiếp thu và hòa với chư thánh trong hơi thở của mình để âm thanh của lời cầu nguyện vẫn kéo dài cho tới khi chết...

Du sĩ là một phần của cộng đồng Bà-la-môn rộng lớn ở Ba-la-nại, lần lượt trở thành các *pandit* (bậc thầy nổi tiếng), các *pujari* (các tu sĩ quản lý đền: Trị sự), các *Mahant* (sư trụ trì đền và giữ các chức sắc cao trong tôn giáo) và các *Vyasa* (sư thuyết pháp). Theo truyền thống, Ba-la-nại là thành trì của Bà-la-môn và chính họ là người *đã* bảo tồn văn học Sanskrit cổ đại và các truyền thống nghi lễ của đạo Hindu.

Tại sao những người từ bỏ thế gian và cái gì đã khiến họ đi tìm cầu? Câu trả lời cho hai câu hỏi này có thể được chứa đựng trong một từ '*moksha*' (giải thoát). Để hiểu từ này và cách sống của du sĩ khô dần đi. Ngay cả nếu có những con chim đến xây tổ trên đầu các vị ẩn sĩ, họ cũng không chao động.

Các Bà-la-môn và du sĩ giữ chức năng quan trọng trong việc cử hành lễ cho khách chiêm bái (*panchtirthi*), nhiều khi đông đến cả ngàn người tụ tập tại thành phố Ba-la-nại. Hành lễ là điểm đặc trưng chân chánh duy nhất của đạo Hindu và là một phương tiện cầu nguyện các thần linh gia hộ cho các mục đích trần gian. Các nghi lễ này cũng thường được cử hành vào các dịp sinh nhật, ma chay hoặc đám cưới... Người ta tin rằng tụng niệm thường xuyên danh hiệu của một vị thần hoặc một bài mật chú hiệu nghiệm có thể được tiếp thu và hòa với chư thánh trong hơi thở của mình để âm thanh của lời cầu nguyện vẫn kéo dài cho tới khi chết...

Du sĩ là một phần của cộng đồng Bà-la-môn rộng lớn ở Ba-la-nại, lần lượt trở thành các *pandit* (bậc thầy nổi tiếng), các pujari (các tu sĩ quản lý đền: Trị sự), các Mahant (sư trụ trì đền và giữ các chức sắc cao trong tôn giáo) và các Vyasa (sư thuyết pháp). Theo truyền thống, Ba-la-nại là thành trì của Bà-la-môn và chính họ là người đã bảo tồn văn học Sanskrit cổ đại và các truyền thống nghi lễ của đạo Hindu.

Tại sao những người từ bỏ thế gian và cái gì đã khiến họ đi tìm cầu? Câu trả lời cho hai câu hỏi này có thể được chứa đựng trong một từ 'moksha' (giải thoát). Để hiểu từ này và cách sống của du sĩ (*Sanyasi*), cần phải hiểu cốt lõi của đạo Hindu. Nếu các Bà-la-môn là những người trông coi việc tế lễ của Hindu, thì những du sĩ (*Sanyasi*) là người duy trì mạng mạch huyền bí siêu hình của *đạo* Hindu.

Cốt lõi của đạo Hindu là quan điểm sự nhận thức sâu sắc về toàn bộ đời sống và vũ trụ tuyệt đối. Đó chính là cái nhìn của thượng đế trong tất cả vật và tất cả vật trong thượng đế. Theo như đạo Hindu, chỉ có một tinh thần vũ trụ - vô tận, bất tử, sáng tạo và nhân từ.

Hindu cho rằng tinh thần vũ trụ này là phạm thiên (*brahma*-đại ngã) và chính phạm thiên hiện hữu hai mức độ: một là tinh thần vũ trụ là cái bên ngoài chúng ta đó là một chân lý đối thể vĩnh viễn của vũ trụ và hai là chúng ta như Atman (tiểu ngã). Atman là chân lý chủ thể bên trong chúng ta.

Toàn bộ lâu đài triết học của đạo *Hindu được* xây dựng chung quanh lý tưởng Phạm thiên và Atman.

Sự chuyển biến liên tục của Atman (ngã) từ thân này đến thân kia thường được so sánh như một bánh xe chuyển động không ngừng nghỉ. Trong tư tưởng đạo Hindu, tiến trình này được xem là kéo dài bất tận và mong muốn thoát khỏi vòng vô tận này là *'vũ trụ'*. Từ dùng biểu thị sự giải thoát này là *'moksha'*- được xem là mục đích cao nhất của sự hiện hữu. Và những du sĩ với mớ tóc dài rối trèo xuống bậc thềm của đền đài xây chìa ra sông Hằng (để người ta bước xuống nước dễ), một tay cầm gậy, một tay cầm bình nước mới có thể thực sự đạt được mục tiêu giải thoát đó. Trong bất cứ trường hợp nào đi nữa, nếu là một du sĩ (*Sanyasi*) chân chính thì vị ấy sẽ tu tập hướng đến giải thoát.

10.2.3. TÍN ĐỒ VÀ KHÁCH CHIÊM BÁI

Tại Ba-la-nại, bạn có thể thấy tín đồ và khách chiêm bái khắp mọi nơi đang tắm trong sông Hằng, đi chung quanh các đền thờ, đang lễ lạy các thần linh với hương hoa và bánh trái, ngâm nga các lời tán tụng cầu nguyện. Họ tổ chức mỗi lễ hội Hindu với sự hân hoan vô cùng và tụ hội hàng trăm ngàn (*lakh*) người tới các khu rộng lớn (*melas*) ở Ba- la-nại. Lòng nhiệt tình và hăng hái của họ như thế thường khiến cho toàn bộ thành phố này dường như trở thành một vũ đài to lớn cho mục tiêu tín ngưỡng. Chính cách này, trong những bản kinh Sanskrit cổ, Ba-la-nại rõ ràng được nói không phải là một thành phố, nhưng mà là một xứ sở của những người có tín ngưỡng. Thành phố này được nói là tồn tại trong một khu vực đồng tâm thiêng liêng với một bán kính của năm krosha (một krosha bằng 9,000 yards), trong đó những nơi thiêng liêng của đạo Hindu được xây dựng. Những người mộ đạo đã sẵn sàng trải qua năm ngày hành hương (*panchkroshi*) bao gồm đi 50 km vòng quanh toàn thành phố dọc theo con đường Panchkroshi.

Xe tuktuk là phương tiện di chuyển phổ biến cho giới bình dân Ấn *độ*.

Sự quan trọng của Ba-la-nại như là một trung tâm tôn giáo nằm ở sự thật đây là một tirtha lớn nhất của đạo Hindu. Từ tirtha có nghĩa là 'nơi đi ngang qua, nơi mà năng lực của một người vượt qua từ thế giới vật chất để đi đến thế giới tinh thần. Có hàng ngàn firtha trên khắp Ấn Độ nhưng trong nhiều thế kỷ, có *sapta puri* (bảy thành phố) và *char dham* (bốn trụ xứ lớn) được xem như là nổi bật nhất. Bảy thành phố thiêng liêng đó là:

1. Ayodhya: nằm ở phía bắc nơi mà thần Rama cai trị.

2. Mathura: nơi sanh của thần Krishna.

3. Haridwar: đó là nơi sông Hằng đổ xuống đồng bằng.

4. Kashi: thành phố của thần Siva.

5. Ujjain: ở Trung Ấn cũng của thần Si-va.

6. Dwaraka: là thủ phủ của Krishna ở phía tây.

7. Kanchi: ở phía nam của cả thần Vishnu và Si-va.

Bốn trú xứ lớn đánh mốc giới hạn xa nhất của miền đất – Badrinath ở phía bắc, Puri ở phía đông, Rameshwaram ở phía nam và Dwaraka ở phía tây. Trong tất cả những thánh địa này, Ba-la-nại được xem là thiêng liêng nhất, vì Ba-la-nại bao gồm tất cả tirtha khác cả nghĩa bóng lẫn nghĩa đen. Một cuộc hành hương về Ba-la-nại được xem có giá trị tương đương với hành hương tất cả các tirtha khác cùng với nhau, vì chỉ trong một chuyến hành hương Ba-la-nại, Ba-la-nại truyền đạt cho tín đồ công đức của tất cả *tirtha*. Vì lẽ đó, một cách tự nhiên, khách chiêm bái từ khắp nơi trong nước đã đổ xô tới Ba-la-nại. Các hoạt động liên tục của người sùng đạo và khách chiêm bái ở Ba-la-nại được bắt nguồn từ sự phát triển chính yếu trong đạo *Hindu* khoảng đầu thế kỷ thứ I – du nhập về sự thờ cúng thần linh. Lúc đầu, tộc người Aryan không phải là người tôn sùng thần linh. Cách thức liên quan tới các thần của họ phổ biến là ngang qua nghi thức tế lễ. Đại thừa Phật giáo vào khoảng thế kỷ thứ I đã bị ảnh hưởng việc thờ cúng thần linh của đạo *Hindu* và đã khởi đầu việc tôn thờ Đức Phật trong hình thức như thần thứ chín trong danh sách đa thần của đạo Hindu. Tuy nhiên, một khi đã trở thành phong tục, việc tu tập thờ cúng thần linh đã chuyển hoàn toàn thành một tôn giáo.

Từ việc thờ thần đã phát triển thành một phong trào *Bhakti* (lòng tín thành). Người thiết lập tính ưu việt của sự tôn kính *Bhakti* trong đạo Hindu là Ramanujan, một học giả tộc người Dravidia thuộc thế kỷ XI. Sùng bái thần linh trong sự kết hợp với các nỗ lực của ông Ramanujan đã có ảnh hưởng lớn đối với đạo *Hindu* hiện đại và đưa đến kết quả là có 330 triệu thần linh được thờ trong các đền Hindu. Tuy nhiên, theo dòng thời gian hai vị thần Vishnu và Si-va nổi bật nhất, hóa nhập mình vào các vị thần khác hoặc như là các hóa thân, hoặc như là các bạn đồng hành hoặc phu nhân hay phu quân. Ở phía bắc Ấn, Ayodhya và Mathura nổi bật là những trung tâm lớn thờ thần Vishnu, trong khi trên tất cả, Ba-la-nại vẫn là thành phố của thần Si-va.

Tính ưu việt của thần Si-va là một minh họa thu hút sự tổng hợp các hình thức thờ cúng của người Aryan và không phải Aryan. Vì thần này rất có thể là một vị thần không phải Aryan mà sau đó được hợp nhất vào truyền thống của Aryan, bởi vì vị thần này quá hùng mạnh và phổ biến đến nỗi người ta đã quên đi nguồn gốc. Thần Si-va dễ dàng được chấp nhận như là một trong những vị thần lớn của đạo Hindu. Vị thần này thường hay lui tới những bãi hoa thiêu, có rắn quấn quanh thân ngài và có đoàn tùy tùng rất hung dữ đi theo gọi là *gana* và *bhairava*.

Thần Si-va không tuân theo mọi sự phân loại của

Aryan, bởi vì ngài không nằm trong trật tự của Aryan. Ngài cũng không ở trong các kinh Vệ đà bởi vì ngài có trước các kinh Vệ đà. Tuy nhiên, khoảng một ngàn năm tây lịch, thần Si-va được thừa nhận là một vị thần của người Aryan. Người Aryan tu tập theo văn minh phồn thực và thờ cúng những nữ thần và dương vật. Ngày nay, thần Si-va được thờ cúng phổ biến nhất trong hình thức của một linga (biểu tượng của dương vật). Tại Ba-la-nại, linga của thần Si-va có thể được thấy ở mọi góc phố dưới các cây *peepul*. Linga của thần Si-va là một khối đá đen hình trụ đặt vào một nền tròn. Một số người tin rằng linga là lưỡng tính hơn là dương tính. Họ xem thần Si-va một nửa là nam và một nửa là nữ, với trụ linga dựng đứng biểu thị cho nam giới trong khi nền tròn là nữ giới. Có nhiều chuyện thần thoại liên quan đến nguồn gốc của linga. Câu chuyện *linga Jyoti* – trong đó thần Si-va xuất hiện từ một linga của ánh sáng - đây là lần đầu tiên linga hiện diện tại Kashi. Vô số câu chuyện gắn liền thần Si-va với thành phố Kashi. Theo một vài chuyện, thành phố này được tọa lạc trên một cái nền do thần Si-va tạo ra trên cái định ba của thần. Kashi được đặt trên đất và không chịu sự tác động của quy luật nghiệp báo. Trong một câu chuyện phổ biến khác, thần Si-va được mô tả là một vị đại ẩn sĩ ngồi thiền trên đỉnh núi Kedar của dãy núi Hi-mã-lạp- sơn. Người ta nói rằng năng lực do sức thiền định của ngài phát ra đã giữ cho thế giới chuyển động. Chính tại núi này, vị ẩn sĩ đã yêu và cưới công chúa Parvati, con gái của núi tuyết Hi-ma- lạp-sơn hùng vĩ. Sau khi quan sát toàn bộ vũ trụ để tìm một chỗ thích hợp cho cô dâu và chính ngài, thần Si-va đã chọn thành phố Kashi xinh đẹp là chỗ trú ngụ của mình. Ngài đã hứa với công chúa rằng ngài sẽ không bao giờ rời khỏi thành phố Kashi. Đó là lý do tại sao Kashi được biết là *Avimukteshwara* (nghĩa là không bao giờ bị bỏ rơi).

Mặc dù Ba-la-nại là một thành phố nổi tiếng của thần Si-va, nhưng các vị thần khác của *Hindu* cũng được tôn thờ ở đây. Tại Ba-la-nại, có một câu chuyện dân gian giải nghĩa sự hiện diện của các vị thần khác này. Người ta nói rằng có một trận hạn hán lớn trên trái đất đã phá hủy trật tự xã hội và gây khổ đau tang tóc khắp nơi. Đấng Phạm thiên biết rõ rằng chỉ có một người có thể tái tạo trật tự và hòa hợp, đó là một vị vua của các triết gia tên là Divodasa đang ẩn dật tại Ba-la-nại. Phạm thiên đã yêu cầu vị vua này cai trị toàn thế giới. Vua Divodasa đã đồng ý với điều kiện rằng tất cả các vị thần linh phải rời khỏi địa cầu và lên sống ở cõi trời. Và ngay cả thần Si-va cũng phải như vậy, phải rời khỏi Kashi.

Sư cô Viên Hoa, Ni sư TN Giới Hương, Tịnh Bình, Chánh Hảo, và các trẻ em Ấn Độ.

Tuy nhiên, một lúc nào đó thần Si-va bắt đầu mòn mõi mong nhớ thành phố Kashi đáng yêu của ngài. Đầu tiên ngài gởi những môn đồ gồm 64 nữ tín đồ gọi là yogin và gana tới Kashi, để cố gắng và dỗ dành vua Divodasa rời khỏi Kashi. Nhưng khi những tín đồ đến Kashi, họ cảm thấy yêu thành phố này. Họ không chỉ thất bại trong sứ mệnh thần Si-va giao phó mà còn bỏ lại tất cả và xin ở lại Kashi. Thần Si- va lại phái những vị thần khác xuống xem việc gì đã xảy ra cho các đệ tử của ngài và cố đuổi vua Divodasa. Nhưng họ không chống nổi trước vẻ mỹ miều của thành phố và cũng xin ở lại Kashi. Thần Si-va bèn phái Phạm thiên đi, nhưng phạm thiên cũng thất bại và rớt trong sự quyến rũ của Kashi. Cuối cùng trong tuyệt vọng, ngài gởi thần Vishnu. Vishnu đã thuyết phục vua Divodasa thiết lập một đền thờ để thờ linga của thần Si-va ở Kashi và tránh đường cho thần Si-va xuống. Vua Divodasa liền lên cõi trời và thần Si-va trở lại thành phố thân yêu của ngài với niềm vui sướng vô bờ và hứa sẽ không bao giờ rời bỏ nó nữa. Từ đó thành phố này được cư ngụ không chỉ thần Si-va mà còn tới 330 triệu thần trong thuyết đa thần của Hindu.

10.2.4. LỄ TANG

Nếu chúng ta trên đường ra sông Hằng hoặc tại sông Hằng, chúng ta sẽ thấy nhiều đám tang ở đây. Lễ tang ở đây khác với Việt Nam. Ở Vārānasi hay nói chung ở Ấn Độ, người chết được đặt trên một cáng tre (bốn người khiêng) phủ vài vàng hoặc đỏ hoặc trắng và được trang hoàng bằng những tràng hoa tươi. Thân nhân đi bộ phía trước, vừa đi vừa tụng: '*Ram Nam Satya Hai*' (chân lý là Thượng đế, Thượng đế là chân lý). Chúng ta sẽ không thấy có người khóc hay kèn trống, xe cộ đình đám đưa tiễn hay máy chụp hình, video lưu niệm gì cả. Nhóm diễn hành dừng ở đền Manikarnika hoặc Harishchandra, nơi mà tử thi được đưa lên giàn hỏa. Người ta nói rằng ngay lúc chết, thần Si-va hiện hình và thổi vào tai của người chết bài chú '*Taraka*' (bài chú của sự vượt qua vĩ đại), để bảo đảm rằng vị ấy đã thoát vòng sanh tử luân hồi và đang trở về hòa cùng vũ trụ, nghiệp xấu và sự trừng phạt ở địa ngục sẽ không còn tồn tại. Bài chú này là một lối thoát do thánh guru đã cho vị đệ tử của mình để mở cửa bất tử. Vì vậy, hàng ngàn người từ khắp nơi trên đất nước đã đến Ba-la-nại để chờ chết, để chết và để đạt giải thoát *(moksha*). Không có gì sợ hãi cho một người chết tại Ba-la-nại vì có sự gia hộ chuyển đổi của thần Si-va từ tai ương đầy đọa thành giải thoát vĩnh viễn.

Đó là lý do có rất nhiều người già từ bỏ gia đình, về đây tụng niệm chờ chết. Phía sau bức tượng của thần Si-va được rắc hoa, trong những hốc tường của đền thờ Dashashivamedha, có những tu sĩ già trong chiếc y vàng nghệ đã đến Ba-la-nại với mục đích giải thoát này, đang đợi chờ cái chết dưới mái hiện của đền thần Si-va. Những người đến Ba-la-nại để chờ chết, vì tin rằng họ sẽ được cứu rỗi nếu được chết ở đây.

10.3. DÒNG SÔNG RỬA SẠCH TỘI LỖI

Xưa kia có một vị vua gọi là Bhagirath, ông bà của vua đã cố ý làm ẩn sĩ Kapila loạn thiền. Ẩn sĩ Kapila giận dữ đã đốt họ thành tro và linh hồn của họ không siêu thoát cứ lẩn quẩn không nơi cư ngụ và không thể nào lên cõi trời được. Vua Bhagirath cầu nguyện Phạm-thiên gia hộ cho họ được giải thoát. Phạm thiên nói với vua Bhagirath rằng linh hồn của ông bà vua sẽ được cứu rỗi chỉ khi nào tro của họ được tan trong dòng nước sông Hằng thiêng liêng từ trời rơi xuống. Vua Bhagirath bèn cầu nguyện cho nữ thần sông Hằng xuống trần gian. Mặc dù sông Hằng rất từ bị muốn giúp vua nhưng còn một điều chướng ngại là nếu sông trời mà giáng thẳng trực tiếp xuống trái đất, thì sức mạnh vũ bão của sông sẽ phá hoại những nơi mà nó đi qua. Vua Bhagirath đã giải quyết vấn đề này bằng cách cầu xin thần Si-va giúp đỡ. Vị thần của dãy núi tuyết Hi- mã-lạp-sơn đồng ý cho dòng thác sông Hằng rơi trên đầu mình. Uốn khúc xuyên qua khu rừng mớ tóc rối của mình để cho nó giảm sức mạnh, rồi sông Hằng mới dần dần chảy xuống trái đất, theo Bhagirath từ nguồn của dãy Hi-mã-lạp-sơn đến điểm cuối gọi là Ganga Sagar ở vịnh Bengal trước khi hoà nhập vào biển cả bao la.

Suốt hành trình sông Hằng từ dãy Hi-mã-lạp sơn chảy đến Ganga Sagar rất thông suốt không gì xảy ra, nhưng khi sông Hằng đến Ba-la-nại, thấy thành phố đáng yêu này, sông Hằng không muốn đi xa nữa và hầu như muốn quay về. Chính đây là khó khăn lớn mà vua Bhagirath đã phải thuyết phục dòng sông nên tiếp tục chảy. Nếu chúng ta nhìn vào sông Hằng ở Ba-la-nại, chúng ta sẽ thấy nó uốn cong ở góc bắc như thể chảy ngược về nguồn gốc của nó theo truyền thuyết này. Chính chỗ uốn cong này có hình dáng giống như mặt trăng lưỡi liềm và tại đó một bậc thềm bằng đá xây chìa ra. Sau đó, vua Bhagirath đã quăng tro của ông bà xuống sông Hằng, nhờ đó mà họ được giải thoát.

Sông Hằng là sông thiêng liêng ở Ấn Độ mà đạo *Hindu* tin rằng dòng sông sẽ rửa sạch tất cả tội lỗi và nếu tro người chết được thả trong đây, thì linh hồn của họ sẽ được cứu rỗi. Chính sự đặc biệt thiêng liêng ở Ba-la-nại, sông Hằng đã thu hút những người mộ đạo trong quá khứ và tiếp tục trong hiện tại, không chỉ hàng ngàn người mộ đạo bình thường mà còn những người nổi tiếng khắp Ấn Độ cũng đổ xô đến. Họ nói rằng chính những vị thần đã tắm trong sông nên họ cũng tắm trong sông. Bước xuống mặt nước là bước xuống dòng chảy của văn hóa Ấn Độ.

Sari của phụ nữ Ấn Độ được phơi nắng
sau khi tắm dưới sống Hằng thiêng liêng.

10.4. LỄ HỘI CỦA ĐỜI SỐNG TRONG CÁC HẺM PHỐ

Cách xa những đền thờ của Ba-la-nại là một thế giới lạ thường của những hẻm phố phức tạp như bàn cờ đã tạo thành điểm chính của thành phố cổ này. Ba-la-nại đặt tên cho những hẻm phố này là gali có thể được định nghĩa như là '*đường hẻm quanh có chéo nhau*', rộng từ 1 đến 4 mét và dài vô tận. Từ đền Assi chúng kéo dài đến đền Raj trong những vùng dân cư đông đúc gọi là *Pucca mahal*. Trước đây, nó chính là mạng giao thông đường hẻm đã cấu thành nên thành phố Ba-la-nại, bởi vì những đường lộ chính nối đền Raj, Maidagin, Chowk và Gadowlia chỉ được xây trong thời chính quyền Anh đô hộ sau này.

Những hẻm phố quá chật hẹp và dày đặt đến nỗi ánh sáng mặt trời không thể chiếu vào chúng được. Chỉ có cách di chuyển bằng đi bộ và những hẻm này rất cần thiết để quay lui trở lại nếu gặp phải một con bò đi tới từ hướng ngược lại mà điều này lại thường xảy ra. Bò được xem là vật cưỡi của thần Si-va và thành phố này do ngài cai trị nên bò được xem là thiêng liêng. Cách đây rất lâu, chánh quyền đô hộ Anh đã cố giải tỏa những gali này nhưng họ đã phải từ bỏ ý định đó, vì sự phản đối quá mạnh của dân chúng. Nhiều năm qua các con bò đã sanh sôi nảy nở ngày càng đông và hiện nay đã dày đặt trong những hẻm phố hẹp của Ba-la-nại. Khi có hai con bò húc nhau như chúng thường làm, cảnh đổ vỡ như địa ngục sẽ bày ra. Đàn ông, đàn bà, trẻ con trốn chạy vào những góc an toàn hoặc lao ra khỏi vùng chiến trận này; có khi hai đối thủ bò xô đẩy lẫn nhau, rồi tung thẳng vào những hàng quán trong những hẻm phố hoặc người dọc đường. Có một số đường quá hẹp đến nỗi ngay cả xe đạp cũng không the qua nổi. Những quán bán thức ăn ở cuối đường đã làm nhiều khay bánh ngọt, rabri đầy kem nổi tiếng hoặc nhiều sữa, những *ly lassi* (như ya-ua nhưng pha thêm nước) và *thandai* (bánh sữa có quả hạnh đông lạnh). Những quán nhỏ bán *paan* (trầu cau) và thuốc lá đã phơi bày nhiều loại *paan* trét với ít *masala* (muối màu nâu vì có pha vài hương vị). Chúng ta có thể đi bộ trong những đường hẻm hẹp Vishwanath đến ngôi đền. Những đường hẻm uốn khúc nối liền với những cửa hàng bán đồng thau, đồ nữ trang rẻ tiền, tơ lụa, bông hoa và những đám đông mua bán, khách chiêm bái...

Đền Si-va toạ lạc ở đây hơn 1500 năm nhưng ngôi đền hiện giờ không phải là ngôi đền cũ bởi vì trong nhiều thế kỷ nó đã bị đội quân xâm lăng Hồi giáo phá hủy. Hoàng đế Hồi giáo Akbar đã ủng hộ trong việc xây lại ngôi đền lớn thờ thần Si-va, nhưng cháu nội của ông là Aurangzeb đã hủy hoại nó và xây một ngôi đền Hồi giáo ở đó. Nhưng truyền thống *Hindu* của thành phố này đã cắm rễ quá sâu không thể bật gốc được, họ cố nhẫn chịu nếu họ yếu thế nhưng khi nhân duyên đầy đủ đến, ngôi đền *Hindu* bắt đầu được xây lại lần nữa trên đó.

Các phụ nữ Ấn Độ đang chuẩn bị bánh trái hoa hương dâng thần Hindu (Puja)

Những hẻm phố hẹp của Ba-la-nại đã thể hiện Ấn Độ trong một thế giới vị mô đông đúc. Nhiều người từ mọi miền của đất Ấn đã đến và cư trú tại những hẻm phố này. Ai từ Bengal thì sống ở Bangali Tola, ai từ Tamil Nadu và Karnataka thì ở phía sau đền Hanuman, ai từ Punjabis thì sống ở Lahori Tola, ai từ Gajaratis thì cư trú ở Suth Tola và Chaukhamba, ai từ nước Nepal thì sống ở Doodh Vinayak, ai từ Maharashtria thì ở tại đền Durga và đền Phạm thiên, ai từ Marwari thì ở những hẻm phố thẳng từ Mandan Sahu đến đền Ram, người Sindhi thì có vùng của họ ở Soniya. Đạo Hồi thì sống ở Madan Pura và Revadi Talab và người Afgannis thì sống trong và xung quanh Deniya Bagh.

Những đa dạng vô tận trong đời sống hàng ngày của con người với những vấn đề chủ yếu liên quan đến sức khỏe và bịnh tật, làm việc và nghỉ ngơi, mối ưu tư về triết học, âm nhạc, thơ, mối quan tâm về mua bán và mối ưu tư tâm lý về vấn đề đồng cảm và ác cảm... cũng tìm thấy sự phong phú nhất của nó chính ở trong các hẻm phố gali này.

Từ nhiều thế kỷ đến nay, các *gali* đã sống với âm thanh và tiếng nhạc. Đi vào bất cứ hẻm nào phía sau Iswar Gangi hoặc trong những hẻm phố thẳng đến bịnh viện Dufferin tới Nagri Natak Mandali, bạn sẽ nghe âm thanh của những nhạc cụ như tabla hoặc sarangi hoặc giai điệu của chính thành phố. Tuy nhiên, truyền thống âm nhạc Ấn Độ cổ điển mà thành phố này được nổi tiếng bắt đầu có niên đại từ thế kỷ thứ XVI. Những kỹ nữ của Ba-la-nại đã đóng một vai trò quan trọng trong sự phát triển truyền thống này. Vārānasi là thành phố hưởng những thú vui của trần gian nhiều như người ta sẽ nghĩ là phải đến nó lần sau nữa. Âm nhạc và ca múa đã có lịch sử lâu dài ở đây đã đến từ những đường hẻm này.

Các nghệ sĩ như là Pandit Ravi Shankar (*sitar*) Ustad Bishmillah Khan (*shehnai*), Shambhu Nath Mishra và Sumernath (*Sarangi*), gharanas hoặc những trường phái Pandit Ram Sahay và Pandit Biru Mishira (*tabla*) đã trở thành huyền thoại. Ba-la-nại cũng đã sản sinh những vũ nữ như Gopi Krishna và những ca sĩ như Prasidh, Manohar, Jagdeepji và Majnuddun Khan. Danh sách các tên thì còn dài không thể trích hết ở đây. Trong xứ Ấn, không chỗ nào khác ngoài Ba-la-nại có nền âm nhạc được nghiên cứu, trình diễn rất điêu luyện và phong phú như ở đây.

Ba-la-nại tự hào là thủ đô văn hóa của Ấn Độ. Ít có nhà học giả nổi tiếng nào mà không có liên kết với thành phố thiêng liêng này. Trong lãnh vực tôn giáo thì có những nhân vật như Shankarachryan, Rama Nand, Kabeer das, Tulsi das, Chaitanya Mohaprabhu, Raidas, Ramanuj, Raidas, Ramanuj, Ballabhachary, Parshaw Nath và những người khác đã nghiên cứu nhiều phương diện của tôn giáo và đã đề xuất một bộ luật về đạo đức cho cư dân.

Các nhà học giả lớn về văn học Hindi như là Bhartendu Harish chandra, Jagamath das Ratanaker, Munshi Prem Chanda, Jaisharker Prasad, Acharya Ramchander shukla, Tiến sĩ Hajari Prasad Diwedi, Shyam Sunder Das đã sanh trưởng tại Vārānasi và đã tạo chỗ đứng của mình trong lãnh vực văn học.

Những nghệ sĩ nổi tiếng như Bismillah Khan,

Pl. Ravi Shanker (*Bharat Ratan*), Kishan Moharaj, Siddhesawaridevi, Giraja Devi, Shamta Prasad Misra (*Godie Moharaj*) và những người khác được may mắn sinh tại Vārānasi và qua những cống hiến lao động đã trở thành lừng danh trên thế giới. Trong lãnh vực nghệ thuật, Sri Krishan Das là một nhà nghệ sĩ lớn đã thành lập Bharat Kala Bhawan. Pt. Gopinath Kavi Raj là một trong những vị lãnh đạo trong lãnh vực Tantra Vidya. Dân chúng đã bày tỏ sự thương yêu và kính trọng đối với những nhà nghệ sĩ này.

Bên cạnh tất cả sự phong phú về văn hóa, sự quan trọng đầu tiên của những con hẻm vẫn là nền kinh tế. Toàn bộ hoạt động thương mại của thành phố này là gắn liền với những hẻm phố này. Ba-la- nại được biết đến như một trung tâm thương mại lớn trong thời cổ đại và dòng sông Hằng đã cung cấp những phương tiện vận chuyển dễ dàng. Công cuộc khai quật đã chứng minh rằng Ba-la-nại đã quản lý thương mại sống động với Ujjain và Ghandhar. Ba- la-nại rõ ràng cũng có giao thương với thế giới La mã, bởi vì có những mối liên quan đến La mã cổ đại cho đến những vải muxolin chất lượng tốt rất có thể kasikavastra đã du nhập vào Ba-la-nại. Những nhà thương mại giao dịch trên những đường lộ gọi là shrethis và theo những câu chuyện trong kinh Bổn- Sanh đã cho thấy một bức tranh sinh động về những hoạt động kinh tế ở Ba-la-nại trong thời cổ đại, họ đã thường tích lũy rất nhiều của cải giàu có.

Những gì là hàng hóa tốt trên thế giới? Bắt đầu là những hàng vải sợi như cotton, len và tơ lụa. Trong thế giới cổ đại, vải từ Ba-la-nại gọi là kasikuttam, kaseyka hoặc đơn giản gọi là kasiya là những hàng vải sợi mềm nổi tiếng trên thế giới. Chính tơ lụa rất tốt này được điểm vào những sợi chỉ vàng và đá quý mà những vị vua yêu cầu cho trang phục quý phái của hoàng gia và để tô điểm cho kinh đô của họ. Những người thợ dệt Vārānasi đã tạo nên những tơ lụa thanh tú và gấm thêu kim tuyến trong nhiều thế kỷ. Đã có thời chúng là những sản phẩm ưu tú nhất đã được xúc tiến thành Con Đường Tơ lụa đến Châu âu và Trung quốc. Ngay cả hôm nay, những cô dâu Ấn Độ trong lễ cưới thường mặc sa-ri dệt ở Vārānasi. Người ta nói rằng vải muxolin (một thứ vải mỏng) đã liệm pháp thể Đức Phật sau khi ngài nhập niết bàn là được làm ở Vārānasi vì nó được dệt rất đẹp và mịn đến nỗi dầu không thể thấm qua được.

Nghề thủ công truyền thống cũng nở rộ tại Ba-la-nại như đồ trang sức bằng vàng và bạc, những vật phẩm dùng trong nước, đồ dùng, dụng cụ trang trí nội thất, đồ trang điểm, đồ chơi, dụng cụ làm bằng gỗ, kim loại và đất nung vẫn được sản xuất và bán rất chạy. Những hàng thủ công mới như thảm dệt cũng xuất phát từ Ba-la-nại.

Thành phố Ba-la-nại này bị tàn phá và đối xử tàn ác trong cuộc chiến Hồi giáo Mudhal Aurangjeb và Warren Hestings. Nhưng Vārānasi cũng trở lại bình thường dưới sự che chở của thần Si-va. Những người dân ở đây đã ăn kiêng (fast: từ sáng tới tối 8 giờ không được ăn, chỉ uống hoặc ăn trái cây) để cầu sự hạnh phúc và an lạc. Họ tin là nếu tắm trong sông Hằng thiêng liêng sẽ có được sợi dây liên kết với cõi trên và không bị tái sanh nữa. Họ cũng tin rằng với sự gia hộ của sông Hằng, họ sẽ được sống lâu, đó là lý do họ thường làm lễ trên sông Hằng, rót nước và tắm trong dòng sông ấy. Không chỉ người dân Ấn Độ mà tất cả mọi người trên thế giới nếu cư ngụ ở Vārānasi đều được sống vô úy và an lạc.

10.5. PHỐ VISHWANATH

Tại Ba-la-nại, phố Vishwanath rõ ràng nổi tiếng nhất được tọa lạc phía đông của con đường nối từ đền Raj đến đền Assi. Từ bắc đến nam dài khoảng 500 mét. Nó bắt đầu ở Devdasi-ka-pul và nối với các hẻm phố của Bans Fatak rồi tiếp tục kéo dài tới Annapurna và những đền Kashi Vishwanath. Những tòa nhà cao từ ba đến bốn tầng nằm dọc hai bên đường, ánh nắng mặt trời không chiếu vào được. Phố này tràn ngập các đền thờ, math, dharamshala (những nhà nghỉ cho khách hành hương), linga (dương vật) và hình tượng khác. Hầu hết những cửa hàng buôn bán chiếm phần ngoài của đền tháp... như đền Vishwanath nổi tiếng tọa lạc trên đường hẻm phố, nên nhiều cửa hiệu bày bán những đồ vật tế lễ thờ cúng. Tuy nhiên cũng có những mặt hàng khác như là đồ dùng trong nhà, đồ chơi, đồ trang sức, nữ trang và những vật dùng khác cũng được bán. Hầu hết những chủ tiệm lớn đều trả tiền hoa hồng cho những người dắt mối đến cửa hiệu của họ.

Đời sống kinh tế, văn hóa, tôn giáo của Ba-la- nại đã hòa nhập trong những phố này. Nó vẫn sinh động nhộn nhịp trước khi mặt trời mọc. Những người mộ đạo đã tụng lớn rằng *'Har, Har Mahadeve!'* (ôi! đấng Phạm thiên!) hoặc *"Shiva! Shiva?'* (ôi! thần Si- va!) trên đường đi tới sông Hằng để tắm sáng, rồi đi ngược lại để đến đền Vishwanath. Khoảng 10 giờ sáng, đám đông những người mộ đạo bắt đầu giảm bớt và hẻm phố bắt đầu một sắc thái khác: những người buôn bán, công nhân và nhân viên bắt đầu công việc của họ, học sinh, sinh viên trên đường tới trường lớp; những hàng quán mở lúc 11 giờ sáng, nhưng thật sự việc mua bán chỉ bắt đầu vào buổi chiều. Từ 3 giờ chiều trở đi, trên những hẻm phố thật là một cảnh thế tục hiện ra. Mua bán sôi nổi, hầu hết những khách bán hàng là người nam. Sau đó vào buổi tối, mọi người trong thành phố như những nhà văn, sinh viên, nhà thơ, nhân viên nhà nước, những nhà chính khách dường như di chuyển hướng về hẻm phố Vishwanath và tập trung ở đây vào những quán bán nhỏ bán trầu cau (paan) và cả những quán trà. Buổi tối đám đông phân tán và trước 10 giờ tối những ai thích thì kéo đến đền Vishwanath để xem lễ *aarti*.

Sự phát đạt kinh tế làm cho người dân Ba-la-nại có điều kiện cống hiến những khả năng có thể vào sự hoàn hảo của nghệ thuật sống. Nhiều năm qua cách sống nổi bật của Ba-la-nại đã thăng hoa với những giá trị như *masti* và *mauj*, nghĩa là thảnh thơi, lao động bình thường, không ham làm giàu và vui vẻ chấp nhận đời sống hiện có chớ không có gì vội vã, ngược lại với cảm giác yếm thế, thất vọng, loạn thần kinh hoặc tất bật làm giàu theo tốc độ chóng mặt của thế giới hiện đại. Một người dân Ba-la-nại thật sự sống trong hiện tại, không bận tâm về quá khứ và không lo lắng về tương lai, hưởng hạnh phúc cuộc đời trong ý nghĩa trọn vẹn của chúng vì như vậy thì vị ấy tin sẽ được tái sanh dễ dàng lên cõi trời mà thần Si-va đã khẳng định không khác gì thành phố Ba-la-nại của chính họ. Vì vậy cuộc đời là một nụ cười, đối với vị ấy không có gì đắn đo, ngại ngùng.

Trong niềm vui đơn giản của cuộc sống đã làm cho người dân Ấn Độ tăng thêm sự nhiệt tình trong đời sống. Tắm ở sông Hằng, đi thăm một ngôi đền, cùng với bạn bè ca nhạc, nhảy múa và ăn *mithai* (bánh ngọt), *thandai* (bánh sữa có quả hạnh đông lạnh) buộc với *bhang* và cuối cùng là ăn trầu *(paan)* an lạc. Theo như một nhà văn Ba-la-nại, thì thú ăn trầu dẫn đến niềm hỉ lạc lâng lâng như là trạng thái giải thoát (*Moksha*).

Các phụ nữ Hindu bên ghềnh bờ Sông Hằng linh thiêng.

10.6. ĐỀN ĐÀI Ở THÀNH CỔ BA-LA-NẠI

Ba-la-nại là một thành phố của vô số đền tháp. Chúng ta sẽ đi lướt qua các đền *Hindu* đặc biệt nằm dọc theo bờ sông Hằng với số lượng vô số đó khiến ta có thể tưởng tượng đây như là một vương quốc của các đền đài cổ đại và cũng có những truyền thuyết huyền thoại gắn liền với mỗi ngôi đền này. Phần lớn là những ngôi đền thờ thần Si-va dưới nhiều hình dạng khác nhau như sau:

1. Đền Kashi Vishawanath: Vārānasi là thành phố của thần Si-va và ngôi đền này là trung tâm thờ thần Si-va, một ngôi đền vàng nổi tiếng trên thế giới. Tọa lạc trong một đường hẻm đông đúc người, cũng không lớn mà cũng không rộng, nó không phải là một ngôi đền ấn tượng. Nhưng đám đông hàng ngàn người mộ đạo đã đến đây cầu nguyện cho lợi ích trần gian và cho sự cứu rỗi. Thật khó mà nói rằng ngôi đền này được xây lần đầu tiên. Nó có một lịch sử trôi nổi, đã bị đội quân Hồi giáo phá hủy nhiều lần và rồi được trở lại sống dậy như một phượng hoàng. Lần cuối cùng bị Aurangzed vào thế kỷ XVII (1669) phá huỷ và một ngôi đền Hồi giáo được xây thế chỗ đó. Sau này Marathas xây lại đền Kashi Vishawanath. Maharaja Ranjeet Singh đã trang hoàng đỉnh đền với khoảng 875 seers (một seer = 0,9 kg) vàng. Hiện nay ngôi đền này do chính quyền của tiểu bang Uttar Pradesh quản lý. Giữa ngôi đền này có thờ một linga (dương vật). Những vị tu sĩ đã khẳng định rằng linga của thần Si-va ở đền này là gốc đầu tiên được thờ cách đây cả ngàn năm. Ngôi đền được tọa lạc trong hẻm phố Vishwanath. Chung quanh ngôi đền có vô số những thần và nữ thần, quan trọng nhất là nữ thần Annapurna. Annapurna nghĩa là 'thần cung cấp thực phẩm' và ở Ba-la-nại, nữ thần này được coi như bà mẹ, người dưỡng nuôi và duy trì sự sống. Người ta nói rằng thần Si- va và Annapurna đã làm một hiệp ước ở Ba-la-nại: thần Annapurna chăm sóc đời sống trước khi chết bảo đảm không một người nào đói trong thành phố thiêng liêng này, trong khi đó thần Si- và chăm sóc đời sống sau khi chết, bảo đảm rằng mọi người ở Ba-la-nại sẽ nhận được sự giải thoát.

Việc cho và nhận thực phẩm là một yếu tố quan trọng trong sự tu tập của đạo Hindu và Annapurna được xem là thần bố thí. Thần là một gương sáng về hạnh bố thí để người dân của Ba- la-nại tu tập theo. Có một lễ hội lớn gọi là Annakuta trong đó vai trò của thần Annapurna như một đại thí chủ. Những ngọn núi thực phẩm và bánh ngọt... được phân phát đến người nghèo và người dự lễ hôm đó.

Một cổng chợ Vārānasi.

2. Đền Annpurna: tọa lạc cạnh đền Vishawnath là đền Annupurna có hai tượng thần đứng lớn. Một tượng làm bằng vàng (mỗi năm du khách chỉ được viếng thăm có một lần) và tượng khác thì làm bằng bạc. Ngoài ra cũng có vô số các thần như Kuber, Surya, Vishnu, Gonesh, Hamunan, Yantreshawar Linga và một gian phòng cạnh chánh điện của đền nơi có thờ những tượng Mahakali, Si-va Poriwar, Gangavataran, Luxmi Naranyan, Shri Ramdarbar, Radha Krishna Uma Maheshwari và Nar singh. 3. Kashi Karwat: là một ngôi đền khác thờ thần Si-va và tọa lạc gần đền Hồi giáo Gyanwapi. Bên trong có thờ một linga của thần Si-va. Mặc dù con đường đi tới nơi này đã đóng, nhưng người ta vẫn đứng bên ngoài để lễ lạy và dâng hoa. Chuyện kể rằng có một cái rìu được đặt cạnh linga bởi vì mọi người đã thường dùng nó để chặt đầu họ trong một sự cuồng tín tôn giáo để cầu giải thoát.

4. Đền Tilbhandeshwar: cũng là một đền khác thờ thần Si-va với một linga. Linga này cao 5 feet và phát triển mỗi ngày bởi kích thước của hạt vừng (til) (cứ đổ lên đỉnh linga cúng lâu ngày chất chồng thành bột cứng).

5. Đền Gyanwapi: tọa lạc gần đền Vishavanath là đền Gyanwapi. Nhà thờ Hồi giáo này xây trên nền nguyên thủy của đền Vishavanath do quân Hồi giáo đã chiếm lấy. Theo một số người ghi nhận rằng để cản trở những người xâm lăng đập phá, tín đồ ở đây đã quăng linga xuống giếng. Sau này vớt linga lên và được thờ ở đền như đã thấy hiện nay. Ở đây, chúng ta cũng sẽ thấy tượng Nandi (thần voi) cao 7 feet.

6. Swami Narayan: là một ngôi đền nổi tiếng của dân tộc Swami Narayan, tọa lạc trước công viên Machhodari. Kiến trúc nghệ thuật này rất đặc biệt và cũng thu hút khách du lịch rất nhiều.

7. Bãi thiêu Harihs Chandra: là một nơi để thiêu tử thi (*Smashan Ghat*).

8. Đền Dashashawmegh: ngày xưa nó được gọi là Rudra Sarovar.

Các quán xá dọc đường đến các đền chùa.

9. Đền Manikarinka: là một trong những đền cổ nhất Vārānasi, được xây trên một quang cảnh rất hữu tình, nơi trung tâm và dọc bờ sông Hằng. Mọi người thường đến đây để rung chuông. Tương truyền rằng phu nhân của thần Si-va đã bị ngả từ trên cao xuống của đền này xuống. Phía trước đây cũng dùng làm bãi hỏa thiêu.

10. Đền Panch Ganga: làm bằng đá, phía trên có một nhà thờ Hồi giáo Madhava ka Dharhara.

11. Đền Jangambari Math: tọa lạc ở Jangam Bari Mahalla.

12. Gauriya Math: tọa lạc ở Sonerpura Mohalla, Kashi. Vào tháng Shrawan có tổ chức lễ Krishana Lila rất nhiều người đến tham dự.

13. Bharat Mata (*Mandir*): tọa lạc gần Kashi

Vidyapith trên con đường từ sân ga Vārānasi (Vārānasi Cantt.) đến Lanka. Cổng chính của đền hướng về phía tây. Bharat Mata Mandir khánh thành năm 1936 với sự tham dự của Mahatma Gandhi - nhà lãnh đạo vĩ đại đấu tranh cho nền độc lập của Ấn Độ thoát khỏi ách thống trị Anh. Đây là một trong những mẫu kiến trúc cẩm thạch tuyệt vời của Ấn Độ, có một bản đồ Ấn Độ được khắc chạm nổi trên đó. Đền này mở cửa từ 9 g sáng đến 5 g chiều. Rất nhiều du khách trong và ngoài nước cũng như dân địa phương bất kể tôn giáo nào đều được tham quan (vì có khi chúng ta đến đền Hồi giáo sẽ có bảng cấm người ngoại giáo đến viếng, chỉ được đứng ngoài cổng ngó vào).

14. Đền Durga: đền này có lịch sử quan trọng cũng nằm trên con đường từ ga xe lửa Vārānasi (*Vārānasi Cantt.*) đến Lanka, thờ nữ thần Durga (phu nhân của thần Si-va). Đây là một ngôi đền có nhiều tầng bằng gạch đỏ với vườn cây xanh xung quanh, nên có nhiều khỉ cư trú. Vào những ngày lễ hội, những con dê được dâng lên cúng tế cho nữ thần Durga. Gần đền này cũng có những đền nhỏ như Chandbhairva, Kumkteshawar và Durgavinayak. Đền mở cửa từ 5 giờ sáng đến 11 giờ tối. Buổi trưa nghỉ một tiếng. Cảnh quang của đền cũng rất đẹp mắt.

15. Đền Tulsi Manas *(Mandir)*: đền hiện đại này do nhà tư bản công nghiệp Shree Ratan Lal Sureka ở Calcutta xây dựng năm 1970. Ngôi đền cẩm thạch màu trắng và đen hết sức đẹp mắt với những bức bích họa thần Ram Charit Manas (*Ramayana*) thật tuyệt đẹp. Truyện Ram Charit Manas do Tulsidas biên soạn và được khắc trên tường tăng thêm vẽ mỹ thuật cho ngôi đền nghiêm trang và tráng lệ này.

16. Sankat Mochan: đền này mở cửa từ 8 giờ sáng đến 11 g sáng.

17. Đền Birla *(Bhu)*: ngôi đền to lớn này cũng được biết với cái tên mới Vishawnath Mandir, tọa lạc trong khu vực của ngôi trường đại học Benaras *Hindu* nổi tiếng. Ngôi đền này được làm bằng cẩm thạch, do một gia đình tư bản công nghiệp Birla xây có thờ một linga của thần Si-va ở garbh grih.

18. Đền Vishawnath: Đền thờ gốc đã bị đội quân hùng hậu của Hồi giáo phá sập, chỉ còn nền móng. Sau này do Rani Ahilyabai, Indore trùng tu lại vào thế kỷ XVIII. Nền vàng của mái vòm do Maharaja Ranjit Singh ở Punjab cúng dường vào thế kỷ XIX. Đền này đặc biệt không cho phép người ngoại đạo vào (chỉ có Hồi giáo là được vào) viếng nên không biết thờ gì bên trong.

19. Đền Gopal: ngôi đền chính của Ballabh tọa lạc ở Chaukhambha muhalla. Mọi người tôn thờ đền Gopal này theo truyền thống Ballabh. Phía trước ngôi đền này cũng có những đền như Ranhodji, Bare Maha Raj, Baldeo Ji và Dawoo Ji là những ngôi đền tượng trưng cho tín ngưỡng truyền thống Ballabh.

20. Jala Ram: đền này do tín đồ Gujrat xây và tọa lạc trên đường từ Ashapur đến *Sārnātha*. Đền này vẫn còn đang xây dựng chưa xong.

21. Thành Ram Nagar và Viện bảo tàng: Cách Vārānasi 16 cây số, thành Ram Nagar tọa lạc ở phía đông của Lanka nằm phía bên phải ngang qua sông

Hằng. Cầu Pantoon nối giữa sông Hằng và thành Ram Nagat. Trong mùa mưa có xuồng máy đưa khách qua lại. Đây là một vùng thị trấn nhỏ của Vārānasi. Thành Ram Nagar là lâu đài của cố hoàng đế Kashi Naresh. Bên trong thành Kashi Naresh, có một viện bảo tàng triển lãm những vật quý hiếm của triều đình vua chúa như kiệu cáng, y phục hoàng gia, súng gươm, kiếm lưỡi cong thuộc thời cổ... Thành này mở cửa mỗi ngày từ 9 g sáng đến 12 g trưa và chiều từ 2 g đến 5 g trừ

22. Đền Akhara Tulshi: tọa lạc giữa ngã ba của Assi và sông Hằng và nằm kế đền Assi. Đền Akhara Tulshi như là một trung tâm thiền định của ngài Tulshi Das và vào thế kỷ XVI được đặt tên là Ram Charitra Manas. Đỉnh của đền này là ngôi tháp của Ram và trên đó là ngôi phòng nơi Tulsi Das trút hơi thở cuối cùng. Tương truyền rằng thánh Tulshi Das đã tạo ra Ram Charit Manas từ Aranyakand đến Utter Kand. Ở đây, chúng ta có thể thấy những trang giấy viết tay của Manas Pothi, thuyền gỗ của Tulsi và đôi giày của ngài.

23. Đền Assi: toạ lạc ở cực nam. Đây là điểm dòng sông Assi gặp sông Hằng nên lấy tên Assi đặt cho đền. Trên đỉnh đền này có thờ một linga thần Si- va cổ đại gọi là Asisangameshwara. Tuy nhiên, vật thu hút phổ biến nơi đền này là linga của thần Si-va lộ thiên dưới cây peepul. Theo Puranas (một bản kinh Phạn ngữ cổ đại), nữ thần Durga đã quẳng gươm của thần ở đây, sau khi giết chết quỹ du Shumbh Nishumbh.

24. Hồ Lolarka: trên đền Tulsi là hồ Lolarka nổi tiếng với những nấc thang đá dẫn lên. Một số người cho rằng đây là nơi cổ đại nhất Ba-la-nại. Vị thần cư ngụ nơi hồ này là mặt trời và sự thiêng liêng của nó đi ngược lại thời gian vào khoảng niên đại của thời 'không phải Araya' khi mà văn hóa phồn thực đang hưng thịnh. Nơi đây cũng nổi tiếng linh thiêng về 'cầu tự (mắn con) nên nhiều cặp vợ chồng không con thường tìm đến đây để cầu nguyện.

25. Đền Shivala: ngôi đền quan trọng kế tiếp là đền Shivala do vua Pacnkot xây. Trên đỉnh của nó là cung điện của Haharaja Chet Singh, người đã đánh với Anh quốc vào năm 1781. Người ta cũng tin rằng Kapil Muni là nhà sáng lập trường phái Sankhya triết học nổi tiếng đã sống gần đền này khoảng thế kỷ VII tây lịch.

26. Đền Hanuma: Sau đền Shivala là đền thần khỉ Hanuma. Nơi này có một vị thánh Bhakti nổi tiếng là Vallabhacharya sống và truyền đạo vào cuối thế kỷ thứ V và đầu thứ VI. Đền này do Mahant Harihar xây có một tượng trong tám Bhairava, là hóa thân của thần Siva, vị mà đã giúp đỡ Kal Bhairava khỏi những ác quỷ.

27. Bãi hỏa thiêu Harishchandra: kế đền Hanuma là bãi hỏa thiêu Harishchandra do Nagar Nigam quản lý. Cũng được tôn kính từ thời cổ đại. Đây là một trong những bãi thiêu thiêng liêng nhất Ấn Độ và bãi khác là Manikarnika. Bãi hỏa thiêu này lấy tên Hari, vị vua huyền thoại của thành phố Kashi, người nổi tiếng về giàu lòng bố thí và nhân từ. Để thử lòng vua, các vị thần đã gởi vị Bà-la- môn Vishvamitra đến xin vua cho ông cả kinh đô bao gồm cả vua, hoàng hậu và hoàng tử. Vì hạnh nguyện bố thí, vua cho cả hoàng hậu Tara, hoàng tử Rahul và ngay cả vua cũng đến phục vụ Bà-la- môn như người hầu và bán ngài thành nô lệ của Dom, một giai cấp Bà-la-môn trong xã hội, người chuyên hỏa thiêu tử thi và phụ giúp công việc của họ ở những bãi giàn thiêu này. Dom đã phân công việc cho Harishchandra thu tiền trước khi thiêu người chết. Một ngày nọ, có một người đàn bà nghèo tới xin thiêu đứa con đã chết của bà. Harishchandra đã nhận ra bà ta chính là người vợ của mình và đứa bé chết là hoàng tử bé bỏng thân yêu của mình. Tara không có tiền để trả cho chi phí thiêu này. Harishchandra biết rằng đây là bổn phận của ông phải trang trải những chi phí của những nghi lễ cuối cùng này, nếu không linh hồn của đứa bé sẽ không bình yên. Nhưng ông là một nô lệ nghèo không có một xu dính túi. Như là một người trông coi bãi thiêu, ông có thể cho phép con mình thiêu mà không đóng tiền. Nhưng Harishchandra không phải là một người gian trá, vì vậy thi thể đứa bé bị phơi bày ra đó mà không được thiêu. Rồi chính những vị thần đã chấp nhận bị thua trước sự bền lòng kiên cố giữ hạnh nguyện bố thí và không gian tham của vua và đồng ý rằng trên cõi đời này không gì có thể khiến Harishchandra làm điều phi nghĩa và ông là một người đạo đức và bố thí Ba-la-mật. Vì vậy, các thần đã làm phép cho hoàng tử sống lại và kinh đô được trả lại cho vua để cùng sum vầy với vợ con.

Các bãi hỏa thiên dọc Sông Hằng, Vārānasi.

28. Đền Kedar: lấy tên vua Kadareshwara, người đã xây đền này để đặt tên. Gần đền là hồ Gauri. Cả hai hồ và ngôi đền cũng rất phổ biến ở thành phố này. Có rất nhiều người Bengali sống chung quanh đền. Trong đền có thờ những tượng như thần voi Ganesh, Laxmi và Annapurna, những vị thần nổi tiếng trong thuyết đa thần của đạo Hindu.

29. Đền Chauki: đền Chauki nằm kế đền Kedar. Có một cây cổ thụ rất to đứng trên đỉnh các nấc thang. Dưới bóng cây có một số những tảng đá naga và những con rắn thiêng. Vào ngày lễ Nag Panchami vào tháng 7 hoặc 8, hàng ngàn người đã đến dự lễ để đãnh lễ các thần rắn thiêng ở đây.

30. Đền Dashashvamedha: Dashashvamedha nghĩa là '*tế lễ 10 con ngựa*' cũng là một trong những đền phổ biến nhất ở Ba-la-nại. Phía Nam của đền này được biết như Rudrasara hoặc Rudrasarovar. Ngôi tháp nổi tiếng nhất ở đây là thờ nữ thần Shitala, người đã chữa bịnh đậu mùa và bịnh sởi cho dân chúng.

31. Đền Prayag: phía bắc của ngôi đền này gọi là Prayag, đặt tên *tirtha* nổi tiếng. Đền Dashashvamedha có thờ ba linga của thần Si-va là Brameshwara, Shulankeshwara và Dashash- vamedha. Từ ngôi đền này có thể dễ dàng đến ngôi đền Vishwanath nổi tiếng.

32. Đền Man Mandir: sau *đền* Dashashvamedha là *đền* Man Mandir do Man Singh xây. Tướng Tổng tư lịnh của hoàng *đế* Hồi giáo Mughal là Akbar *đóng* căn cứ ở *đây*. Một trong những vật thu hút của *đền* này là *đài* thiên văn do vua Rajput thế kỷ XVII xây dựng. Trong *đền* còn có một linga Puranic cổ *đại* gọi là Someshwara.

33. Đền Mir: Mir là tên của một tộc người nhiều sắc da *đã* từng sống ở thành phố này. Có *ông* Mir Rustam Ali được Nawab ở Avadh chỉ định làm thống đốc của Kashi vào đầu thế kỷ XVIII. Mặc dù Mir Ali là một Hồi giáo, nhưng ông đã đưa Ba- la-nại sống một đời sống vững lòng tự tin. Những bài hát ca ngợi ông vẫn được dân Hindu hát cho đến ngày nay ở thành Ba-la-nại. Say mê âm nhạc và ca múa, Mir Ali đã bắt đầu tổ chức những buổi lễ nổi tiếng của Budhwa Mangali. Lễ hội rõ ràng chỉ là một trong những loại lễ hội khác trên thế giới đã tồn tại lâu ở đỉnh cao nhất của đời sống ở Kashi. Sau năm 1940, những lễ hội Buddhwa Mangali bắt đầu suy thoái thành cuộc truy hoan và vì vậy nó bị chấm dứt.

34. Đền Lalita: sau đền Mir là đền Lalita do một vị

vua Nepal xây và vua lấy tên mẫu hậu đặt cho đền này. Trên đỉnh đền có một ngôi tháp đẹp thờ thần Mahadeva Pashupatinath làm bằng gỗ và khắc chạm theo kiểu Nepal.

35. Đền Manikarnika: kế đến là đền Manikarnika từ lâu đã nổi tiếng là một trong những đền thiêng liêng nhất ở đây. Người ta nói rằng nơi thiêng liêng Manikarnika đã được biết đến trước khi sông Hằng đến Ba-la-nại. Theo huyền thoại, đây là nơi mà thần Si-va đã sáng tạo ra vũ trụ và chính nơi đây sẽ sống sót sau khi vũ trụ sẽ bị hủy diệt. Chính giữa trung tâm của đền này là hồ Chakrapushpani đã tạo thành hình thần Vishnu và những giọt mồ hôi của ngài. Chính trong hồ này, nữ thần Parvati trong khi tắm đã đánh rơi đôi hoạ tai. Trên những nấc thang, cách vài thước từ mặt nước là có dấu những bước chân của thần Vishnu được in trên phiến cẩm thạch của nấc thang. Nơi này được thánh hóa bởi thần Si-va, Vishnu và sông Hằng và đối với đạo Hindu không nơi nào thiêng liêng bằng nơi này. Ngâm mình trong dòng sông ở trước ngôi đền này là sự cần thiết cho tất cả tín đồ. Đền Manikarnika cũng là một nơi hỏa thiêu thiêng liêng nhất Ba-la-nại. Những người theo đạo Hindu tin rằng bất cứ ai được hỏa thiêu ở đây sẽ đạt được giải thoát. Linga của thần Si-va quan trọng nhất trong đền này là Tarakeshawara. Sự hiện diện của đền tại Manikarnika là thích hợp bởi vì chính tại đây thần Si-va đã tụng thầm thần chú Taraka vào tai của người chết để đãm bảo rằng họ sẽ được cứu rỗi ở giây phút cuối cùng. Từ đền Manikarnika này có thể dễ dàng đến ngôi đền Vishwanath to lớn để ngâm mình trong nước sông Hằng ở đây.

Ni sư TN Giới Hương vào thăm và tặng quà cho các học sinh nghèo ở các trường Tiểu Học *Sārnātha.*

36. Đền Panch Ganga: nếu Dasashwamedha là đền liêng Manikarnika đã được biết đến trước khi sông Hằng đến Ba-la-nại. Theo huyền thoại, đây là nơi mà thần Si-va đã sáng tạo ra vũ trụ và chính nơi đây sẽ sống sót sau khi vũ trụ sẽ bị hủy diệt. Chính giữa trung tâm của đền này là hồ Chakrapushpani đã tạo thành hình thần Vishnu và những giọt mồ hôi của ngài. Chính trong hồ này, nữ thần Parvati trong khi tắm đã đánh rơi đôi hoạ tai. Trên những nấc thang, cách vài thước từ mặt nước là có dấu những bước chân của thần Vishnu được in trên phiến cẩm thạch của nấc thang. Nơi này được thánh hóa bởi thần Si-va, Vishnu và sông Hằng và đối với đạo Hindu không nơi nào thiêng liêng bằng nơi này. Ngâm mình trong dòng sông ở trước ngôi đền này là sự cần thiết cho tất cả tín đồ. Đền Manikarnika cũng là một nơi hỏa thiêu thiêng liêng nhất Ba-la-nại. Những người theo đạo Hindu tin rằng bất cứ ai được hỏa thiêu ở đây sẽ đạt được giải thoát. Linga của thần Si-va quan trọng nhất trong đền này là Tarakeshawara. Sự hiện diện của đền tại Manikarnika là thích hợp bởi vì chính tại đây thần Si-va đã tụng thầm thần chú Taraka vào tai của người chết để đãm bảo rằng họ sẽ được cứu rỗi ở giây phút cuối cùng. Từ đền Manikarnika này có thể dễ dàng đến ngôi đền Vishwanath to lớn để ngâm mình trong nước sông Hằng ở đây.

36. Đền Panch Ganga: nếu Dasashwamedha là đền được nhiều người ngưỡng mộ nhất và đền Manikarnika là thiêng liêng nhất, thì đền Panch Ganga là nguy nga và to lớn nhất. Đây là một trong năm ngôi đền chính mà khách hành hương (*Panchtirthi*) tin rằng tắm trong sông Hằng trước năm *đền* này là linh ứng. Ông Aurangzeb xây một nhà thờ Hồi giáo trên nền của đền này. Trước đó, đây là một đền thờ thần Vishnu gọi là Vindu Madhav, nhưng vào thế kỷ XVI, Aurangzeb hậu duệ của đạo Hồi (*Mughals*) đã bị phá hủy và xây một đền Hồi giáo trên nền nguyên thuỷ đó. Chính trên đền này, thánh Ramanand cuối cùng đã thu nhận nhà thơ tín tâm (Bhakti) tên Kabir làm đệ tử. Đền này được đặt tên là Panch Ganga (nghĩa là năm sông Hằng), bởi vì người ta nói rằng bốn con sông ngầm – sông Kiran, Dootpapa, Dharmanand và Saraswati – đã gặp sông Hằng tại đây.

Ngoài ra còn các đền như:

37. Đền Lala Mishra (do Đại vương Reewa xây)

38. Đền Bhadaini (do Nagar Nigam xây)

39. Đền Janaki (do Thakur Asharfi Singh xây)

40. Đền Akroor (do Rai Shiv Prasad xây)

41. Đền Vatsh Raj (do Babu Shekhar Chand xây)

42. Đền Prabhu (do Nirmal Kumar xây)

43. Đền Chet Singh (do Vua Pacnkot xây)

44. Đền Niranjani (do Pacnkot xây)

45. Đền Dandi (do Laloo ji Agrawal xây)

46. Đền Gulariya (do Laloo ji Agrawal xây)

47. Đền Maisoor (của tiểu bang Maisoor)

48. Đền Lalii (do Lalli xây)

49. Đền Tripura Bhairavi (do vua Maya Nand Giri xây)

50. Đền Foota (do Swami Mahesaware Nand xây)

51. Đền Vijaya Nagaram (do vua Vijaya Nagar xây)

52. Đền Narawa (do Nagar Nigam xây)

53. Đền Somesawar (do Kumar Swami xây)

54. Đền Man Sarower (do Nagar Nigam xây)

55. Đền Narad (do Danta Gai Swami xây)

56. Đền Raja (do Mandho Rao Pasawa xây)

57. Đền Khori (do Kavindra Nrayan xây)

58. Đền Ganga Mahal (do Madhura Panda xây)

59. Đền Dhobia (do Kumar Swami xây)

60. Đền Diapatia (do Bengal Naresh Digpayi xây)

61. Đền Chaushatti (do vua Udaipur xây)

62. Đền Roma (do Udaipur xây)

63. Đền Munshi (do Shridhar Munshi xây)

64. Đền Darbhanga (do Shridhar Munshi xây)

65. Đền Ahalyabai (do hoàng hậu Ahalyabai xứ Maratha xây)

66. Đền Shitala (do Nagar Nigam xây)

67. Đền Rajendra Prasad (do Nagar Nigam xây)

68. Đền Ghara (do Nagar Nigam xây)

69. Đền Naipali (do Nonhi Babu xây)

70. Đền Jad shie (do Nagar Nigam xây)

71. Đền Sindhia (do Đại vương Gwali xây)

72. Đền Sankata (do Đại vương Baroda xây)

73. Đền Ganga Mahal (do Maharaja Gwaliar xây)

74. Đền Bhonsala (do Đại vương Nagpur xây)

75. Đền Naya (do Nagar Nigam xây)

76. Đền Ganesh (do Madho Pasawa xây)

77. Đền Agnisawar (do Madho Pasawa xây)

78. Đền Mehata (do Madho Pasawa xây)

79. Đền Mangal Gauri (do Madho Pasawa xây)

80. Đền Panch Ganga (do Nagar Nigam xây)

81. Đền Beni Madhav (do Nagar Nigam xây)

82. Đền Durga (do Diwan Gwalior xây)

83. Đền Brahama (do Diwan Gwalior xây)

84. Đền Shitala (do Đại vương Buendi xây)

85. **Đền Lal** (do Đại vương Nagar Nigam xây)
86. **Đền Gai** (do Nagar Nigam xây)
87. **Đền Bala Bai** (do Nagar Nigam xây)
88. **Đền Trilochan** (do Nagar Nigam xây)
89. **Đền Gola** (do Nagar Nigam xây)
90. **Đền Nandu** (do Nagar Nigam xây)
91. **Đền Packka** (do Nagar Nigam xây)
92. **Đền Telie** (do Nagar Nigam xây)
93. **Đền Naya** (do Nagar Nigam xây)
94. **Đền Prahalad** (do Nagar Nigam xây)
95. **Đền Raj** (do Nagar Nigam xây)
96. **Đền Varuna Sangam** (do Nagar Nigam xây)
97. và còn nhiều nữa...

Một buổi sáng ở Sông Hằng.

Cách xa đền Raj một tí là một khoảng đất bằng phẳng. Vào thời xưa, thành Ba-la-nại tọa lạc trên vùng đất bằng này và công cuộc khai quật ở đây đã phát hiện nhiều đồ vật có niên đại cách đây ba ngàn năm. Trên đỉnh của đền này là Adi Keshav hoặc là đền thờ thần Vishnu nguyên thủy, nơi mà thần Vishnu đã thăm viếng lần đầu khi ngài nhân danh thần Si-va đến Kashi để đánh đuổi vua Divodasa về lại cõi trời cho thần Si-va xuống Kashi.

Với số lượng hơn 100 đền đó, quả đúng Ba-la-nại là thành phố đền đài của đạo Hindu.

Ngoài các đền đài nơi đây cũng có các trường đại học nổi tiếng mà chúng ta cũng nên biết là:

- **Trường Benaras *Hindu*** (thường được nói gọn là B.H.U.): Vào đầu thế kỷ XX, giáo sư Madan Hohan Malaviya đã thành lập trường với ý tưởng kết hợp những truyền thống giáo dục tốt nhất của phương tây với Ấn Độ. Giáo sư Madan Hohan trình kiến nghị trước Quốc Hội năm 1905 và được sự ủng hộ của Tiến sĩ Annie Besant cùng Đại vương Darbhanga ở Bihar. Cuối cùng Prabhu Narain Singh đã cúng dường 1,300 mẫu Anh đất và ngày 01-10- 1917 giấc mơ to lớn đã trở thành hiện thực. Giáo sư Madan Hohan Malaviya trở thành phó viện trưởng đại học B.H.U. và tiếp tục chức vụ này cho đến khi ông chết năm 1948. Hiện nay trường đại học này là một trong những đại học lớn nhất Châu á với diện tích 1.300 mẫu Anh cùng đội ngũ giảng dạy có uy tín.

Trong khuôn viên trường đại học B.H.U. cũng có viện bảo tàng Bharat Kala Bhavan, nơi trưng bày những bức tranh, tượng và kinh sách quý hiếm, những tác phẩm điêu khắc tuyệt đẹp của Phật giáo, đạo Hindu, Lõa thể cũng như các pháp khí khác. Những mẫu này rất đẹp như một bộ sưu tập các tượng Phật từ thời *Gupta* được phát hiện ở Vārānasi, vài tượng thuộc thời Pala làm sáng tỏ những nguyên cảo và nghệ thuật thanka (tranh lụa) của Ấn độ Tây tạng thuộc thế kỷ XIV cùng với những vật cổ khác do bộ khảo cổ khai quật lên được như tranh Rajasthani, Pikshayayi, Nepal, Tây tang, Lorachanda, Shahnama và Hamja Nama... Nơi đây có một sưu tập tương đối tốt và đầy đủ các bức tranh thời trung cổ thu nhỏ lại do người làm ra. Cũng trong viện đại học này có ngôi đền Vishwanath bằng đá cẩm thạch còn mới nguyên với những bình phong và hình khắc được biết đó là bản sao đúng như thật của ngôi đền bị Aurangzeb phá hủy. Viện bảo tàng thứ hai của Vārānasi là ở kinh thành Ramnagar, nơi phải đi đò ngang qua con sông Hằng mới viếng được.

Viện bảo tàng mở cửa mỗi ngày từ 10:30 sáng đến 5 giờ chiều và từ tháng 5 đến 7 thì từ 7 giờ sáng đến 12:30 giờ chiều trừ những ngày lễ đại học và chủ nhật.

- **Bharat Kala Bhavan** là một trường đại học kế bên có phân khoa âm Nhạc.

- **Trường đại học Sanskrit Vishvavidyalaya**: là một trường đại học Phạn ngữ, đây là trường dạy tiếng Phạn (Sanskrit) và những môn truyền thống như kinh Vệ đà (Vedas), văn phạm và văn học tiếng Phạn, triết học đạo Phật và đạo Lõa thể (Jain), yoga và thiên văn học. Vì vậy, nó rất phù hợp là trung tâm lớn của Phạn ngữ trong nhiều thế kỷ. Hiện này có khoảng 500 sinh viên tham học.

Vào những ngày xa xưa, giáo dục thường chỉ dành cho những Bà-la-môn, vì chính bổn phận của Bà-la-môn không chỉ thực hiện những nghi lễ tôn giáo mà còn phải truyền đạt kinh Vệ đà đến những trẻ con thuộc giai cấp cao của đạo Hindu. Hệ thống giáo dục thì đơn giản: học sinh rời nhà vào khoảng 10 hoặc 11 tuổi để sống với vị thầy được biết như là guru hoặc Acharya. Suốt trong 15 năm, học sinh sống với Guru, người đã nuôi nấng, giặt giũ và giáo dục học trò và trong những năm đó học trò nguyện trở thành tu sĩ Bà-la-môn (bramacharya) hoặc sống độc thân. Học trò chỉ rời khỏi guru, khi vị ấy đã học xong và đồng ý trả ơn cho guru.

Như là kết quả của sự tu tập ở Ấn Độ cổ đại, những nơi mà Bà-la-môn định cư rất nhiều thường trở thành những trung tâm giáo dục lớn. Ba-la-nại là một thành trì Bà-la-môn vững chắc từ thế kỷ thứ VII trước tây lịch và vì vậy cũng là một nơi cho hầu hết các sinh viên từ khắp mọi miền Ấn Độ đến học. Trong thời Phật còn tại thế và trong kinh Bổn sanh đã nói Vārānasi là Brahmavardhana (một nguồn suối triết học).

Năm 1791, Jonathan Duncan, một nhân viên của công ty Đông Ấn ở Ba-la-nại đề nghị bá tước Cornwallis và tổng thống đốc trích một phần lợi tức của Ba-la-nại để ủng hộ trường cao đẳng Hindu, để duy trì và mở mang văn học phạn ngữ và tôn giáo Ấn Độ.

Kết quả là ngày 28-10-1791 đã thành lập một trường Sanskrit hiện đại ở một nhà thuê gần Maidagin Tank. Sau này trung tâm này trở thành trường đại học Sanskrit Vishvavidyalaya chính quy.

- **Trường đại học Sampurnanand Sanskrit**: thành

lập năm 1721 như một trung tâm của ngôn ngữ Sanskrit Patshala, bên cạnh đó nghệ thuật, khoa học, thương mại, luật, xã hội học, báo chí và những nghành giáo dục khác cũng được dạy tại đây... Trong trường có một thư viện Sarsawati Bhawan với rất nhiều sách quý hiếm.

- **Trường đại học Kashi Vidaya Pith**: thành lập năm 1921. Cố thủ tướng Sri Lal Bahadur Shastri đã học và nhận bằng Shatri từ trường đại học này.

- **Học Viện Tây tạng** (The Central Institute of Higher Tibetan Studies): tọa lạc tại *Sārnātha*, do hoà thượng Sri Dalielama thành lập năm 1971. Đã được Bộ giáo dục chính phủ Ấn Độ công nhận là một đại học tư thục vào năm 1988.

- **Học viện Quốc tế Nghiên cứu Phật học- Dharma Chakra Vihar** (Dharma Chakra Vihar International Insitute of Origin Buddhisr Studies and Research): do hoà thượng Pragya Rashmi người Nhật nhưng quốc tịch Ấn độ thành lập tại Mawaiya, Sarnath. Đây là chi nhánh của trường đại học Sampuranand Sanskrit, nên cũng có đầy đủ các khóa học như trường đại học Sampuranand Sanskrit tổ chức.

- **Thành Chunar**: toạ lạc ở cực bắc của đồi Kaimur trên vị trí rất thuận lợi, các vách thành làm bằng sa thạch nên trông thành Chunar rất oai vệ, kiên cố, vững chắc và có thể đã chế ngự khúc quanh của sông Hằng trước khi con sông này uốn cong phía bắc tới Vārānasi dài 22 cây số. Niên đại xuất hiện sớm nhất của đá Chunar này khoảng vào thời Vikramaditya của Ujjain, năm 56 trước Tây lịch. Trong nhiều thế kỷ, sa thạch Chunar đã được dùng, nổi tiếng nhất là các trụ đá A-dục - có độ bóng sáng lấp lánh cao, bền chắc – và đến và đến nay vẫn còn được khai thác, khiến cho quang cảnh nơi này, các đồi núi xung quanh luôn bị tàn phá đào xới.

Thành này hầu như không thể phá hủy được do dân Hồi giáo (Mughal) có xây bức tường thành dày bảo vệ. Đứng trên thành nhìn xuống dòng sông Hằng với bờ cát trắng như bạc trong mùa khô trông rất duyên dáng và óng ánh dưới ánh nắng hồng, đặc biệt khi hoàng hôn buông xuống quang cảnh cũng gây ấn tượng thâm trầm sâu sắc. Vua Akbar đã đột chiếm pháo đài này năm 1575 và vua Nawabs của Avadh cai trị thành này cho đến khi Anh đô hộ.

Ni sư TN Giới Hương bố thí bánh chiên
cho các loài chim trời, cá biển ở Sông Hằng.

- **Vùng Jaunpur**: Jaunpur cách Vārānasi 65 cây số về hướng tây bắc do ông Feroz Shah thành lập năm 1360 để bảo vệ sườn phía đông của lãnh thổ Delhi. Sông

Gomti chia đôi Jaunpur, được nối bởi cầu Akbari xây dựng vào thế kỷ XVI do kiến trúc sư Afghan thiết kế gồm 15 nhịp để có thể chịu đựng được lũ lụt và động đất. Ở đầu cầu phía nam có chạm một con sư tử lớn đang đấu với một con voi như một cột mốc lịch sử của khu vực này.

10.7. NHỮNG NGÀY LỄ TẠI VĀRĀNASI

Vārānasi là xứ sở tôn giáo nên cũng có vô số những ngày hội, đó là lý do tại sao có câu nói "bảy ngày, chín hội. Những ngày lễ như Bharat Milap của Natimli, Nakkataiya của Chetganj, Nag Nathaiya leela và Ram leela của Ram Nagar tổ chức rất long trọng. Bên cạnh Kartik Purnima, Grahan bath, Durga mela, Sārnātha mela trong tháng của shrawan, còn có những lễ như Holi, Diwali, Dussehara, Durga Bisarjan, Dev Dipawali, Lokark Chowth, Ganesh Chouth, Panch Kroshi Yatra, Ram naumi, Shiv Ratri, Rath yatra, Buddh Purnima và Mahavir Jayanti...

1. Lễ Ganesh Chowth: được tổ chức vào Krishana Chaturthi của tháng Magh (tháng 1 hoặc 2). Một đám đông tập trung tại đền Baraganesh ở Lohatiya và thờ Shri Ganeshiji. Vào thời cổ đại, người ta tin rằng nếu họ đứng nguyên một chỗ từ sáng tới tối nơi đây thì họ sẽ đạt được sáng suốt và có thể từ việc này mà dẫn đến lối tu khổ hạnh đứng một chân dưới ánh nắng chang chang suốt một ngày để cầu giải thoát.

2. Lễ Makar Sankranti: tổ chức nhằm ngày 14-01. Vào ngày này, mọi người sẽ xuống tắm ở sông Hằng và cúng dường Khichri (gạo, đậu hà lan, vừng và mè) cho các đền.

3. Basant Panchami: vào lễ hội này, người ta tổ chức lễ Sarsawati pujan với những chương trình văn nghệ. Mọi người đều mặc áo basanti (màu vàng).

4. Maha Shiv ratri: Đây là một buổi lễ quan trọng ở Vārānasi. Vào những dịp này, mỗi đền thần Si-va được trang hoàng rất đẹp. Họ cũng xuống sông Hằng tắm và xếp hàng nối đuôi nhau thứ tự vào lễ thần Baba Vishaw Nath. Ca múa cũng được biểu diễn để ca ngợi tán thán thần Baba Vishaw Nath. Lễ Dhrupad mela và Gandharva mela cũng rất quan trọng.

5. Holy: là một buổi lễ quan trọng và kéo dài ba ngày ở Vārānasi. Vào những ngày này mọi người đổ đến đền Vishawnath, Annupurna và những đền khác hoặc tại sân nhà, ngoài đường, mọi người sẽ quăng bột nhiều màu, tưới nước màu vào nhau trong sự thích thú, đùa cười nhảy múa cùng với sự hoà điệu của âm nhạc vui nhộn vang lên. Sau đó, mọi người tắm sạch sẽ và mặc quần áo mới. Họ sẽ đi tới nhà của những người bạn, người thân để chia sẻ Abir và gulal. Holi là biểu tượng của tín ngưỡng và vui tươi.

6. Borhawa Mangal: được tổ chức trên thuyền chèo trên sông Hằng để cầu siêu cho những người chết đặc biệt bị hiếp dâm hoặc sát hại. Truyền thống này của Thumari và Chaita vẫn thực hành vào tháng Chait (tháng 3 hoặc 4) ở thành phố Ba-la-nai.

7. Ram Naumi: Lễ hội này đã tồn tại ở Ba-la-nại vào thế kỷ XVII. Mọi người cũng xuống sông Hằng tắm và tập trung ở đền Ram Mandir để cầu nguyện.

8. Ghazi Miyanka Mela: được tổ chức ở Bakariya Kund, Alaipur để tưởng nhớ Salar Masood. Phụ nữ Hồi giáo (Mohamdan) và *Hindu* ***đã tập trung rất đông vào những lễ hội này.***

9. Panch Kroshi Parikrama: đây cũng là một trong những buổi lễ cổ quan trọng.

Ni sư TN Giới Hương và chị hai Phương (chị ruột của NS TN Giới Hương) tại Phi trường *Vārānasi*.

10. Hanuman Jayanti: được tổ chức vào ngày sanh của thần khỉ Hanuman và kéo dài suốt năm ngày. Những chương trình âm nhạc và văn hóa cũng được tổ chức trong dịp này.

11. Nag - Nathaiya Leela: là một trong những lễ hội đông nhất tại Ba-la-nại và được tổ chức ở đền Tulshi, shri Krishana. Lễ này được tổ chức vào tháng 11 và 12.

12. Navratra của mùa xuân: đặc biệt lễ này mỗi

năm hai lần được tổ chức ở Durga Mandir (Durga Kund) và kéo dài 9 ngày. Mọi người đặc biệt phụ nữ đã đến tham dự để cầu nguyện 'Navratra' (nữ thần của sắc đẹp) duy trì và ban phước.

13. Dhan Teras: được tổ chức trong tháng Kartik (tháng 10 hoặc 11). Trong buổi lễ hội này, những người mua bán cúng lễ thần Laxmi - nữ thần của thịnh vượng. Họ đã mua nhiều cái bình về vì tượng trưng cho điềm lành. Trong dịp này, mọi người cũng tụ tập nhộn nhịp và đông đúc ở những chợ Chaukhamba và Thatheri. Lễ cầu nữ thần Annapurna (thần bố thí) cũng bắt đầu từ ngày này kéo dài đến 4 ngày mới hết.

14. Deepawali: (còn gọi là lễ đốt đèn) vào dịp này mọi người đã trang hoàng nhà cửa rất đẹp với nhiều ngọn đèn dầu hoặc nến thắp sáng khắp nhà, cầu thang... và thờ thần Ganesh (voi) cũng như thần Laxmi (vị thần sung túc). Mọi người từ khắp nơi đến tham dự và mời tặng bánh ngọt lẫn nhau. Chúng ta có thể coi đây là lễ lớn nhất và tưng bừng nhất trong năm như tết Nguyên đán của các nước Châu á.

15. Lễ hội nữ thần Durga: là một trong những lễ phổ biến ở Ba-la-nại được tổ chức ở đền Durga kund vào tháng Shravana. Mọi người từ thành thị đến nông thôn đã tham dự một cách nhiệt tình. Họ thường tụ tập ở những nơi huyên náo, triển lãm và tổ chức các trò chơi để vui chơi thoải mái.

16. Kazari Teez: là một trong những lễ của phụ nữ được tổ chức vào ngày thứ ba của tháng Bhadrapad Krishanatritiya (tháng 8 hoặc 9) đặc biệt ở Ishiwargangi và Shankudhara. Ngày đó, họ giữ 'fast' (không ăn gì trọn ngày, chỉ được uống nước hoặc ăn trái cây) để cầu nguyện cho chồng của họ được sống lâu và tương lai được tươi sáng.

17. Ganga Dashhara: theo tục lệ vào ngày Jyesth Sukla Dashami này mọi người đã tụ tập về Vārānasi để tắm trong sông Hằng.

10.8. THÀNH CỔ VĀRĀNASI

Vārānasi tọa lạc bên bờ phía tây của sông Hằng thuộc phía bắc của tiểu bang Uttar Pradesh và thủ phủ là Lucknow. Vārānasi cách Delhi 764 cây số, cách Calcutta 678 cây số và cách Kathmandu, thủ đô của Nepal 12 giờ đường xe chạy. Vārānasi được nối với những thánh địa khác bằng đường giao thông tốt để tới Lâm-tỳ-ni, thành Ca-tì-la-vệ, Câu-thi-na và Tỳ-xá-li (Sravasti). Vārānasi là nơi tiếp nối với tất cả những thành phố lớn của Ấn Độ bằng những phương tiện phi cơ, tàu lửa và đường bộ.

Diện tích Vārānasi: 1550.3 kms.

Dân số: 25.80 lakhs.

Nông thôn: 14.50 lakhs.

Thành phố: 10.58 lakhs.

Tỷ trọng dân số: 972/sq km

Học vấn: Nam 67.39 %; Nữ 35.35 %

Y phục: Mùa hè bằng cotton và vải mỏng nhẹ; Mùa đông thường áo len nhẹ, tuy nhiên dày cho tháng 12, 1 và 2.

Ngôn ngữ: Hindi, tiếng Anh, Bengali, Urdu và

Bhojpuri.

Những chợ chính: Godwalia, Chowk, Thatheri Bazar, Choukhambha, Goal ghar, Dashashawmegh, Visheshawar ganj, Maidagin, Maidagin, Lahurabeer và Rothyatra.

Công nghiệp: hàng sari (saree của Ba-la-nại) đã có bề dày uy tín. Những sari của Vārānasi bằng lụa, cotton, zari, Kotan vv... được tiêu thụ khắp Ấn Độ và nước ngoài. Đồ chơi làm bằng gỗ, những tượng thần khắc rất đẹp, thuốc lá, thuốc lá bột, lá trầu, bánh mứt, và đồ đồng thau là những vật dùng nổi tiếng của Vārānasi. Thảm một sản phẩm của Vārānasi cũng được xuất khẩu ra nước ngoài. Cooler (máy lạnh bằng hơi nước) cũng có tiếng ở đây.

Khoảng cách từ vārānasi đến các nơi khác:

Bharat Mata Mandir	1 km
Trường đại học Benares Hindu	7 km
Durga Kund	5 km
Dên Tulsi Manas	5 km
Den Vishawnath	6 km
Sārnātha	10 km
Thành Ram Nagar	17 km
Sankat Mochan	6 km

Các phương tiện để đến Sārnātha:

1) Tàu lửa: Có nhiều chuyến tàu trực tiếp từ Chennai, New Delhi, Mumbai, Calcutta, Lucknow, Gorakhpur tới Vārānasi. Một khi đã đến Vārānasi, du khách có thể

dễ dàng đón xe buýt đi *Sārnātha*. Hoặc có thể thuê auto-rishaw (như xe lam) hoặc taxi. Từ Vārānasi tới *Sārnātha* khoảng 8 cây số.

2) Máy bay: có nhiều chuyến bay từ New Delhi, Bombay và Luchnow tới Vārānasi *và ngược lại. Không có chuyến bay quốc tế trực tiếp tới* Vārānasi, chỉ trừ chuyến bay từ Kathmandu, Nepal.

3) Xe hơi: Hầu hết các khu vực thánh địa Phật giáo Ấn độ đều có tuyến đường để đến *Sārnātha*. Các phương tiện công cộng từ khắp nơi đổ về Vārānasi chủ yếu là xe buýt và từ đó cũng có nhiều xe buýt đi tới *Sārnātha*.

Một vài điểm cần ghi nhớ:

1. Việc kẹt xe là thường xảy ra ở thành phố này, vì vậy du khách phải để dư thêm thời gian cho vấn đề này.

2. Autor ricksaw là phương tiện tốt nhất giữa thành phố đông đúc này.

3. Thăm viếng chùa, đền... du khách cần một vị hướng dẫn địa phương.

4. Ngắm vẻ đẹp của các đền đài trên sông Hằng và đi thuyền, du khách cần nên bắt đầu đi lúc rạng đông.

Mùa tốt nhất để đi hành hương:

Để viếng thăm Sārnātha, Vārānasi và các thánh địa Phật giáo khác nên đi trong mùa đông từ tháng 10 đến tháng 3. Mùa hè từ tháng 4 đến 8 thời tiết quá nóng không nên đi.

Thành ghềnh cửa Sông Hằng.

PHỤ LỤC

Sông Hằng - Dòng Sông Thiêng Của Ấn Độ

(Phóng dịch từ Ganga- India's River of Life, Rupider Khullar, Subhadra Sen Gupta, Heritage Series, Mumbai, 1996.)

Các đền thờ Hindu và dân chúng tấp nập đông đúc bên bờ sông Hằng.

Sông Hằng là con sông thiêng liêng nhất được tôn thờ như một nữ thần hoặc như là một bà mẹ truyền ban sức sống ở Ấn Độ và được xem là nguyên mẫu của tất cả dòng nước thiêng liêng trên thế giới.

Từ những thời đại sớm nhất, dọc bờ sông đã có hàng triệu những người không thể đếm được đến đây để tắm, cầu nguyện, uống nước thánh và quăng tro người chết. Rải rác dọc bờ sông là những thành phố, những trung tâm hành hương cổ với vô số những đền tháp.

Những sự kiện lịch sử quan trọng của vùng đất Ba-la-nại dọc bờ sông Hằng này là sự thăng hoa của nền văn minh Ấn Độ, là bức tranh toàn cảnh của di sản văn hóa Ấn Độ. Trong nhiều thế kỷ, Ấn Độ được thừa nhận như là một vùng đất thần thoại phong phú về trí tuệ, thần bí và lãng mạn. Chính điều thần diệu này mà hàng loạt những tác phẩm thần thoại, cánh cửa của một trong những nền văn minh cổ nhất được ra đời.

Sông Hằng đã chảy 2.469 cây số từ nguồn đến biển theo những sông nhánh hoặc sông lớn, một triệu km2, gần một phần ba địa lý Ấn Độ. Dọc bên bờ là những thành phố cổ như Hardwar, Allahabad, Vārānasi, Patna và Calcutta, với Delhi và Agra trên những sông nhánh của nó, sông Yamuna. Xuất phát từ dãy núi tuyết Hi-mã-lạp-sơn trắng xoá đến vùng châu thổ trong vịnh Bengal, sông Hằng là một dòng chảy của đời sống và được tôn thờ như nữ thần thiêng liêng khi nó chảy ngang qua đồng bằng phía bắc Ấn Độ.

Sông Hằng bắt đầu chuyến hành trình của nó từ một nơi rất xa, hẻo lánh của dãy Garhwal Himalaya. Người ta gọi nó là Devabhoomi, vùng đất của các thần, một cảnh thần tiên của những rừng thông xanh mướt, dọc theo các sườn núi dốc cheo leo và lèo lách xuyên qua các dãy đồi trùng điệp, khách chiêm bái có thể đến được đền thờ Gangotri, để thấy sông Hằng.

Từ đền thờ Gangotri đi khoảng 20 km, khách sẽ đến đỉnh Gaumukh cao 4500 mét từ mặt biển nơi mà sông Hằng nổi lên, rồi từ từ lan rộng và hòa cùng với sông băng Gangotri Glacier. Glacier là dòng sông băng tuyết dài gần 32 km, rộng 1 cây số bao phủ chung quanh với những đỉnh núi tuyết và mây trắng. Ở đây, có những hang tuyết kết thành những tràng hoa với những trụ băng từ sông tuyết nổi lên với vô số hình thù cao thấp khác lạ rất đẹp và như những vị cổ đức nói có thể nó nổi lên từ tóc của thần Si-va.

Chim bay cùng khách chiêm bái đón mặt trời mọc trên sông Hằng.

Sông Hằng trắng và xanh thẫm đã chảy ào ạt, bắn tung tóe lên những tảng đá và những lớp tuyết cứng tích lũy lâu năm, từ Gaumukh dài 19 cây số, cao 3182 km, nằm ngang Gangotri (*bắt nguồn từ Ganga và Uttri hoặc rơi xuống*) nơi mà sông Hằng được tin là từ trời mà rơi xuống.

Theo thần thoại Hindu, sông Hằng là con gái của dãy núi tuyết Hi-mã-lạp-sơn và cô con gái ấy được vua Bhagirath (*hậu duệ của vua Sagara thuộc triều đại Ayodhya*) thuyết phục sông đi xuống đồng bằng. Sáu mươi ngàn vị tổ của vua Bhagirath đã bị thánh Kapil Muni trong cơn giận dữ đã đốt họ thành tro. Và vị vua đau khổ đã cầu xin sông Hằng với dòng nước thánh của mình có thể cứu vớt linh hồn của họ khỏi kiếp đọa đày vĩnh viễn. Tuy nhiên sợ rằng nếu sông Hằng từ cõi trời lao thẳng xuống trong một thế nước chảy quá cuồn cuộn, xối xả có thể phá hủy tất cả mọi thứ trên đường khi sông chảy ngang. Vì vậy, vua Bhagirath đã thuyết phục thần Si-va làm yếu đi dòng nước lũ đó bằng cách bắt sông chảy qua mớ tóc rối của thần.

Sông Hằng cũng đã từng được gọi là sông Ba nhánh, từ trời chảy xuống đất rồi ra biển. Truyền thuyết đã xác nhận sự hiện diện của những trụ băng treo từ những bức tường tuyết ở Gaumukh và dân chúng tin đó là tóc của thần Si-va, mặc dù sau này huyền thoại lại cho rằng nguồn của con sông Hằng như là ngón chân cái của bàn chân trái của thần Vishnu (*vị thần bảo quản của đạo Hindu*).

Khi đi gần 2500 km để đến biển, sông Hằng đã mang rất nhiều tên. Ở Gangotri, sông được gọi là Bhagirathi khi nó bắt đầu chảy như thác đổ xuống đồi. Bên bờ phải của sông Bhagirathi giữa những núi đá chồng lên núi đá đã bị nước và băng làm phẳng đi là một ngôi đền nhỏ thờ nữ thần sông Hằng với xung quanh là những cây thông trên núi Hi-ma-lạp- sơn suốt năm phủ đầy tuyết trắng. Trong chánh điện của ngôi đền có thờ hai tượng, một là sông Hằng và hai là sông Bhagirathi, sông Hằng được mô phỏng qua hình người bằng tượng makara (*saurian*). Tảng đá nền mà trên đó đền Bhagirath Shila được xây và người tin rằng chính hòn đá này thánh Bhagirath đã tự hành xác để sám hối vì đã lỡ cho sông Hằng từ trên trời giáng xuống.

Ni sư Giới Hương ngồi giữa đàn chim trời vào một buổi sáng sương mờ trên Sông Hằng tháng 9 năm 2019.

Dọc theo con đường của một ngọn đồi khác, sông chảy vào Bhagirathi để dâng cao lên. Ở nơi này, khách hành hương gọi sông là Prayags. Từ hồ Gauri phía dưới đền Gangotri, Bhagirathi tiếp tục chảy cuồn cuộn qua đá với tốc độ rất lớn cho đến khi tới đèo Bhaironghati, nơi mà nó gặp nhánh sông Jadganga cách sông băng Gangotri 8 km. Xuôi dòng tại Dharali 15 km, nằm ở ngả ba của Bhagirathi và Kshirganga là một ngôi đền tưởng niệm Vishveshwar, một hóa thân của thần Si-va. Một phần đền này hiện nay bị chìm ở trong phù sa, mặc dù một phần phù sa đã được xúc đổ đi, nhưng du khách không thể đi vào được.

Ngược dòng cách Rishikesh khoảng 50 km, hai thượng nguồn chính của sông Hằng là Bhagirathi và Alaknanda hợp nhất tại Devprayag thành một dòng và sông này được gọi là sông Hằng. Snana (nghĩa là *tắm*) và Yagna (nghĩa là *cúng tế*) được cử hành rất linh đình ở ngả ba sông và Devprayag được công nhận là một trong những Prayags (*nơi hiến tế thiêng liêng nhất*). Từ đây, tín đồ cũng có thể thực hiện cuộc hành hương tới đền Kedarnath trên núi cao 3560 mét và Badrinath cao 3030 mét. Đền Kedareshvara thờ thần Si-va tại Kedarnath, có thờ Jyotirlinga (*trụ đá được xem như là biểu tượng của thần Si-va*) thứ chín (*trong mười hai thần*). Sông băng phía trên Kedarnath là nguồn của sông Mandakini thiêng liêng mà sông này sẽ nối với sông Alaknanda.

Cách Kedarnath 168 km, thị trấn Badrinath nằm ở bờ tây của sông Alaknanda trong một thung lũng rộng gần 2 km, có hai núi lớn là Narparbat và Narayanparbat. Tại đây có ngôi đền Badrinath do triết gia Shankara thế kỷ XIX xây dựng và để tưởng nhớ đến thần Badrinarayan, một hóa thân của thần Vishu. Tuy nhiên, kiến trúc hiện nay là được trùng tu mới đây thôi.

Từ Devprayag tới Rishikesh có vô số thác ghềnh, tung tóe bọt trắng xóa khi chúng đổ thẳng đứng từ trên cao xuống, cùng với nhiều núi thông, rừng sồi dày đặt ở hai bên bờ đá. Rishikesh tọa lạc ở thung lũng trên cao với nhiều cây cối rậm rạp của sông Hằng là một mớ hỗn độn các đền, bãi tro và các bãi hỏa thiêu, một nơi dành cho các sadhu (*tu sĩ*), yogi (*người luyện yoga*) và guru (*những vị có chức sắc trong đạo Hindu*) tu tập.

Ở Devprayag, sông Bhagirathi đến từ phía tây của dãy đồi Garhwal gặp sông Alaknanda để chảy xuống phía đông. Trước đó dọc con đường để đến Badrinath, sông Mandakini hòa vào sông Alaknanda. Từ Devprayag kết hợp với những dòng nước của ba con sông này để trở thành sông Hằng hùng dũng và linh thiêng. Một dòng nước khổng lồ chảy xiết dữ dội lao sầm xuống những đèo dốc đập vào những tảng đá mòn, sủi bọt ngược vào những ngọn đồi hai bên rồi đổ vào một dòng nước ầm ầm tuôn chảy. Nhìn sự di chuyển nhanh lẹ của con sông, chúng ta có thể hiểu tại sao thần Si-va đã tặng mái tóc rối bời của ngài cho sông Hằng để giảm sức chảy nhanh mạnh của con sông thiên nhiên này.

Các hoạt động nhộn nhịp bên sông Hằng, Vārānasi

Lúc sông Hằng đến rặng núi Siwalik, dưới chân dãy Hi-mã-lạp-sơn là cách nguồn Gaumukh 480 km. Tại Haridwar thuộc tiểu bang Uttar Pradesh, sông Hằng đã rời dãy Hi-mã-lạp-sơn để đến thăm các vùng đồng bằng phía bắc Ấn Độ rồi chảy ngang qua một số vùng nóng nhất trên thế giới. Thật là đặc biệt đối với chặng còn lại, vì dòng sông thường có nhiều thay đổi đột ngột ở các bờ sông bị xói mòn và rồi lại xuất hiện ở những dòng mới khác, vì thế thường bị thất thường hoặc có những trận lũ lụt dữ dội đôi khi kéo dài cả nhiều tuần. Những tàn tích của những thành phố và làng mạc cổ xưa trên những bờ trước đó là bằng chứng cho sự thay đổi thất thường của sông.

Dòng nước xanh nâu của sông Hằng nổi lên từ dãy đồi Shivalik và bước vào vùng đồng bằng bắc Ấn Độ ở Rishikesh. Nơi đây sông Hằng trở nên điềm đạm hơn khi nó bắt đầu lan tỏa trải rộng ra khắp đồng bằng. Tại Rishikesh, sông hoan nghênh chào đón những người tìm cầu sự an lạc nội tâm. Những nhà truyền giáo và tu sĩ đã tìm đáp án cho nhiều vấn đề tu tập tâm linh nơi bờ sông thiêng. Cầu treo Laxman Jhoola bắt qua sông là để đánh dấu nơi thần Laxman đã chịu hành hình suốt 100 năm vì làm thương tổn đến vị đạo sĩ guru (*người có uy tín lớn trong cộng đồng người Hindu*). Sông này có nhiều cá thiêng và thường tụ tập bên bờ sông để ăn những thực phẩm do khách hành hương bố thí.

Xuôi dòng xa hơn nữa là thị trấn của những đền thờ Haridwar và sông Hằng đã bắt đầu trưởng thành chảy nhẹ nhàng, từ tốn, điềm đạm chứ không còn là một dòng sông trẻ trung, sôi nổi và ào ạt nữa. Tại Haridwar, ba ngôi của đạo Hindu (*Phạm thiên [Brahma], thần Vishu và Si-va*) được tôn thờ và ở trên gò cao của bãi hỏa thiêu Kar-ki-Pauri quan trọng nhất là có những dấu vết của bàn chân thần Vishu. Thị trấn này toàn là những đền thờ, bãi hoa thiêu, tín đồ chiêm bái, tu sĩ Bà-la-môn và khách du lịch rất đông.

Chim trời tụ lại để ăn bánh chiên do các khách chiêm bái bố thí.

Haridwar, sông Hằng bắt đầu rút nước sông từ nguồn nước chính đến Doab, vùng đông cư dân ở giữa sông Hằng và sông Yamuna. Nước sông Hằng ở Haridwar được xem là thánh thiện và lấy để dùng trong những buổi lễ thanh tịnh. Haridwar còn có tên gọi khác là Gangadwar - cổng của sông Hằng, bởi vì sông Hằng bắt đầu từ đây bước vào đồng bằng. Chính nơi đây nhiều khách hành hương đến tắm. Họ chứa đầy nước thiêng sông Hằng vào cái vại bằng đồng và lúc trời vừa chạng vạng là thời điểm của cầu nguyện (*aarti*), những âm thanh của cồng, chiêng, trống, xà cừ dội lại trầm bổng và khi đó những chung nến nhỏ sáng lung linh trên mặt lá được từ từ thả nổi trên mặt nước sông Hằng.

Ở Haridwar, họ cúng sông Hằng với những ngọn nến hoặc đèn dầu thắp sáng ở mỗi đêm suốt trong những buổi lễ. Lúc trời vừa chạng vạng, những tu sĩ đi bộ tới dòng sông thổi kèn tù và, đánh chuông, tụng kinh, đốt hương, thắp đèn... Những ngọn đèn lung linh trên mặt nước ánh lên những màu sáng rực và lung linh. Mỗi đĩa lá khô bằng bàn tay là một ngọn đèn trôi bồng bềnh rất nhiều trên mặt nước cho tới khi sông Hằng lấp lánh như là cô vũ nữ được trang điểm bằng những châu báu, bằng những rừng thuyền con chở nến lung linh.

Từ Haridwar đến Allahabad, thượng nguồn sông Hằng chảy từ từ vào đồng bằng. Gần Kanauj, dòng Ramganga chảy vào sông Hằng và hai dòng này cùng chảy một hướng về Kanpur. Dọc bên bờ có những cây đa, mù tạc, rừng xoài, hạt lanh màu tía, hạt kê, lúa mì và mía đường cùng với những tàn tích của những kiến trúc cổ đại và dọc đường đi rất nhiều con sông khác hòa nhập vào làm cho trong dòng nước mạnh mẽ hơn. Sông Jamuna ở Allahabad, sông Gomti ở Vārānasi, sông Ghagra, Sone và Gandak ở Bihar... chính những dòng sông nhỏ này đã bày tỏ lòng kính trọng đối với nữ thần sông Hằng bằng cách hợp nhất vào một với ngài.

Ở thành phố Allahabad, sông Hằng nhập vào sông nhánh lớn nhất Yamuna. Thần thoại Saraswati cho rằng hai con sông nhập vào nhau được gọi là Triveni Sangam. Vào tháng Magh (*tháng 1 và 2*) âm lịch, đạo Hindu coi là một điều kiết tường để được tắm ở sông Sangam và Magh

Mela tổ chức ở đây mỗi năm kéo dài đến một tháng. Mỗi 12 năm, Magh Mela trở thành Kumbh Mela. Đây là buổi lễ đầy ý nghĩa ở thành phố Allahabad này. Vào những dịp này Allahabad chuyển thành một nơi tụ hợp vô cùng to lớn, hàng trăm ngàn khách hành hương, tu sĩ và du khách đã tập trung bên bờ sông Hằng trong một khối lượng đại chúng với nhiều màu da và chủng tộc.

Dòng người bất tận đã bước xuống sông và ngâm mình trong dòng nước vào những ngày lễ kiết tường để mong rửa sạch những tội lỗi của họ. Vừa tắm, họ vừa lấy tay đựng nước sông rồi ngửa mặt lên trời trân trọng uống. Những trái cây, bông hoa và sữa được thả nổi trên dòng nước thánh Sangam. Lễ Kumbh Mela trở thành một thế giới vi mô của Ấn Độ nơi mà những phụ nữ vùng Rajasthani ở Ghagras, điểm trang với những châu báu vàng bạc đi bộ bên cạnh những người Ta min (*người gốc Nam Ấn Độ và Tích lan*) trong y phục trắng nguyên thủy và Bengali hỗn độn trong những chiếc khăn choàng lụng thụng với những chiếc mũ khít đầu và cổ chỉ để hở mặt. Những khu chợ mọc lên như nấm để phục vụ nhu cầu cho những buổi lễ này. Thật là một quang cảnh nhộn nhịp và sinh động.

Bây giờ sông Hằng dẫn đầu các con sông ở Ba-la-nại. Đây là thành phố đã tin yêu và kính trọng sông Hằng tột bậc và đây cũng là một trong những thành phố cổ nhất thế giới. Ở Ba-la-nại, tất cả những Ở đường hẻm ngoằn ngoèo đều dẫn đến sông Hằng. Đây là một thành phố ca ngợi và tôn sùng thần Si-va và được gọi là thủ đô tôn giáo của Ấn Độ với những ngôi đền, tháp, bãi tro, bãi hỏa thiêu, những thềm nền xây nhô ra bờ sông và mọc dài dọc theo bờ. Hơn 2000 năm qua, mọi người đến đây để nghiên cứu, học hỏi, cầu nguyện, tìm giác ngộ và cuối cùng để chết. Nơi đây nước sông Hằng lên xuống đột ngột và khi sông Hằng dâng lên suốt trong mùa mưa, hầu hết thành phố đền đài dọc bờ sông đều bị tràn ngập.

Ngâm mình trong làn nước thiêng.

Qua nhiều thế kỷ, bên bờ sông Hằng đã xây nhiều nấc thang bằng đá (gọi là Ghat) để bước xuống bờ nước sông. Ba-la-nại có 80 bãi hỏa thiêu. Những bãi hỏa thiêu dọc sông Hằng là xuất hiện đầu tiên. Vào buổi sáng những tiếng chuông '*leng keng*' của những ngôi đền bắt đầu rung và vang lên. tín đồ Hindu mặt hướng về phía đông đối diện sông để cầu nguyện lâm râm:

Ganga Cha Yamune Chaiva Godavari Saraswati

Narmade Sindhu Kaveri

Jale Asmin Sannidhim Kuru.

(Sông Hằng, sông Yamune, sông Chaiva

Sông Godavari, sông Saraswati

Sông Narmade, sông Sindhu, sông Kaveri

Lành thay! Khi nước của các con sông này hoà hợp vào nhau).

Rồi có người đi thuyền đến đền Dasaswamedha, hoặc đi xuống và lên dọc theo chiều dài của thành phố để ngắm những kiến trúc phức tạp uy nghi cổ xưa của đền đài bên dòng sông này.

Khi mặt trời mọc, tiếng gợn sóng lăn tăn với những tiếng hổ phách, bạc chạm nhau, những chiếc thuyền với những vị tu sĩ *Hindu* ngồi bên dưới chiếc dù tròn, có người đứng trong lòng sông với nước ngang ngực chắp tay lên đầu mặt hướng về phía đông, tiếng kinh kệ ngâm nga vang rền cho đến mặt trời mọc. Ở trước sân đền đầy những chiếc thuyền bỏ neo, chỗ khác những người giặt quần áo đang phơi quần áo ướt trên những tảng đá to, trong khi những người khác như bãi hỏa thiêu Manikarnika đang mồi lửa củi để thiêu tử thi. Ở Ba-la-nại, sông Hằng là con sông linh thiêng và cổ nhất được xem như là bức tranh toàn cảnh vô tận của sống và chết. Giống như một vị nữ thần, sông thật đẹp, tốt bụng và cũng vô tư ngắm nhìn những chiến thắng và chiến bại của chúng ta với sự thanh thản yên lặng.

Có nhiều nghi lễ tắm trong sông để gội bỏ những trần cấu, phiền não. Ngâm mình vào dòng nước thánh sẽ rửa sạch tội lỗi những người sống và bảo đảm sự giải thoát cho người chết. Nó cũng tượng trưng cho shakti hoặc là năng lực của nguyên lý phái nữ trong đời. Mỗi ngày là một ngày đặc biệt ở Ba- la-nại với những nghi lễ đặc thù. Chẳng hạn, ngâm mình trong nước sông Hằng ở trước nhiều đền và nhiều thời điểm khác nhau để được ban phước, đặc biệt suốt trong các ngày lễ. Giống như vậy, mỗi sáng được xem là thời gian tốt nhất để tắm trong nước sông Hằng với những tia nắng đầu tiên của mặt trời chiếu sáng xuyên qua đám mây ở vừng đông. Khi mọi người tắm trong nước sông Hằng thánh thiện, họ đã lấy tay bụm nước lại và chúi tay rót đổ xuống nước như là một sự trân trọng cúng dường. Tắm trong sông Hằng là ý nghĩa thiêng liêng và văn hóa đã có từ nhiều thế kỷ. Nó là chất tẩy rửa các tội lỗi như người mẹ bảo vệ che chở và thanh tịnh hóa cho tất cả.

Sau khi tắm trong nước thiêng liêng của sông Hằng, rửa sạch tất cả các phiền não trần cấu, họ cảm thấy như được hòa hợp với thần thánh. Những người phụ nữ tắm bên bờ sông và trở lại những bậc thang của đền thờ để phơi của chiếc sari trong cơn gió mát thổi mạnh của bờ sông. Họ tin rằng ngay một giọt nước sông Hằng cũng có thể làm cho toàn bộ sông và biển cả trở nên thiêng liêng. Sông Hằng có thể rửa sạch và làm thanh tịnh tất cả những tội lỗi của họ trong nhiều kiếp.

Trước khi sông Hằng vào tiểu bang Bihar, nó đã nhập vào con sông lững lờ Gomati. Những nhánh sông khác của sông Hằng như Ghaghara, Gandak, Bagmati và Kosi đã thường xuyên bị thay đổi, để lại thành những cái hồ và đầm lầy ở phía bắc Bihar. Đây là những con sông lâu năm. Từ đây gần 480 km, sông Hằng đã cung cấp một phương tiện vững chắc cho tàu bè qua lại.

Dòng sông chảy qua những đồng bằng của tiểu bang Bihar, những thành phố như Patna, nơi mà có một lần vua A-dục đã chọn Pataliputra (*Ba-sốc-ly-tử / Hoa Thị thành*) làm thủ đô hùng vĩ của mình. Bihar là nơi Đức Phật giác ngộ, nơi mà Mahavira - vị tổ sư thứ XIV của đạo loã thể hành đạo và cũng là trung tâm cho những triều đại lớn an trú.

Bước vào tiểu bang Bengal, dòng sông đã đi gần cuối của chuyến du hành của mình. Ở đây cảnh vật bắt chéo nhau bởi những dòng sông và con suối rồi tất cả cùng hướng chảy về biển. Từ từ di chuyển với nhiều phù sa, con sông như to lớn lên với đầy những chiếc thuyền câu cá, uốn cong với những bãi đất lầy thoai thoải. Hai bên bờ với những hàng dừa, lá cọ và cánh đồng lúa chín. Những ao nước sáng long lanh bởi những hình bóng của những túp lều tranh màu rạ xung quanh, những phụ nữ mềm mại mang những bình vại nước bằng đồng thau dựa sát vào hai bên eo hông nhỏ nhắn của họ.

Tại nay, có những con sông khác như Padma và Brahmaputra cùng chảy vào với sông Hằng. Sông màu xanh với những rừng đước nơi mà biển mặn đã đến biến thành đầm lầy và có bóng của những con cop vằn trong rừng già Sunderban.

Ở Calcutta, sông Hằng được gọi là Hooghly nơi mà tàu từ vịnh Bengal đến đậu. Nơi đây đã có lần là đồn đóng đô của vua nước Anh.

Rồi bấy giờ sông Hằng như mệt mõi chảy vào hòn đảo Sagardwip, nơi mà lễ Gangasagar Mela được tổ chức vào mỗi mùa đông. Tro của ông bà tổ tiên của vua Bhagirath được nói là làm thanh khiết nơi đây. Đại dương mênh mông đã chào đón con sông kiệt sức hòa nhập vào cơn sóng của mình. Con gái của núi tuyết Hi-mã-lạp-sơn hùng dũng bây giờ đã hòa vào lòng biển cả đại dương mênh mông.

Ni sư TN Giới Hương với các học sinh địa phương giữa vườn hoa cải vàng rực rỡ của tháng 9 năm 2019 tại Biha, Ấn Độ.

Có nhiều con sông trong thế giới mà chúng to lớn hơn sông Hằng. Trong đất nước Ấn Độ, sông Brahmaputra và Indus thì dài hơn sông Hằng, nhưng không có sông nào có được đặc tính thiêng liêng như sông Hằng và được coi thiêng liêng nhất giữa bảy con sông thiêng của Ấn Độ. Nhiều hơn con sông là những người sống dọc theo sông Hằng và hàng triệu người đã đến thành phố thiêng liêng của sông Hằng để được ngâm mình trong dòng nước thánh thiện đó. Sông Hằng đã góp mặt trong đời sống người dân Ấn Độ. Sông Hằng là một phần lịch sử, thần thoại, truyền thuyết và truyền thống dân gian của Ấn Độ. Có những vương quốc nhấp nhô ẩn và hiện bên bờ sông Hằng, những nhà truyền giáo và nhà thơ ngồi bên dòng nước chảy.

Đây là một dòng sông linh thiêng và vĩ đại của Ấn độ.

NGUỒN THAM KHẢO

SÁCH TIẾNG ANH

1. *Anguttara Nikāya*, ed. R. Morris & E. Hardy, 5 vols., London: PTS, 1885-1900; ed. Mrs. Rhys Davids, tr. by F.L. Woodward, The Book of the Gradual Sayings, London: PTS, rpt. 1955-1970.

2. *Banaras-Sārnātha*, Lustre Press, Roli Books, New Delhi 110 048, 1998.

3. *Buddhism and Sārnātha*, Kamla Rohatgi, S.P. Rohatgi, Bhartiya Kala Prakashan-Delhi, 1991.

4. *Buddhist Records of Western World*, Samuel Beal, Motilal Banarsidass Publishers, Delhi, 1994.

5. *Digha Nikaya*, 3 vols, ed. T.W. Rhys Davids & J.E. Carpenter, London: PTS, 1890-1911; Tr. T.W. & C.A.F. Rhys Davids, The Dialogue of the Buddha, 3 vols, Motilal, 2000.

6. *Ganga - India's River of Life*, Rupider Khullar, Subhadra Sen Gupta, Heritage Series, Mumbai, 1996.

7. *Ganga*, Archana Shankar, Classic India, Hyderabad, 1995.

8. *Majjhima Nikaya*, 4 Vols, ed. V. Trenckner, R.

Chalmers & Mrs. Rhys Davids, London: PTS 1888-1925; ed. Mrs. Rhys Davids, tr. by F.L. Woodward, The Middle Length Sayings, 3 vols. 1995-1994 & 1993, London: PTS.

9. *Middle Land, Middle Way: A Pilgrim's Guide to the Buddha's India*, Ven. S. Dhammaika, Buddhist Publication Society, Kandy, Sri Lanka, First edition 1992, second edition 1999.

10. Sārnātha & Vārānasi City Guide, Salil Kumar Srivastava, Vārānasi, 2000.

11. *Sārnātha*, V. S. Agrawala, Archaeological Survey of India, New Delhi, Fifth Edition, 1992.

12. *Sārnātha The Birth Place of Buddhism*, Mulagandha Kuty Vihara, Maha Bodhi Society of India, *Sārnātha* canter, 2001.

13. Sārnātha-The Birth Place of Buddhism, Raghunath Prasad, Vārāṁasi – 221009, 1999.

14. *Samyutta Nikaya*, ed. M. L. Feen & Mrs. Rhys Davids, 5 vols., London: PTS: 1884-1898; ed. Mrs. Rhys Davids, tr. by F.L. Woodward, The Book of the Kindred Sayings, London: PTS, rpt. 1950-1956.

15. *The Cracred Relic*, Tham Weng Yew, Buddhist Research Society, The Buddhist Library Singapore, 1999

16. *The Dhammapada Verses and Stories*, Central Institute of Higher Tibetant Studies *Sārnātha*, Vārānasi, 1990.

17. *The Eternal City-Vārāñasi*, Government of India

Tourist Offices, Thomson Press, Faridabad.

18. *The History of Sārnātha or the Cradle of Buddhism*, B.C. Bhattacharya, Delhi: Pilgrims Revised Edition - second print: 1999.

19. The Jātaka, ed. V. Fausboll, London: PTS, 1962; ed. E. B. Cowell, tr. by Robert Chalmers, Stories of the Buddha's Former Births, 6 Vol., Low Price Publications, Delhi 52, rpt. 1993.

20. *The Lotus Path (8 Places of Worship from Lumbini to Kushinagar),* Ven. Dr. Dodangoda Rewatha Thero, Singapore, 1995.

21. *Vinaya-pitaka*, ed. H. Oldenberg, vol. I, London, 1879.

22. *Walking with the Buddha*, Buddhist Pilgrimages in India, Eicher Goodearth Limited, New Delhi, 1999.

SÁCH TIẾNG VIỆT

1. *Đường Tam Tạng Thỉnh Kinh*, Võ-đình-cường, Viện Nghiên cứu Phật học Việt nam, 1992.

2. *Đường Về Xứ Phật*, Thích Minh Châu, Đại Nam, CA, 1994.

3. *Huyền Trang - Nhà Chiêm Bái và Học Giả*, Hòa thượng Thích Minh Châu, Trường Cao Cấp Phật học Việt nam, 1989.

4. *Kinh Pháp Cú*, Thích Trí Đức, Ấn Độ, 1999.

5. *Lược Sử Phật Giáo Ấn Độ*, Thích Thanh Kiểm, Phú lâu na, CA, 1991.

6. *Văn Học Ấn Độ*, Lưu-đức-trung, Nhà xuất bản Giáo dục, 1998.

CÁC TỰ ĐIỂN & TẠP CHÍ

1. *A Dictionary of Chinese Buddhist Terms with Sanskrit and English Equivalents*, Compiled by William Edward Soothill and Lewis Hodous, Taiwan, 1994.

2. *Archaeological Survey Report*, 1903-4, 1907-9.

3. *Dhamrmadoot*, Maha Bodhi Society of India, Mulagandha Kuty Vihara, Sārnātha-The Birth Place of Buddhism, 1999, 2000 & 2001.

4. *Maha Bodhi Journal*, Maha Bodhi Society of India, Calcutta, 1922, 1926, 1929, 1933 & 1934.

5. *Maha Bodhi Society of India*, Diamond Jubilee Souvenir, Maha Bodhi Society of India, Calcutta, 1952.

6. *The Maha Bodhi Centenary Volume*, Maha Bodhi Society of India, Calcutta, 1991.

TỦ SÁCH BẢO ANH LẠC

do Ni Sư Tiến Sĩ TN Giới Hương biên soạn

1.1. SÁCH TIẾNG VIỆT

1. *Bồ-tát và Tánh Không Trong Kinh Tạng Pali và Đại Thừa.*
2. *Ban Mai Xứ Ấn -Tuyển tập các Tiểu Luận Phật Giáo* (3 tập).
3. *Sārnātha - Vườn Nai – Chiếc Nôi Phật Giáo.*
4. *Quy Y Tam Bảo và Năm Giới.*
5. *Vòng Luân Hồi.*
6. *Hoa Tuyết Milwaukee.*
7. *Luân Hồi trong Lăng Kính Lăng Nghiêm.*
8. *Nghi Thức Hộ Niệm, Cầu Siêu.*
9. *Quan Âm Quảng Trần.*
10. *Nữ Tu và Tù Nhân Hoa Kỳ.*
11. *Nếp Sống Tỉnh Thức của Đức Đạt Lai Lạt Ma Thứ XIV.*
12. *A-Hàm: Mưa pháp chuyển hóa phiền não*, 2 tập.
13. *Góp Từng Hạt Nắng Perris.*
14. *Pháp Ngữ của Kinh Kim Cang.*
15. *Tập Thơ Nhạc Nắng Lăng Nghiêm.*
16. *Nét Bút Bên Song Cửa.*

17. *Máy Nghe MP3 Hương Sen* (Hương Sen Digital Mp3 Radio Speaker): Các Bài Giảng, Sách, Bài viết và Thơ Nhạc của Thích Nữ Giới Hương (383/201 bài).
18. *DVD Giới Thiệu về Chùa Hương Sen.*
19. *Ni Giới Việt Nam Hoằng Pháp tại Hoa Kỳ.*
20. *Tuyển Tập 40 Năm Tu Học & Hoằng Pháp của Ni sư Giới Hương*, Thích Nữ Viên Quang, TN Viên Nhuận, TN Viên Tiến, and TN Viên Khuông.
21. *Tập Thơ Nhạc Lối Về Sen Nở.*
22. *Nghi Thức Công Phu Khuya – Thần Chú Thủ Lăng Nghiêm.*
23. *Nghi Thức Cầu An – Kinh Phổ Môn.*
24. *Nghi Thức Cầu An – Kinh Dược Sư.*
25. *Nghi Thức Sám Hối Hồng Danh.*
26. *Nghi Thức Công Phu Chiều – Mông Sơn Thí Thực.*
27. *Khóa Tịnh Độ – Kinh A Di Đà.*
28. *Nghi Thức Cúng Linh và Cầu Siêu.*
29. *Nghi Lễ Hàng Ngày - 50 Kinh Tụng và các Lễ Vía trong Năm.*
30. *Hương Đạo Trong Đời 2022* - Tuyển tập 60 Bài Thi trong Cuộc Thi Viết Văn Ứng Dụng Phật Pháp 2022.
31. *Hương Pháp 2022* (Tuyển Tập Các Bài Thi Trúng Giải Cuộc Thi Viết Văn Ứng Dụng Phật Pháp 2022).
32. *Giới Hương - Thơm Ngược Gió Ngàn*, Nguyên Hà.
33. *Pháp Ngữ Kinh Hoa Nghiêm* (2 tập).
34. *Tinh Hoa Kinh Hoa Nghiêm*. Thích Nữ Giới Hương. NXB Hương Sen.

35. *Phật Giáo – Tầm Nhìn Lịch Sử Và Thực Hành*. Hiệu đính: Thích Hạnh Chánh và Thích Nữ Giới Hương.
36. *Nhật ký Hành Thiền Vipassana và Kinh Tứ Niệm Xứ.*
37. *Nghi cúng Giao Thừa.*
38. *Nghi cúng Rằm Tháng Giêng.*
39. *Nghi thức Lễ Phật Đản.*
40. *Nghi thức Vu Lan.*
41. *Lễ Vía Quan Âm.*
42. *Nghi cúng Thánh Tổ Kiều Đàm Di.*
43. *Nghi thức cúng Tổ và Giác linh Sư trưởng.*
44. *Nghi Lễ Chẩn Tế Mười Hai Loại Cô Hồn*
45. *Kỷ Yếu Lễ Tưởng Niệm Thánh Tổ Kiều Đàm Di tại Chùa Hương Sen năm 2024*
46. *Nghi Thức Cầu Siêu Chư Hương Linh Thai Nhi*
47. *Kim Quang Minh Kinh Sám Trai Thiên Khóa Nghi*
48. *Phật Giáo và Thánh Tích Sri Lanka*

1.2. SÁCH TIẾNG ANH

1. *Boddhisattva and Sunyata in the Early and Developed Buddhist Traditions.*
2. *Rebirth Views in the Śūraṅgama Sūtra.*
3. *Commentary of Avalokiteśvara Bodhisattva.*
4. *The Key Words in Vajracchedikā Sūtra.*
5. *Sārnātha-The Cradle of Buddhism in the Archeological View.*
6. *Take Refuge in the Three Gems and Keep the Five*

Precepts.

7. *Cycle of Life.*
8. *Forty Years in the Dharma: A Life of Study and Service—Venerable Bhikkhuni Giới Hương.*
9. *Sharing the Dharma -Vietnamese Buddhist Nuns in the United States.*
10. *A Vietnamese Buddhist Nun and American Inmates.*
11. *Daily Monastic Chanting.*
12. *Weekly Buddhist Discourse Chanting.*
13. *Practice Meditation and Pure Land.*
14. *The Ceremony for Peace.*
15. *The Lunch Offering Ritual.*
16. *The Ritual Offering Food to Hungry Ghosts.*
17. *The Pureland Course of Amitabha Sutra.*
18. *The Medicine Buddha Sutra.*
19. *The New Year Ceremony.*
20. *The Great Parinirvana Ceremony.*
21. *The Buddha's Birthday Ceremony.*
22. *The Ullambana Festival (Parents' Day).*
23. *The Marriage Ceremony.*
24. *The Blessing Ceremony for The Deceased.*
25. *The Ceremony Praising Ancestral Masters.*
26. *The Enlightened Buddha Ceremony.*
27. *The Uposatha Ceremony (Reciting Precepts*)
28. *Buddhism: A Historical And Practical Vision.* Edited

by Ven. Dr. Thich Hanh Chanh and Ven. Dr. Bhikṣuṇī TN Gioi Huong.

29. *Contribution of Buddhism For World Peace & Social Harmony*. Edited by Ven. Dr. Buddha Priya Mahathero and Ven. Dr. Bhikṣuṇī TN Gioi Huong.

30. *Global Spread of Buddhism with Special Reference to Sri Lanka*. Buddhist Studies Seminar in Kandy University. Edited by Dr. Ven. Kahawatte Sumedha Thero and Dr. Bhikṣuṇī TN Gioi Huong.

31. *Buddhism In Sri Lanka During The Period of 19th to 21st Centuries*. Buddhist Studies Seminar in Colombo. Edited by Prof. Ven. Medagama Nandawansa and Dr. Bhikṣuṇī TN Gioi Huong.

32. *Diary: Practicing Vipassana and the Four Foundations of Mindfulness Sutta.*

33. *Prayer for the Souls of Unborn Babies.*

1.3. SÁCH SONG NGỮ (VIETNAMESE-ENGLISH)

1. *Bản Tin Hương Sen: Xuân; Phật Đản, Vu Lan (*Hương Sen Newsletter: Spring, Buddha Birthday and Vu Lan, annual/ Mỗi Năm).

2. *Danh Ngôn Nuôi Dưỡng Nhân Cách - Good Sentences Nurture a Good Manner.*

3. *Văn Hóa Đặc Sắc của Nước Nhật Bản-Exploring the Unique Culture of Japan.*

4. *Sống An Lạc dù Đời không Đẹp như Mơ - Live Peacefully though Life is not Beautiful as a Dream.*

5. *Hãy Nói Lời Yêu Thương-Words of Love and Understanding.*
6. *Văn Hóa Cổ Kim qua Hành Hương Chiêm Bái -The Ancient- Present Culture in Pilgrim.*
7. *Nghệ Thuật Biết Sống - Art of Living.*
8. *Dharamshala - Hành Hương Vùng Đất Thiêng, Ấn Độ, Dharamshala - Pilgrimage to the Sacred Land, India.*

1.4. SÁCH CHUYỂN NGỮ

1. *Xá Lợi Của Đức Phật* (Relics of the Buddha), Tham Weng Yew.
2. *Sen Nở Nơi Chốn Tử Tù* (Lotus in Prison), many authors.
3. *Chùa Việt Nam Hải Ngoại* (Overseas Vietnamese Buddhist Temples).
4. *Việt Nam Danh Lam Cổ Tự* (The Famous Ancient Buddhist Temples in Vietnam).
5. *Hương Sen, Thơ và Nhạc* – (Lotus Fragrance, Poem and Music).
6. *Phật Giáo-Một Bậc Đạo Sư, Nhiều Truyền Thống* (Buddhism: One Teacher – Many Traditions), Đức Đạt Lai Lạt Ma 14th & Ni Sư Thubten Chodren.
7. *Cách Chuẩn Bị Chết và Giúp Người Sắp Chết-Quan Điểm Phật Giáo* (Preparing for Death and Helping the Dying – A Buddhist Perspective)

2. ALBUMS NHẠC

Từ Thơ Thích Nữ Giới Hương

1. *Đào Xuân Lộng Ý Kinh* (The Buddha's Teachings Reflected in Cherry Flowers).
2. *Niềm Tin Tam Bảo* (Trust in the Three Gems).
3. *Trăng Tròn Nghìn Năm Đón Chờ Ai* (Who Is the Full Moon Waiting for for Over a Thousand Years?).
4. *Ánh Trăng Phật Pháp* (Moonlight of Dharma-Buddha).
5. *Bình Minh Tỉnh Thức* (Awakened Mind at the Dawn) (*Piano Variations for Meditation*).
6. *Tiếng Hát Già Lam* (Song from Temple).
7. *Cảnh Đẹp Chùa Xưa* (The Magnificent, Ancient Buddhist Temple).
8. *Karaoke Hoa Ưu Đàm Đã Nở* (An Udumbara Flower Is Blooming).
9. *Hương Sen Ca* (Hương Sen's Songs)
10. *Về Chùa Vui Tu* (Happily Go to Temple for Spiritual Practices)
11. *Gọi Nắng Xuân Về* (Call the Spring Sunlight).
12. *Đệ Tử Phật*. Thơ: Thích Nữ Giới Hương, Nhạc: Uy Thi Ca & Giác An, volume 4, năm 2023.

Mời xem: http://www.huongsentemple.com/index.php/ kinh-sach/tu-sach-bao-anh-lac

www.ingramcontent.com/pod-product-compliance
Lightning Source LLC
LaVergne TN
LVHW050837051026
849532LV00006BA/2001
* 9 7 9 8 3 4 9 4 8 3 1 2 7 *